സ്ത്രീകളുടെ വിമോചനത്തെപ്പറ്റി

INSIGHT PUBLICA®

Nadakkavu, Kozhikode, Kerala, 673011
www.insightpublica.com
e-mail: insightpublica@gmail.com
Title : **STHREEKALUDE VIMOCHANATTHEPPATTI**
Author: **LENIN**
(Malayalam)
First Insight Edition: May 2025

Printed and Published by
InsightinPublica Printers & Publishers Pvt. Ltd.
ISBN:- 978-93-5517-552-6

₹250/-

സ്ത്രീകളുടെ വിമോചനത്തെപ്പറ്റി

സർവ്വരാജ്യതൊഴിലാളികളേ, സംഘടിക്കുവിൻ

വി. ഐ. ലെനിൻ

INSIGHT PUBLICA®

ഉള്ളടക്കം

മുഖവുര 09
'റഷ്യയിൽ മുതലാളിത്തത്തിന്റെ വികസനം' എന്ന
കൃതിയിൽനിന്ന് 19
സോഷ്യൽഡെമോക്രാറ്റിക് ലേബർ പാർട്ടിയുടെ-
കരടുപരിപാടി യിൽനിന്ന് 24
'ഷ്റ്റുട്ട്ഗർട്ടിലെ സാർവ്വദേശീയ സോഷ്യലിസ്റ്റ്
കോൺഗ്രസ്സ്'എന്ന ലേഖനത്തിൽ നിന്ന് 28
പരിഷ്കൃതരായ യൂറോപ്യന്മാരും കിരാതരായ ഏഷ്യാക്കാരും 30
സാങ്കേതികവിദ്യയുടെ മഹത്തായൊരു നേട്ടം 33
മുതലാളിത്തവും സ്ത്രീകളുടെ അദ്ധ്വാനവും 36
തൊഴിലാളിവർഗ്ഗവും പുത്തൻ മാൽത്തുഷ്യനിസവും 39
കൃഷിയിലെ ചെറുകിട ഉല്പാദനം 43
അഞ്ചാം സാർവ്വദേശീയ വ്യഭിചാര വിരുദ്ധ കോൺഗ്രസ്സ് 47
'മാർക്സിസത്തിന്റെ ഹാസ്യാനുകരണവും
സാമ്രാജ്യത്വസാമ്പത്തികവാദ'വും എന്ന ലേഖനത്തിൽനിന്ന് 49
'നമ്മുടെ വിപ്ലവത്തിൽ തൊഴിലാളി വർഗ്ഗത്തിന്റെ കടമകൾ'
എന്ന ലേഖനത്തിൽനിന്ന് 54

'പാർട്ടി പരിപാടി പുനഃപരിശോധിക്കുന്നതു സംബന്ധിച്ച സംഗതികൾ'എന്ന ലേഖനത്തിൽനിന്ന് 56

'ബോൾഷെവിക്കുകൾക്ക് ഭരണാധികാരം നിലനിർത്താൻ കഴിയുമോ?' എന്ന ലേഖനത്തിൽനിന്ന് 63

പണിയെടുക്കുന്ന സ്ത്രീകളുടെ ഒന്നാം അഖിലറഷ്യാ കോൺഗ്രസ്സിൽ ചെയ്ത പ്രസംഗം, ... 71

'ആർ.സി.പി.(ബി.)യുടെ കരടുപരിപാടി' എന്ന ലേഖനത്തിൽനിന്ന് 74

ഒരു മഹത്തായ തുടക്കം (പിന്നണിയിലെ തൊഴിലാളികളുടെ ധീരോദാത്തത. കമ്മ്യൂണിസ്റ്റ് സുബോത്നിക്കുകൾ) എന്നലേഖനത്തിൽനിന്ന് 76

സോവിയറ്റ് റിപ്പബ്ലിക്കിൽ പണിയെടുക്കുന്ന സ്ത്രീകളുടെ പ്ര സ്ഥാനത്തിന്റെ കടമകൾ 80

സോവിയറ്റധികാരവും സ്ത്രീകളുടെ പദവിയും 89

പെട്രോഗ്രാഡ് ഗുബേർണിയയിലെ വനിതാകോൺഗ്രസ്സിന്റെ ബ്യൂറോയ്ക്ക് 94

പണിയെടുക്കുന്ന സ്ത്രീകളോട് 95

പണിയെടുക്കുന്ന സ്ത്രീകളുടെ സാർവ്വദേശീയദിനം സംബന്ധിച്ച്[27] 97

ഗുബേർണിയ വനിതാവകുപ്പുകളുടെ അഖിലറഷ്യാസമ്മേളനത്തിനുള്ള ആശംസകൾ 99

പണിയെടുക്കുന്ന സ്ത്രീകളുടെ സാർവ്വദേശീയദിനം 100

പൗരസ്ത്യദേശത്തെ സോവിയറ്റ് പ്രദേശങ്ങളിലേയും റിപ്പബ്ലിക്കുകളിലേയും ജനതകളുടെ വനിതാവകുപ്പുകളുടെ പ്രതിനിധിസമ്മേളനത്തിനയച്ച അഭിവാദനസന്ദേശം 103

'ഒക്ടോബർ വിപ്ലവത്തിന്റെ നാലാം വാർഷികം' എന്ന ലേഖനത്തിൽനിന്ന് 104

'ഉശിരൻ ഭൗതികവാദത്തിന്റെ പ്രാധാന്യത്തെപ്പറ്റി' എന്ന ലേഖനത്തിൽനിന്ന് 107
മോസ്ക്കോ നഗരത്തിലേയും മോസ്ക്കോ ഗുബേർണിയയിലേയും തൊഴിലാളി - കർഷകസ്ത്രീകളുടെ പാർട്ടിരഹിത സമ്മേളനത്തിന് 111
ലെനിനെക്കുറിച്ചുള്ള എന്റെ ഓർമ്മകൾ 113
കുറിപ്പുകൾ 152
നാമസൂചിക 164

മുഖവുര

പണിയെടുക്കുന്ന സ്ത്രീകളുടെ - തൊഴിലാളിസ്ത്രീകളുടേയും കർഷകസ്ത്രീകളുടേയും - വിമോചനത്തെപ്പറ്റി തന്റെ വിപ്ലവ പ്രവർത്തനങ്ങൾക്കിടയിൽ ലെനിൻ ധാരാളം എഴുതുകയും പ്രസംഗിക്കുകയും ചെയ്തിട്ടുണ്ട്. തീർച്ചയായും വനിതാമോചനത്തിന് തൊഴിലാളി ലക്ഷ്യത്തിനുവേണ്ടിയുള്ള സമരമൊട്ടാകെയുമായി, അഭേദ്യമായ ബന്ധമുണ്ട്. അദ്ധ്വാനിക്കുന്ന ബഹുജനങ്ങളുടെ നേതാവും പാർട്ടിയുടേയും സോവിയറ്റധികാരത്തിന്റേയും സംഘാടകനുമെന്ന നിലയ്ക്കാണ്, പോരാളിയും ശില്പിയുമെന്ന നിലയ്ക്കാണ്, ലെനിനെ നാം അറിയുന്നത്. ഓരോ തൊഴിലാളി സ്ത്രീയും കൂട്ടുകൃഷിക്കാരിയും ലെനിൻ ചെയ്തിട്ടുള്ള സർവ്വതിനെക്കുറിച്ചും അദ്ദേഹത്തിന്റെ മുഴുവൻ പ്രവർത്തനത്തെക്കുറിച്ചും അറിഞ്ഞിരിക്കണം; പണിയെടുക്കുന്ന സ്ത്രീകളുടെ സ്ഥിതിയേയും അവരുടെ വിമോചനത്തേയും പറ്റി ലെനിൻ പറഞ്ഞിട്ടുള്ള കാര്യങ്ങൾ മാത്രം അറിഞ്ഞിരുന്നാൽ പോരാ. എന്നാൽ തൊഴിലാളിവർഗ്ഗസമരമൊട്ടാകെയും സ്ത്രീകളുടെ സ്ഥിതി മെച്ചപ്പെടുത്തലും തമ്മിൽ അങ്ങേയറ്റം അഭേദ്യമായ ബന്ധമുണ്ടെന്നുള്ളതുകൊണ്ടുതന്നെ ലെനിൻ തന്റെ പ്രസംഗങ്ങളിലും ലേഖനങ്ങളിലും ഈ പ്രശ്നത്തെ പലപ്പോഴും - നാല്പതു തവണയിലധികം - പരാമർശിച്ചിട്ടുണ്ട്. ഈ പരാമർശങ്ങളോരോന്നും തന്നെ ആ സമയത്ത് അദ്ദേഹം താല്പര്യമെടുത്തിരുന്നതും അദ്ദേഹത്തിന്റെ മനസ്സിനെ അലട്ടിയിരുന്നതുമായ മറ്റെല്ലാ കാര്യങ്ങളുമായി അഭേദ്യമാംവണ്ണം ബന്ധപ്പെട്ടിരുന്നു.

തന്റെ വിപ്ലവ പ്രവർത്തനത്തിന്റെ തുടക്കം തൊട്ടുതന്നെ സഖാവു ലെനിൻ തൊഴിലാളി സ്ത്രീകളുടേയും കർഷക സ്ത്രീകളുടെയും സ്ഥിതിയിലും സ്ത്രീകളെ തൊഴിലാളി പ്രസ്ഥാനത്തിൽ കൊണ്ടുവരുന്നതിലും പ്രത്യേകം ശ്രദ്ധ ചെലുത്തുകയുണ്ടായി. എല്ലാവർക്കും അറിയാവുന്നതുപോലെ ഒരു

വിപ്ലവകാരിയെന്ന നിലയ്ക്കുള്ള ആദ്യത്തെ പ്രായോഗിക പ്രവർത്തനം ലെനിൻ നടത്തിയത് സെന്റ് പീറ്റേഴ്സ് ബർഗ്ഗിൽ (ഇപ്പോഴത്തെ ലെനിൻഗ്രാഡിൽ) ആണ്. അവിടെ അദ്ദേഹം സംഘടിപ്പിച്ച സോഷ്യൽ ഡെമോക്രാറ്റുകാരുടെ ഗ്രൂപ്പ് സെന്റ് പീറ്റേഴ്സ്ബർഗ്ഗിലെ തൊഴിലാളികൾക്കിടയിൽ വളരെയേറെ പ്രവർത്തിച്ചു. അത് നിയമ വിരുദ്ധലഘുലേഖകൾ ഇറക്കുകയും അവയെ ഫാക്ടറിത്തൊഴിലാളികൾക്കിടയിൽ വിതരണം നടത്തുകയും ചെയ്തു - സാധാരണയായി തൊഴിലാളികളെ അഭിസംബോധന ചെയ്തു കൊണ്ടുള്ള ലഘുലേഖകളായിരുന്നു അവ. അക്കാലത്ത് തൊഴിലാളി ബഹുജനങ്ങൾക്ക് വർഗ്ഗബോധം വളരെക്കുറവായിരുന്നു. അവരിൽത്തന്നെ ഏറ്റവും പിന്നണിയിൽ കിടന്നിരുന്നത് സ്ത്രീത്തൊഴിലാളികളായിരുന്നു. ഏറ്റവും കുറഞ്ഞ കൂലിയാണ് അവർക്കു ലഭിച്ചത്. ഏറ്റവും കർക്കശമായിട്ടാണ് അവരുടെ അവകാശങ്ങൾ ലംഘിക്കപ്പെട്ടത്. അതുകൊണ്ട് സാധാരണയായി പുരുഷന്മാരായ തൊഴിലാളികളെ മാത്രം അഭിസംബോധന ചെയ്തുകൊണ്ടുള്ളതായിരുന്നു ആ ലഘുലേഖകൾ ('ലഫേറൻ' പുകയില ഫാക്ടറിയിലെ സ്ത്രീത്തൊഴിലാളികളെ അഭിസംബോധന ചെയ്തുകൊണ്ട് ഇറക്കിയ രണ്ടു ലഘുലേഖകൾ ഇതിനൊരു അപവാദമായിരുന്നു.) 'ടോർൺടൺ' മില്ലിലെ തൊഴിലാളികളെ ഉദ്ദേശിച്ചും (1895-ൽ) ലെനിൻ ഒരു ലഘുലേഖ എഴുതി. അവിടത്തെ തൊഴിലാളിസ്ത്രീകൾ അങ്ങേയറ്റം പിന്നണിയിലാണു കിടന്നിരുന്നതെങ്കിലും 'ടോർൺടൺ മില്ലിൽ പണിയെടുക്കുന്ന പുരുഷന്മാരോടും സ്ത്രീകളോടും' എന്ന തലക്കെട്ടാണ് അദ്ദേഹം ലഘുലേഖയ്ക്കു നൽകിയത്. ഇതൊരു ചെറിയ കാര്യമാണെങ്കിലും അർത്ഥഗർഭമാണ്.

1899-ൽ നാടുകടത്തപ്പെട്ടിരുന്ന സമയത്ത് പാർട്ടി സംഘടനയുമായി നടത്തിയ കത്തിടപാടുകളിൽ (പാർട്ടിയുടെ ഒന്നാം കോൺഗ്രസ്സ് 1898-ൽ നടന്നുകഴിഞ്ഞിരുന്നു) താൻ നിയമവിരുദ്ധ പത്രങ്ങളിൽ എഴുതാനുദ്ദേശിക്കുന്ന വിഷയങ്ങളെപ്പറ്റി ലെനിൻ പ്രതിപാദിക്കുകയുണ്ടായി. 'സ്ത്രീകളും തൊഴിലാളി ലക്ഷ്യവും' എന്നൊരു ലഘുലേഖ അക്കൂട്ടത്തിൽപ്പെട്ടിരുന്നു. ആ ലഘുലേഖയിൽ തൊഴിലാളി സ്ത്രീകളുടേയും കർഷകസ്ത്രീകളുടേയും സ്ഥിതി വിവരിക്കാൻ, വിപ്ലവപ്രസ്ഥാനത്തിൽ പങ്കെടുക്കുകയെന്നതാണ് അവരുടെ മുമ്പിലുള്ള ഒരേയൊരു പോംവഴിയെന്നും തൊഴിലാളി വർഗ്ഗത്തിന്റെ വിജയം മാത്രമേ തൊഴിലാളി - കർഷക സ്ത്രീകൾക്ക് മോചനം നേടിക്കൊടുക്കു എന്നും ചൂണ്ടിക്കാട്ടാൻ, അദ്ദേഹം ഉദ്ദേശിച്ചിരുന്നു.

ഒബുഹൊവ് പ്രതിരോധത്തിൽ പങ്കെടുത്ത സ്ത്രീകളെയും ഒരു

തൊഴിലാളി യുവതിയായ മാർഫ യാക്കൊവ്‌ലെവ വിചാരണ സമയത്തു ചെയ്ത പ്രസംഗത്തേയും പരാമർശിച്ചുകൊണ്ട് 1901-ൽ ലെനിൻ എഴുതി:

'വധിക്കപ്പെട്ടുകയും കാരാഗൃഹങ്ങളിൽവച്ച് ഭേദ്യം ചെയ്യപ്പെട്ടുകയും ചെയ്ത നമ്മുടെ വീര സഖാക്കളുടെ സ്മരണ പുതിയ പോരാളികളുടെ കരുത്ത് പതിന്മടങ്ങു വർദ്ധിപ്പിക്കും; ആയിരക്കണക്കിനാളുകളെ അവരുടെ സഹായത്തിന് അണിനിരത്തും. പതിനെട്ടു വയസ്സുള്ള മാർഫ യാക്കൊവ്‌ലെവയെപ്പോലെ അവർ തുറന്ന് പറയും: 'ഞങ്ങൾ ഞങ്ങളുടെ സഹോദരന്മാരോടൊപ്പമുണ്ട്!' പ്രകടനക്കാർക്കെതിരായ പോലീസിന്റേയും പട്ടാളത്തിന്റേയും മർദ്ദന നടപടികൾക്കു പുറമെ ഗവൺമെന്റ് അവരെ കലാപം നടത്തിയതിന്റെ പേരിൽ വിചാരണ ചെയ്യുകയാണ്. അതിനു മറുപടിയായി നമ്മൾ മുഴുവൻ വിപ്ലവ ശക്തികളേയും ഒറ്റക്കെട്ടായി നിർത്തും; സാറിസത്തിന്റെ മർദ്ദനമനുഭവിക്കുന്ന മുഴുവനാളുകളേയും നമ്മുടെ ഭാഗത്തുകൊണ്ടുവരും; ജനങ്ങളുടെ ഒന്നടങ്കമുള്ള കലാപത്തിന് ചിട്ടയായി തയ്യാറെടുക്കും!' [1]

തൊഴിലാളികളും കർഷകരും കുടിൽവ്യവസായക്കാരു[2]മായ സ്ത്രീകളുടെ ജീവിതത്തെക്കുറിച്ചും പ്രവർത്തന സാഹചര്യങ്ങളെക്കുറിച്ചും ലെനിൻ സശ്രദ്ധം പഠിച്ചു.

കൃഷിക്കാരുടെ സ്ഥിതി, കുടിൽവ്യവസായങ്ങൾക്ക് അവരുടെ മേലുള്ള സ്വാധീനം, ഫാക്ടറികളിലേക്കുള്ള അവരുടെ പ്രവാഹം, അവരുടെ സംസ്കാരത്തിലും ജീവിത രീതിയിലും ഫാക്ടറികൾ ചെലുത്തുന്ന സ്വാധീനം, എന്നിവയെക്കുറിച്ചെല്ലാം സ്ഥിതിവിവരക്കണക്കുകളുടെ അടിസ്ഥാനത്തിൽ ലെനിൻ തന്റെ ജയിൽവാസത്തിനിടയിൽ പഠിക്കുകയുണ്ടായി. അതേ സമയം, ഈ പ്രശ്നങ്ങളെല്ലാം തന്നെ സ്ത്രീകളുടെ അദ്ധ്വാനത്തിന്റെ നിലപാടിൽനിന്നുകൂടി അദ്ദേഹം പരിശോധിച്ചു. കർഷകരുടെ സ്വത്തുടമ മനോഭാവം സ്ത്രീകളുടെ മേൽ അനാവശ്യവും നിരർത്ഥകവുമായ അദ്ധ്വാനത്തിന്റെ ഭാരം ചുമത്തുന്നുണ്ടെന്ന് അദ്ദേഹം ചൂണ്ടിക്കാട്ടി (വലിയൊരു കർഷക കുടുംബത്തിലെ ഓരോ സ്ത്രീയും തീന്മേശയിൽ താൻ ഭക്ഷണം കഴിച്ച ഭാഗം മാത്രം വൃത്തിയാക്കുകയും തന്റെ കുഞ്ഞിന് പ്രത്യേകം കുറുക്കിക്കൊടുക്കുകയും അതിനു കൊടുക്കാൻ പ്രത്യേകം പാൽ കറക്കുകയും മറ്റും ചെയ്യൽ).

കന്നുകാലിപ്പറ്റങ്ങളുടെ ഉടമകൾ കർഷകസ്ത്രീകളേയും കച്ചവടക്കാർ റേന്തനെയ്ത്തുകാരികളേയും എങ്ങിനെ ചൂഷണം ചെയ്യുന്നുവെന്ന്

1വി. ഐ. ലെനിൻ, സമാഹൃതകൃതികൾ, വാല്യം 5, പേജ് 248-249-പ.

'റഷ്യയിൽ മുതലാളിത്തത്തിന്റെ വികാസം' എന്ന പുസ്തകത്തിൽ ലെനിൻ വിവരിക്കുന്നുണ്ട്. വൻകിടവ്യവസായം സ്ത്രീകൾക്കു മോചന മേകുന്നതെങ്ങിനെ, ഫാക്ടറിപ്പണി സ്ത്രീത്തൊഴിലാളികളുടെ ചിന്താ മണ്ഡലം വികസിപ്പിക്കുന്നതെങ്ങിനെ, അവരെ കൂടുതൽ അക്ഷര ജ്ഞാനവും സ്വാശ്രയ ബോധവുമുള്ളവരാക്കിത്തീർക്കുന്നതെങ്ങിനെ, അവരെ പിതൃമേധാവിത്വ കുടുംബജീവിതത്തിന്റെ ചങ്ങലക്കെട്ടുകൾ പൊട്ടിച്ചുകളയാൻ സഹായിക്കുന്നതെങ്ങിനെ, എന്നെല്ലാം അദ്ദേഹം അതിൽ പ്രതിപാദിക്കുന്നുണ്ട്. വൻകിടവ്യവസായത്തിന്റെ വികസനം സ്ത്രീകളുടെ പരിപൂർണ്ണമോചനത്തിനുള്ള അടിത്തറ സൃഷ്ടിക്കുമെന്ന് ലെനിൻ അഭിപ്രായപ്പെട്ടു. 1913-ൽ അദ്ദേഹം എഴുതിയ സാങ്കേതികവി ദ്യയുടെ മഹത്തായൊരു നേട്ടം എന്ന ലേഖനം ഇതിനൊരു സവിശേഷ ദൃഷ്ടാന്തമാണ്.

സ്ത്രീകൾക്കും പുരുഷന്മാർക്കും തുല്യാവകാശങ്ങൾ ലഭിക്കുന്നതിനുവേ ണ്ടി ബൂർഷ്വാരാജ്യങ്ങളിലെ തൊഴിലാളികൾ പൊരുതേണ്ടിയിരിക്കുന്നു.

നാടുകടത്തപ്പെട്ടിരുന്ന സമയത്ത് ലെനിന്റെ ഒരു ചിന്താവിഷയം പാർട്ടി പരിപാടിയായിരുന്നു. അക്കാലത്ത് പാർട്ടിക്ക് പരിപാടിയൊ ന്നുമുണ്ടായിരുന്നില്ല. 'തൊഴിലാളിവിമോചനഗ്രൂപ്പ്'[3] തയ്യാറാക്കിയിരുന്ന ഒരു കരടുപരിപാടി മാത്രമേ ഉണ്ടായിരുന്നുള്ളൂ. 'നമ്മുടെ പാർട്ടിയുടെ കരടുപരിപാടി' എന്ന ലേഖനത്തിൽ ലെനിൻ ഈ പരിപാടി പരിശോ ധിക്കുകയുണ്ടായി. 'നമ്മുടെ സിവിൽ-ക്രിമിനൽ നിയമാവലിയാകെത്ത ന്നെ പുതുക്കിയെഴുതുകയും മനുഷ്യന്റെ അന്തസ്സിന് അനുയോജ്യമല്ലാ ത്ത സാമൂഹ്യ തരംതിരിവുകളും ശിക്ഷാമുറകളും നിർത്തലാക്കുകയും വേണ'മെന്ന് ആവശ്യപ്പെടുന്ന, പരിപാടിയിലെ പ്രായോഗികഭാഗ ത്തിന്റെ 9-ാം വകുപ്പിനെ പരാമർശിച്ചുകൊണ്ട്, 'സ്ത്രീകൾക്കും പുരുഷ ന്മാർക്കും പരിപൂർണ്ണമായ അവകാശസമത്വം'*(* വി. ഐ.ലെനിൻ, സമാഹൃതകൃതികൾ, വാല്യം 4, പേജ് 239-പ.) (അടിവര എന്റേത്-എൻ. കെ.) എന്ന് അതിൽ കൂട്ടിച്ചേർക്കേണ്ടതാണെന്നു ലെനിൻ എഴുതി.

1903 -ൽ പാർട്ടി പരിപാടി അംഗീകരിച്ചപ്പോൾ ഈ വകുപ്പ് അതിൽ ഉൾപ്പെടുത്തുകയുണ്ടായി.

1907-ൽ ഷ്റ്റുട്ട്ഗർട്ടിൽ ചേർന്ന സാർവ്വദേശീയകോൺഗ്ര സ്സിൽ സമർപ്പിച്ച റിപ്പോർട്ടിൽ ലെനിൻ ആസ്ട്രിയൻ സോഷ്യൽ ഡെമോക്രാറ്റുകാരുടെ അവസരവാദനടപടിയെ കോൺഗ്രസ്സ് അപലപിച്ചതിലുള്ള സംതൃപ്തി രേഖപ്പെടുത്തി. പുരുഷന്മാരുടെ തിര ഞ്ഞെടുപ്പവകാശങ്ങൾക്കുവേണ്ടി സമരമാരംഭിച്ച് അവർ സ്ത്രീകളുടെ

തിരഞ്ഞെടുപ്പവകാശങ്ങൾക്കുവേണ്ടിയുള്ള സമരം 'പിന്നീടൊരു സമയത്തേക്ക്' നീട്ടിവയ്ക്കുകയാണു ചെയ്തത്.

സോവിയറ്റ് അധികാരം പുരുഷന്മാരും സ്ത്രീകളും തമ്മിൽ പൂർണ്ണമായ അവകാശസമത്വം സ്ഥാപിച്ചു.

'സ്ത്രീകളുടെ അവകാശരാഹിത്യമോ അപൂർണ്ണാവകാശമോ പോലുള്ള അല്പത്തവും നീചത്തവും നികൃഷ്ടതയും നമ്മുടെ റഷ്യയിലില്ല. ഒന്നൊഴിയാതെ ലോകത്തുള്ള മറ്റെല്ലാ രാജ്യങ്ങളിലും... ബൂർഷ്വാസി... ഫ്യൂഡലിസത്തിന്റേയും മദ്ധ്യകാലികത്വത്തിന്റേയും ആ ഗർഹണീയാവശിഷ്ടത്തെ പുതുക്കിയെടുക്കുകയാണ്,'(ഒക്ടോബർ വിപ്ലവത്തിന്റെ നാലാം വാർഷികത്തിൽ ലെനിൻ പറഞ്ഞു.)

1913-ൽ ബൂർഷ്വാജനാധിപത്യത്തിന്റെ രൂപങ്ങൾ പഠിക്കുകയും ബൂർഷ്വാസിയുടെ കാപട്യം തുറന്നുകാട്ടുകയും ചെയ്യുന്നതിനിടയിൽ ലെനിൻ വ്യഭിചാരപ്രശ്നത്തേയും പരാമർശിക്കുകയുണ്ടായി. പെൺവാണിഭം നടത്തുകയും കോളനികളിലെ നിരാലംബരായ പെൺകിടാങ്ങളെ ബലാൽസംഗം ചെയ്യുകയും ചെയ്യുന്ന ബൂർഷ്വാസി അതേ സമയം തന്നെ വ്യഭിചാരത്തിനെതിരെ സമരം ചെയ്യുന്നതായി കപടമായി നടിക്കുകയാണെന്ന് അദ്ദേഹം ചൂണ്ടിക്കാട്ടി.

1919 ഡിസംബറിൽ ലെനിൻ ഈ പ്രശ്നത്തെ വീണ്ടും പരാമർശിച്ചു. 'സ്വതന്ത്രവും സംസ്കാരസമ്പന്നവു'മായ അമേരിക്ക, കീഴടക്കപ്പെട്ട രാജ്യങ്ങളിൽ വേശ്യാലയങ്ങൾക്കുവേണ്ടി സ്ത്രീകളെ വിലയ്ക്കുവാങ്ങുകയാണെന്ന് അദ്ദേഹം എഴുതി.[2]

ഈ പ്രശ്നത്തോട് ഗാഢമായി ബന്ധപ്പെടുത്തിക്കൊണ്ട് ലെനിൻ സന്താനോല്പാദത്തിന്റെ പ്രശ്നവും പരിശോധിക്കുകയുണ്ടായി. പട്ടിണിയും പരിവട്ടവുമായിരിക്കും കുഞ്ഞുങ്ങളുടെ തലവിധിയെന്ന കാരണത്താൽ തൊഴിലാളികളോട് സന്താനനിയന്ത്രണം പാലിക്കണമെന്ന ചില ബുദ്ധിജീവികളുടെ ഉപദേശത്തെ അദ്ദേഹം അപലപിച്ചു. ഇതൊരു പെറ്റിബൂർഷ്വാവീക്ഷണമാണെന്ന് അദ്ദേഹം പറഞ്ഞു. തൊഴിലാളികളുടെ വീക്ഷണം മറ്റൊന്നാണ്. കുട്ടികളാണ് നമ്മുടെ ഭാവി. പട്ടിണിയും മറ്റും പരിഹരിക്കാവുന്നതേയുള്ളൂ. ഞങ്ങൾ പൊരുതുന്നത് മുതലാളിത്തത്തിനെതിരായിട്ടാണ്. അതിൽ വിജയം നേടുമ്പോൾ

---

2 വി.ഐ. ലെനിൻ, സമാഹൃതകൃതികൾ, വാല്യം 30, 'പൗരസ്ത്യജനതകളുടെ കമ്മ്യൂണിസ്റ്റ് സംഘടനകളുടെ രണ്ടാം അഖിലറഷ്യാ കോൺഗ്രസ്സിൽ സമർപ്പിച്ച റിപ്പോർട്ട്,' നവംബർ 22, 1919-പ.

ഞങ്ങൾ ഞങ്ങളുടെ കുഞ്ഞുങ്ങൾക്കുവേണ്ടി ഭാസുരമായ ഒരു ഭാവി കെട്ടിപ്പടുക്കും...

അവസാനമായി, 1916-17ൽ, സോഷ്യലിസ്റ്റ് വിപ്ലവം ആസന്നമാണെന്നു കണ്ടുകൊണ്ട്, സോഷ്യലിസ്റ്റ് നിർമ്മാണത്തിൽ എന്തെല്ലാം അടങ്ങിയിരിക്കണമെന്നും ആ നിർമ്മാണത്തിൽ ബഹുജനങ്ങളെ എങ്ങിനെ പങ്കെടുപ്പിക്കണമെന്നും പര്യാലോചിച്ച ലെനിൻ, പണിയെടുക്കുന്ന സ്ത്രീകളെ സാമൂഹ്യപ്രവർത്തനരംഗത്തു കൊണ്ടുവരുന്നതിൽ പ്രത്യേകം ശ്രദ്ധ ചെലുത്തി. ഒന്നൊഴിയാതെ മുഴുവൻ സ്ത്രീകളേയും സാമൂഹ്യസേവനത്തിൽ പങ്കെടുപ്പിക്കേണ്ടതാണെന്ന് അദ്ദേഹം എഴുതി. ഇക്കാലത്ത് അദ്ദേഹം എഴുതിയ ലേഖനങ്ങളിൽ എട്ടെണ്ണം ഈ പ്രശ്നത്തെക്കുറിച്ചാണ്. സോഷ്യലിസത്തിൻകീഴിൽ സാമൂഹ്യജീവിതമൊട്ടാകെ പുതിയ രീതിയിൽ സംഘടിപ്പിക്കേണ്ടതിന്റെ ആവശ്യകതയുമായി ബന്ധപ്പെടുത്തിയാണ് അദ്ദേഹം അത് പരിശോധിച്ചത്. സ്ത്രീകളുടെ ഏറ്റവും പിന്നോക്ക വിഭാഗങ്ങളെ രാജ്യത്തിന്റെ ഭരണനിർവ്വഹണത്തിൽ പങ്കെടുപ്പിക്കുന്ന പ്രശ്നവുമായി, സാമൂഹ്യ പ്രവർത്തനത്തിന്റെ പ്രക്രിയയിലൂടെത്തന്നെ ബഹുജനങ്ങളെ പുനരഭ്യസിപ്പിക്കേണ്ടതിന്റെ ആവശ്യകതയുമായി, ഇതിന് അഭേദ്യമായ ബന്ധമുണ്ടെന്ന് അദ്ദേഹം കരുതി.

സാമൂഹ്യപ്രവർത്തനം ഭരണനിർവ്വഹണകല പഠിപ്പിക്കുന്നു. 'ഞങ്ങൾ സങ്കല്പവാദികളല്ല,' ഒക്ടോബർ വിപ്ലവത്തിനു മുമ്പ് ലെനിൻ എഴുതി. 'ഒരു അവിദഗ്ധതൊഴിലാളിക്കോ പാചകക്കാരിക്കോ ഒരു ഭരണനിർവ്വഹണജോലി ഉടനടി ഏറ്റെടുത്തു നടത്താനുള്ള കഴിവില്ലെന്ന് ഞങ്ങൾക്കറിയാം. ഇക്കാര്യത്തിൽ കാഡറ്റുകളും[4] ബ്രെഷ്കോകവ്സ്ക്കയെയും ത്സെറെത്തേലിയുമായി ഞങ്ങൾ യോജിക്കുന്നു. എന്നാൽ ഭരണനിർവ്വഹണം നടത്താനും ഭരണനിർവ്വഹണത്തിന്റെ സാധാരണഗതിയിലുള്ള ദൈനംദിനജോലികൾ ചെയ്യാനും പണക്കാർക്കോ പണക്കാരുടെ കുടുംബങ്ങളിൽ നിന്നെടുത്തിട്ടുള്ള ഉദ്യോഗസ്ഥന്മാർക്കോ മാത്രമേ കഴിയൂ എന്ന മുൻവിധിയിൽനിന്ന് ഉടനടി വിട്ടുപോരണമെന്നു ഞങ്ങൾ ആവശ്യപ്പെടുന്നുവെന്ന കാര്യത്തിൽ ഞങ്ങളും ആ പൗരന്മാരും തമ്മിൽ വ്യത്യാസമുണ്ട്. വർഗ്ഗബോധമുള്ള തൊഴിലാളികളും പട്ടാളക്കാരും ഭരണനിർവ്വഹണപ്രവർത്തനത്തിൽ പരിശീലനം നൽകണമെന്ന്, അത് ഉടനടി ആരംഭിക്കണമെന്ന്, അതായത് അദ്ധ്വാനിക്കുന്ന മുഴുവൻ ജനങ്ങൾക്കും പാവപ്പെട്ട മുഴുവൻ ജനങ്ങൾക്കും ഈ പരിശീലനം നൽകുന്ന കാര്യത്തിൽ ഉടനടി തുടക്കമിടണമെന്ന്,

ഞങ്ങൾ ആവശ്യപ്പെടുന്നു.'

തൊഴിലാളികളും കൃഷിക്കാരും കൂട്ടുകൃഷിക്കാരുമായ സ്ത്രീകളെ ഭരണ നിർവ്വഹണപ്രവർത്തനത്തിൽ പങ്കെടുപ്പിക്കാൻ സോവിയറ്റ് ഭരണം ആവുന്നതെല്ലാം ചെയ്യുന്നുണ്ടെന്ന് നമുക്കറിയാം. ഈ രംഗത്ത് വമ്പിച്ച നേട്ടങ്ങളുണ്ടായിട്ടുണ്ടെന്നും നമുക്കറിയാം.

സോവിയറ്റ് പൗരസ്ത്യദേശത്തെ സ്ത്രീകളുടെ ഉണർവ്വിനെ ലെനിൻ ഊഷ്മളമായി സ്വാഗതം ചെയ്തു. സാറിസത്തിന്റേയും മുതലാളിത്തത്തിന്റേയും മർദ്ദനത്തിനു വിധേയമായിരുന്ന ദേശീയ ജനവിഭാഗങ്ങളുടെ നിലവാരമുയർത്തുകയെന്ന പ്രശ്നത്തിന് അദ്ദേഹം സവിശേഷപ്രാധാന്യം കല്പിച്ചിരുന്നു. അതുകൊണ്ട് പൗരസ്ത്യദേശത്തെ സോവിയറ്റ് പ്രദേശങ്ങളിലേയും റിപ്പബ്ലിക്കുകളിലേയും വനിതാവകുപ്പ പ്രതിനിധികളുടെ സമ്മേളനത്തെ അദ്ദേഹം ഹൃദയംഗമമായി അഭിവാദ്യം ചെയ്തത് സ്വാഭാവികമാണ്. കമ്മ്യൂണിസ്റ്റ് ഇന്റർനാഷണലിന്റെ രണ്ടാം കോൺഗ്രസ്സിന്റെ നേട്ടങ്ങളെപ്പറ്റി സംസാരിക്കുന്ന കൂട്ടത്തിൽ 'പണിയെടുക്കുന്ന സ്ത്രീകളുടെ സാർവ്വദേശീയസമ്മേളനം അതോടൊപ്പം വിളിച്ചുകൂട്ടിയതുകൊണ്ട് കോൺഗ്രസ്സ് സ്ത്രീകളുടെ കമ്മ്യൂണിസ്റ്റ് പ്രസ്ഥാനവുമായുള്ള ബന്ധം ശക്തിപ്പെടുത്തുന്നതാണെന്ന്' *[3]ലെനിൻ ചൂണ്ടിക്കാട്ടുകയുണ്ടായി.

1932 ഒക്ടോബറിൽ നമ്മൾ സോവിയറ്റധികാരത്തിന്റെ പതിനഞ്ചാം വാർഷികം ആഘോഷിച്ചു. വനിതാവിമോചനമുന്നണിയുൾപ്പെടെയുള്ള എല്ലാ മുന്നണികളിലും കൈവരിച്ച നേട്ടങ്ങളെ നമ്മൾ അവലോകനം ചെയ്തു.

സ്ത്രീകളുടെ പരിപൂർണ്ണമോചനത്തെസ്സംബന്ധിച്ച ലെനിന്റെ അനുശാസനകൾ നടപ്പാക്കുന്ന കാര്യത്തിൽ, ഇക്കഴിഞ്ഞ വർഷങ്ങളിൽ വിശേഷിച്ചും വലിയ പുരോഗതിയുണ്ടായിട്ടുണ്ട്.

കഴിഞ്ഞ ഏതാനും വർഷങ്ങളിൽ വൻകിടവ്യവസായം വൻതോതിൽ വികസിച്ചുവരുന്നുണ്ട്. ആധുനിക സാങ്കേതികജ്ഞാനത്തിന്റേയും അദ്ധ്വാനത്തിന്റെ ശാസ്ത്രീയസംവിധാനത്തിന്റേയും അടിസ്ഥാനത്തിൽ അത് പുനസ്സംഘടിപ്പിച്ചുവരികയാണ്.

3വി.ഐ. ലെനിൻ, സമാഹൃതകൃതികൾ, വാല്യം 31, 'കമ്മ്യൂണിസ്റ്റ് ഇന്റർനാഷനലിന്റെ രണ്ടാം കോൺഗ്രസ്സ്' -പ.

ഇപ്പോൾ അസാമാന്യമായ തോതിൽ വ്യാപിച്ചിട്ടുള്ള സോഷ്യലിസ്റ്റ് മത്സരവും 'മിന്നൽപ്പണി' പ്രസ്ഥാനവും അദ്ധ്വാനത്തോട് പുതിയൊരു കമ്മ്യൂണിസ്റ്റ് മനോഭാവം വളർത്തുന്നു. ഇക്കാര്യത്തിൽ പുരുഷന്മാരേക്കാൾ ഒട്ടും കുറവല്ലാത്ത ഉത്സാഹം സ്ത്രീകളും പ്രദർശിപ്പിക്കുന്നുണ്ടെന്നു പറയാതെ തരമില്ല. തൊഴിലിൽ നല്ല തന്റേടവും സ്ഥിരോത്സാഹവും പ്രകടിപ്പിക്കുന്ന കൂടുതൽ കൂടുതൽ മുന്നണിസ്ത്രീത്തൊഴിലാളികളെ നാം ദിവസേന കാണുന്നുണ്ട്. സ്ത്രീകൾക്കു പരിചയിക്കേണ്ട ഒന്നല്ല അദ്ധ്വാനം. പഴയ ഭരണത്തിൻകീഴിൽ സ്ത്രീകളുടെ ജീവിതം അനുസ്യൂതവും അവിരാമവുമായ അദ്ധ്വാനം കൊണ്ടു നിറഞ്ഞിരുന്നു. പക്ഷെ ആളുകൾ അവജ്ഞയോടെ നോക്കുന്നതും അടിമത്തത്തിന്റെ മുദ്ര പതിഞ്ഞതുമായ അദ്ധ്വാനമായിരുന്നു അത്. ഇപ്പോൾ പണിയെടുക്കാനുള്ള കഴിവും സ്ഥിരോത്സാഹവും സ്ത്രീകളെ സോഷ്യലിസത്തിന്റെ നിർമ്മാതാക്കളുടേയും അദ്ധ്വാനവീരന്മാരുടേയും മുൻനിരകളിൽത്തന്നെ നിർത്തുന്നു.

കൂട്ടുകൃഷി ഏർപ്പെടുത്തിയത് സ്ത്രീകളെ മോചിപ്പിക്കുന്ന കാര്യത്തിൽ വിശേഷിച്ചും പ്രധാനപ്പെട്ട ഒരു പങ്കുവഹിച്ചു. കൃഷിയെ സോഷ്യലിസ്റ്റ് രീതിയിൽ പുനസ്സംഘടിപ്പിക്കാനുള്ള മാർഗ്ഗം കൂട്ടുകൃഷിയാണെന്ന് തുടക്കംതൊട്ടുതന്നെ ലെനിൻ കണ്ടിരുന്നു, 'സ്വത്തപഹരിച്ചവരുടെ സ്വത്തപഹരിച്ചതിനുശേഷം,' അതായത് ഭൂവുടമകളുടെ കയ്യിൽനിന്നും ഭൂമിയും മുതലാളിമാരുടെ കയ്യിൽനിന്നു ഫാക്ടറികളും പിടിച്ചെടുത്തതിനുശേഷം, സ്വതന്ത്രതൊഴിലാളികളുടെ സഹകരണസ്ഥാപനങ്ങളും ഭൂമിയുടേയും അവർ നിർമ്മിക്കുന്ന ഉല്പാദനോപാധികളുടേയും പൊതുവായ (ലെനിൻ വിശദീകരിച്ചതുപോലെ, 'കൂട്ടായ') ഉടമസ്ഥതയും ഏർപ്പെടുത്തേണ്ട സമയം സമാഗതമാവുമെന്ന് 1894-ൽത്തന്നെ 'ആരാണ് ജനമിത്രങ്ങൾ?' എന്ന പുസ്തകത്തിൽ മാർക്സിന്റെ വാക്കുകളെ ഉദ്ധരിച്ചുകൊണ്ട് ലെനിൻ എഴുതുകയുണ്ടായി.

'സ്വത്തപഹരിച്ചവരുടെ സ്വത്തപഹരണ'ത്തിനു തുടക്കം കുറിച്ച ഒക്ടോബർ വിപ്ലവത്തിനുശേഷം സോവിയറ്റ് ഭരണം കർഷക ആർട്ടെല്യകളും കമ്മ്യൂണുകളും സംഘടിപ്പിക്കുന്ന പ്രശ്നം ഉന്നയിച്ചു. 1918-19 കാലത്തുതന്നെ ഈ പ്രശ്നത്തിൽ പ്രത്യേകം ശ്രദ്ധ പതിപ്പിച്ചിരുന്നെങ്കിൽപോലും ലെനിൻ പ്രവചിച്ചതുപോലെ വളരെ വർഷങ്ങൾക്കു ശേഷമാണ് കൂട്ടുകൃഷി വിപുലമായ തോതിൽ വേരൂന്നിയത്. വർഗ്ഗസമരത്തെ നാട്ടിൻപുറങ്ങളിലേക്കു വ്യാപിപ്പിച്ച ആഭ്യന്തരയുദ്ധത്തിന്റെ വർഷങ്ങൾ, സോവിയറ്റധികാരത്തിനു ഗ്രാമങ്ങളിലുണ്ടായ പുരോഗതി, സോവിയറ്റ് ഭരണം നാട്ടിൻപുറങ്ങളെ സഹായിച്ച വർഷങ്ങൾ,

ഗ്രാമപ്രദേശങ്ങൾക്കു നൽകിയ സാംസ്കാരികസഹായം - ഇതെല്ലാമാണ് കൂട്ടുകൃഷി ഏർപ്പെടുത്താനുള്ള കളമൊരുക്കിയത്. കുലാക്കുകൾക്കെതിരായ സമരത്തിലൂടെ കൂട്ടുകൃഷി വളർന്നു ശക്തിപ്പെട്ടുവരികയാണ്.

ചെറുകിട കൃഷിക്കാരും ഇടത്തരം കൃഷിക്കാരും തനിച്ചു നടത്തിവന്ന കൃഷി കർഷകസ്ത്രീകളെ സംബന്ധിച്ചിടത്തോളം കൊടിയ അടിമത്തമായിരുന്നു. അത് അവരെ, തനിച്ചു നടത്തുന്ന കൃഷിപ്പണിയോട് ബലമായി കെട്ടിയിട്ടു, അവരുടെ മനസ്സ് മുരടിപ്പിച്ചു, അവരെ ഭർത്താക്കന്മാരുടെ അടിമകളാക്കി, അവരുടെ ഭീകരദണ്ഡനകൾക്കിരയാക്കി. തനിച്ചുനടത്തിയ ചെറുകിടകൃഷി, മതത്തിന് - 'തനിക്കു താനും ദൈവം എല്ലാവർക്കും' എന്ന ചിന്താഗതിക്ക് - വളമിട്ടു. ചെറുകിടസ്വത്തുടമയുടെ മനോഭാവത്തെ ഏറ്റവും ഭംഗിയായി പ്രകാശിപ്പിക്കുന്ന ഈ ചൊല്ലിനെ ലെനിൻ പല തവണ ഉദ്ധരിച്ചിട്ടുണ്ട്. കൂട്ടുകൃഷി ഏർപ്പെടുത്തൽ കൃഷിക്കാരനെ ചെറുകിടസ്വത്തുടമയെന്ന നിലയിൽനിന്ന് കൂട്ടായ്മചിന്താഗതിക്കാരനായി മാറ്റുന്നു; കൃഷിക്കാരുടെ ഒറ്റപ്പെട്ട ജീവിതത്തിന്റേയും മതസ്വാധീനത്തിന്റേയും വേരറുക്കുന്നു; സ്ത്രീകളെ മോചിപ്പിക്കുന്നു. സോഷ്യലിസം മാത്രമേ സ്ത്രീകൾക്കു മോചനമേകൂ എന്ന ലെനിന്റെ വാക്കുകൾ യാഥാർത്ഥ്യമായിക്കൊണ്ടിരിക്കുകയാണ്. കൂട്ടുകൃഷിക്കളങ്ങളിൽ സ്ത്രീകളുടെ സ്ഥിതി എത്രമാത്രം മാറിയിരിക്കുന്നുവെന്നു നമുക്കിപ്പോൾ കാണാവുന്നതാണ്.

ഭൂമിയുടെ കൂട്ടുകൃഷി എത്ര വമ്പിച്ച പുരോഗതിയാണു കൈവരിച്ചിട്ടുള്ളതെന്നതിന്റെ ഒന്നാന്തരം തെളിവാണ് ഫെബ്രുവരി മദ്ധ്യത്തിൽചേർന്ന മുന്നണികൂട്ടുകൃഷിക്കാരുടെ കോൺഗ്രസ്സ്. നമുക്കിപ്പോഴുള്ളത് 6,000 കൂട്ടുകൃഷിക്കളങ്ങളല്ല, രണ്ടു ലക്ഷമാണ്. കൂട്ടുകൃഷിക്കളങ്ങളിലെ പ്രവർത്തനം ഏറ്റവും നന്നായി സംഘടിപ്പിക്കേണ്ട വഴികളെപ്പറ്റി കോൺഗ്രസ്സ് പര്യാലോചിച്ചു. പ്രതിനിധികളുടെ കൂട്ടത്തിൽ ധാരാളം സ്ത്രീകളുമുണ്ടായിരുന്നു... കൂട്ടുകൃഷിക്കളങ്ങളുടെ സ്ഥാപനത്തിൽ പങ്കെടുക്കുന്നതിലൂടെ കൃഷിക്കാരി കൂടുതൽ പക്വതയാർജ്ജിക്കുന്നു, ഭരണം നടത്താൻ പഠിക്കുന്നു, കുലാക്കുകളോട്, വർഗ്ഗശത്രുവിനോട്, അടിയുറച്ചു പൊരുതുന്നു...

മതത്തിന്റെ പിടി അയഞ്ഞുവരികയാണ്. ഇപ്പോൾ കൂട്ടുകൃഷിക്കാരികൾ വായനശാലകളിൽ വന്നു പറയുന്നതിതാണ്: ദൈവമില്ലെന്നു മാത്രം പറയുന്ന പുസ്തകങ്ങളാണ് എനിക്കു തരുന്നത്. അതെനിക്ക് പുസ്തകം വായിക്കാതെതന്നെ അറിയാം. മതം എങ്ങിനെ ഉണ്ടായി,

എന്തിന് ഉണ്ടായി, എങ്ങിനെ നശിക്കും, എന്തുകൊണ്ട് നശിക്കും, എന്നെല്ലാം പറയുന്ന പുസ്തകമാണ് എനിക്കു വേണ്ടത്. കഴിഞ്ഞ ഏതാനും വർഷങ്ങളായി ബഹുജനങ്ങളുടെ രാഷ്ട്രീയബോധത്തിൽ ഭീമമായ വളർച്ചയാണു നാം കാണുന്നത്. മഷീൻ-ട്രാക്ടർ സ്റ്റേഷനുകളിലെ രാഷ്ട്രീയവകുപ്പുകൾ[7](അവയിൽ വനിതാ സംഘാടകരുമുണ്ട്) കൂട്ടുകൃഷിക്കളങ്ങളെ ശക്തിപ്പെടാൻ സഹായിക്കുക മാത്രമല്ല ചെയ്യുന്നത്. പഴയ വീക്ഷണങ്ങളുടെ അവശിഷ്ടങ്ങളിൽ നിന്നും സാംസ്കാരികമായ പിന്നോക്കാവസ്ഥയിൽ നിന്നും വിടുതി ലഭിക്കാൻ അവ സ്ത്രീകളും പുരുഷന്മാരുമായ കൂട്ടുകൃഷിക്കാരുടെ വിപുലമായ സമൂഹങ്ങളെ സഹായിക്കുന്നുമുണ്ട്. സ്ത്രീകളുടെ അവകാശരാഹിത്യം എന്നെന്നേക്കും ഒരു പഴങ്കഥയായി പരിണമിക്കുന്നതാണ്.

ലെനിൻ മരിച്ചിട്ട് പത്തു വർഷം കഴിഞ്ഞു. ഈ വിഷാദവേളയിൽ നാം ലെനിന്റെ അനുശാസനങ്ങളോരോന്നും എങ്ങിനെ നിറവേറ്റിയിട്ടുണ്ടെന്നു പരിശോധിക്കുന്നതാണ്. അതിന്റെ ഫലങ്ങളെ നമ്മൾ ക്രോഡീകരിക്കും. സ്ത്രീകളുടെ വിമോചനത്തെസ്സംബന്ധിച്ച ലെനിന്റെ അനുശാസനം പാർട്ടിയുടെ നേതൃത്വത്തിൽ നടപ്പാക്കിവരികയാണ്. നമുക്ക് ഈ വഴിയേതന്നെ മുന്നോട്ടുപോകാം.

നവംബർ 30, 1933.

എൻ.ക്രുപ്സ്ക്കയ

‘റഷ്യയിൽ മുതലാളിത്തത്തിന്റെ വികസനം’ എന്ന കൃതിയിൽനിന്ന്

അദ്ധ്യായം VI

മുതലാളിത്തപരമായ നിർമ്മാണവ്യവസായവും മുതലാളിത്തപരമായ കുടിൽവ്യവസായവും

(സംക്ഷേപം)

മുതലാളിത്തപരമായ കുടിൽവ്യവസായം അങ്ങേയറ്റം അനാരോഗ്യകരമായ തൊഴിൽസാഹചര്യങ്ങളിലാണ് അനിവാര്യമായും നടക്കുന്നത്. തൊഴിലാളിയുടെ കൊടിയ ദാരിദ്ര്യം, എന്തെങ്കിലും വിധത്തിലുള്ള നിബന്ധനകൾകൊണ്ട് തൊഴിൽസാഹചര്യങ്ങളെ നിയന്ത്രിക്കാനുള്ള നിശ്ശേഷമായ സാദ്ധ്യതയില്ലായ്മ, താമസവും ജോലിയും ഒരേയിടത്താകൽ - ഇവയെല്ലാമാണ് കുടിൽവ്യവസായപ്പണിക്കാരുടെ പാർപ്പിടങ്ങളെ പകർച്ചവ്യാധികളുടേയും തൊഴിൽപര രോഗങ്ങളുടേയും വിളനിലങ്ങളാക്കിയിരിക്കുന്നത്. വലിയ വ്യവസായസ്ഥാപനങ്ങളിൽ ഈവക സംഗതികൾക്കെതിരെ സമരം ചെയ്യാൻ സാധിക്കും. ഇക്കാര്യത്തിൽ മുതലാളിത്ത ചൂഷണത്തിന്റെ ഏറ്റവും ‘ഉദാരമായ’ രൂപമാണ് കുടിൽവ്യവസായം.

മുതലാളിക്കുവേണ്ടി നടത്തുന്ന കുടിൽവ്യവസായത്തിന്റേയും പൊതുവിൽ ചെറുകിടവ്യവസായങ്ങളുടേയും അനുപേക്ഷണീയമായ മറ്റൊരു സവിശേഷത ക്രമാധികം ദീർഘമായ പ്രവൃത്തിദിവസമാണ്. ‘ഫാക്ടറി’കളിലേയും ‘കുടിൽവ്യവസായ’ങ്ങളിലേയും പ്രവൃത്തിദിവസത്തിന്റെ താരതമ്യദൈർഘ്യം വെളിപ്പെടുത്തുന്ന ചില ഉദാഹരണങ്ങൾ

മുകളിൽ പറഞ്ഞല്ലൊ.

സ്ത്രീകളേയും പിഞ്ചുകുഞ്ഞുങ്ങളേയും ഉല്പാദനത്തിൽ പങ്കെടുപ്പിക്കുന്നത് കുടിൽവ്യവസായത്തിൽ ഏതാണ്ടെല്ലായ്പോഴും കാണാൻ കഴിയും. ഇതിന് ഉദാഹരണമായി മോസ്ക്കോ ഗുബേർണിയയിലെ വനിതാവ്യവസായങ്ങളെക്കുറിച്ചുള്ള വിവരണത്തിൽ നിന്നും ചില വസ്തുതകൾ ഉദ്ധരിക്കാം. പരുത്തിനൂൽ ചുറ്റുന്ന പണിയിൽ 10,004 സ്ത്രീകളുണ്ട്. കുട്ടികൾ അഞ്ചും ആറും വയസ്സിൽ പണി തുടങ്ങുന്നു(!). ഒരു ദിവസത്തെ കൂലി 10 കോപ്പെക്ക്. ഒരാണ്ടിൽ 17 റൂബിൾ. വനിതാവ്യവസായങ്ങളിൽ പൊതുവിൽ 18 മണിക്കൂർവരെയാണ് പ്രവൃത്തിദിവസത്തിന്റെ നീളം. തുന്നൽവ്യവസായത്തിൽ ആറു വയസ്സു തൊട്ടേ പണി തുടങ്ങുന്നു. കൂലി ഒരു ദിവസം 10 കോപ്പെക്ക്, ആണ്ടിൽ 22 റൂബിൾ. മൊത്തം 37,514 സ്ത്രീകൾ വനിതാവ്യവസായങ്ങളിൽ പണിയെടുക്കുന്നുണ്ട്. (19 വ്യവസായങ്ങളുള്ളതിൽ, 32,400 സ്ത്രീകൾ പണിയെടുക്കുന്ന 6 വ്യവസായങ്ങളിൽ അവർ അഞ്ചും ആറും വയസ്സുതൊട്ട് പണി തുടങ്ങുന്നു. ശരാശരി കൂലി ദിവസം 13 കോപ്പെക്ക്, ആണ്ടിൽ 26 റൂബിൾ 20 കോപ്പെക്ക്.[1]

മുതലാളിത്തപരമായ കുടിൽവ്യവസായം തൊഴിലാളിയുടെ ആവശ്യങ്ങളുടെ നിലവാരമിടിക്കുന്നുവെന്നതാണ് അതിന്റെ ഏറ്റവും ദോഷകരമായ ഒരു വശം. ജീവിതനിലവാരം വിശേഷിച്ചും താണിരിക്കുന്നതും ഭൂമിയുമായി ബന്ധമുള്ളതുകൊണ്ട് തൊഴിലാളിക്ക് വെറും നക്കാപ്പിച്ചയ്ക്കുവേണ്ടി പണിയെടുക്കാൻ കഴിയുന്നതുമായ ഓണംകേറാമൂലകളിൽനിന്ന് പണിക്ക് ആളെയെടുക്കാൻ മുതലാളിക്കു കഴിയുന്നു. ഉദാഹരണത്തിന്, ഒരു ഗ്രാമീണ കാലുറനിർമ്മാണശാലയുടെ ഉടമസ്ഥന്റെ അഭിപ്രായത്തിൽ, മോസ്ക്കോയിൽ വീട്ടുവാടക കൂടുതലാണെന്നതോ പോകട്ടെ, തുന്നൽക്കാരികൾക്ക് 'വെളുത്ത റൊട്ടി കൊടുക്കണം... ഇവിടെയാണെങ്കിൽ ആളുകൾ അവരവരുടെ കുടിലുകളിലിരുന്നു പണിയെടുത്തുകൊള്ളും; കറുത്ത റൊട്ടി തിന്നുകൊള്ളും... പിന്നെങ്ങിനെ മോസ്ക്കോയ്ക്കു ഞങ്ങളോടു മത്സരിക്കാൻ കഴിയും?'[2] പരു

1 വനിതാവ്യവസായങ്ങളെ വിവരിച്ചിട്ടുള്ള ശ്രീമതി ഗൊർബുനോവ കൂലി യഥാക്രമം 18 കോപ്പെക്കും 37 റൂബിൾ 77 കോപ്പെക്കുമാണെന്നു പറഞ്ഞിരിക്കുന്നത് തെറ്റാണ്. കാരണം, അവർ ഓരോ വ്യവസായത്തിലേയും ശരാശരിസംഖ്യ എടുത്തിട്ടേയുള്ളൂ. പല വ്യവസായങ്ങളിൽ പണിയെടുക്കുന്ന സ്ത്രീകളുടെ എണ്ണം പലതാണെന്ന കാര്യം അവർ കണക്കിലെടുത്തിട്ടില്ല.

2 'മോസ്ക്കോ ഗുബേർണിയയിലെ സ്ഥിതിവിവരക്കണക്കുകൾ', വാല്യം VII, രണ്ടാം ഭാഗം, പേജ് 104.

ത്തി നൂൽ ചുറ്റൽ വ്യവസായത്തിൽ കൂലി വളരെത്താണിരിക്കുന്നതിനു കാരണമായി പറയുന്നത് കൃഷിക്കാരുടെ ഭാര്യമാർക്കും പുത്രികൾക്കും മറ്റും അതൊരു പുറംവരുമാനം മാത്രമാണെന്നതാണ്. 'അങ്ങിനെ ഈ തൊഴിലിൽ നിലവിലുള്ള ഈ സമ്പ്രദായം അതിനെ മാത്രം ആശ്രയിച്ച ജീവിക്കുന്നവരുടെ കൂലി കുറയ്ക്കാവുന്നിടത്തോളം കുറയ്ക്കുന്നു; ഫാക്ടറി പ്പണിയെമാത്രം ആശ്രയിച്ച ജീവിക്കുന്നവരുടെ കൂലിയെ അവരുടെ ഏറ്റവും ചുരുങ്ങിയ ആവശ്യങ്ങളെക്കാൾ കുറയ്ക്കുകയോ അവരുടെ ജീവിതനിലവാരം ഉയരാൻ അനുവദിക്കാതിരിക്കുകയോ ചെയ്യുന്നു. രണ്ടായാലും അത് അങ്ങേയറ്റം അസാധാരണമായ ഒരു സ്ഥിതിവിശേഷമാണ് ഉളവാക്കുന്നത്.'[3] മി. ഹരിസൊമേനൊവ് പറയുന്നു: 'ഫാക്ടറി കുറഞ്ഞ കൂലിക്കുള്ള നെയ്ത്തുകാരെ തേടുന്നു; വ്യവസായകേന്ദ്രങ്ങളിൽനി ന്നെല്ലാം വളരെ അകലെയായി ആ നെയ്ത്തുകാരുടെ തന്നെ ഗ്രാമങ്ങളിൽ അവരെ കണ്ടെത്തുകയും ചെയ്യുന്നു.... വ്യവസായകേന്ദ്രങ്ങളിൽ നിന്ന് പ്രാന്തങ്ങളിലേക്കു നീങ്ങുന്തോറും കൂലി അനുക്രമമായി കുറഞ്ഞുവരുന്നു വെന്നത് അസന്ദിഗ്ദ്ധമായ വസ്തുതയാണ്.'[4] അതുകൊണ്ട് ജനങ്ങളെ ഗ്രാമപ്രദേശങ്ങളിൽ കൃത്രിമമായി കെട്ടിയിടുന്ന സാഹചര്യങ്ങളിൽ നിന്ന് നല്ലവണ്ണം മുതലെടുക്കാൻ തൊഴിലുടമകൾക്കു കഴിയുന്നു.

---

3 'മോസ്ക്കോ ഗുബേർണിയയിലെ സ്ഥിതിവിവരക്കണക്കുകൾ വാല്യം VII രണ്ടാം ഭാഗം, പേജ് 285

4 'വ്ളദീമിർ ഗുബേർണിയയിലെ വ്യവസായങ്ങൾ', III 63. അതിലെത്തന്നെ 250-ാം പേജും നോക്കുക.

അദ്ധ്യായം VII

വൻകിടയന്ത്ര വ്യവസായത്തിന്റെ വികസനം

(സംക്ഷേപം)

പലപ്പോഴും രാജ്യത്തിന്റെ നാനാഭാഗങ്ങളിൽ നിന്നു വരുന്ന തൊഴിലാളിസമൂഹങ്ങളെ കേന്ദ്രീകരിക്കുന്ന വൻകിടവ്യവസായം പിതൃമേധാവിത്വവ്യവസ്ഥയുടേയും വ്യക്തിപരമായ ആശ്രിതത്വത്തിന്റേയും അവശിഷ്ടങ്ങളെ തെല്ലും വച്ചുപൊറുക്കുകയില്ല. ഭൂതകാലത്തോടുള്ള തികഞ്ഞ അവജ്ഞ അതിന്റെ ഒരു ലക്ഷണമാണ്. ഉല്പാദനത്തെ ക്രമീകരിക്കാനും അതിന്റെമേൽ പൊതുനിയന്ത്രണം ഏർപ്പെടുത്താനുമുള്ള സാദ്ധ്യതയും ആവശ്യകതയുമുളവാക്കിയ സുപ്രധാനോപാധികളിലൊന്നാണ് കാലഹരണപ്പെട്ട പാരമ്പര്യങ്ങളുമായുള്ള ഈ ബന്ധവിച്ഛേദനം. പ്രത്യേകിച്ച്, ജനങ്ങളുടെ ജീവിതസാഹചര്യങ്ങളിൽ ഫാക്ടറി വരുത്തിയിട്ടുള്ള മാറ്റത്തെപ്പറ്റി പറയുമ്പോൾ, സ്ത്രീകളേയും കുട്ടികളേയും ഉല്പാദനത്തിൽ പങ്കെടുപ്പിച്ചത്[5] മൗലികമായി പുരോഗമനപരമാണെന്നു പറയാതെതരമില്ല. മുതലാളിത്തപരമായ ഫാക്ടറി ഈ തൊഴിലാളി വിഭാഗങ്ങളുടെ സ്ഥിതി വിശേഷിച്ചും ദുസ്സഹമാക്കിയിട്ടുണ്ടെന്നതും, പ്രവൃത്തിദിവസത്തിന്റെ നീളം കുറയ്ക്കുകയും അതു ക്രമപ്പെടുത്തുകയും ആരോഗ്യകരമായ തൊഴിൽ സാഹചര്യങ്ങൾക്ക് ഉറപ്പു നൽകുകയും മറ്റും ചെയ്യേണ്ടത് അവരെ സംബന്ധിച്ചിടത്തോളം വിശേഷിച്ചും ആവശ്യമാണെന്നതും തർക്കമെറ്റതാണ്. എന്നാൽ സ്ത്രീകളേയും കുട്ടികളേയും വ്യവസായത്തിൽ പണിയെടുപ്പിക്കുന്നതിനെ പാടേ നിരോധിക്കാനോ അത്തരം പണിയിൽ നിന്ന് അവരെ ഒഴിച്ചുനിർത്തിയിരുന്ന പിതൃമേധാവിത്വ ജീവിതരീതിയെ പിന്താങ്ങാനോ ഉള്ള ശ്രമങ്ങൾ പ്രതിലോമപരവും സങ്കല്പവാദപരവുമാണ്. മുമ്പ് ഗാർഹിക ബന്ധങ്ങളുടേയും കുടുംബബന്ധങ്ങളുടേയും ഇടുങ്ങിയ വൃത്തത്തിൽനിന്ന് ഒരിക്കലും പുറത്തു കടന്നിട്ടില്ലാത്ത ഈ വിഭാഗങ്ങളുടെ പിതൃമേധാവിത്വ സഹജമായ ഒറ്റപ്പെടലിനെ ഉച്ചാടനം

5 'ഡയറക്ടറി'യിലെ കണക്കുകളനുസരിച്ച്, യൂറോപ്യൻ റഷ്യയിലെ ഫാക്ടറികളിലും മില്ലുകളിലും 1890-ൽ ആകെയുണ്ടായിരുന്ന 8,75,764 തൊഴിലാളികളിൽ 2,10,207 പേർ (24%) സ്ത്രീകളും, 17,793 പേർ (2%) ബാലന്മാരും, 8,216 പേർ (1%) ബാലികമാരുമായിരുന്നു.

ചെയ്തുകൊണ്ടും അവരെ സാമൂഹ്യോല്പാദനത്തിൽ നേരിട്ടു പങ്കെടുപ്പിച്ചുകൊണ്ടും വൻകിടയന്ത്ര വ്യവസായം അവരുടെ വികസനത്തിന് ഉത്തേജനം നൽകുന്നു, അവരുടെ സ്വാശ്രയത്വം വർദ്ധിപ്പിക്കുന്നു, അതായത് മുതലാളിത്തത്തിനു മുമ്പുണ്ടായിരുന്ന ബന്ധങ്ങളിലെ പിതൃമേധാവിത്വസഹജമായ ജാഡ്യതയേക്കാൾ നിതപമമാംവണ്ണം ഉയർന്ന ജീവിതസാഹചര്യങ്ങൾ സൃഷ്ടിക്കുന്നു.[6]

1896-99-ൽ എഴുതിയത്.

---

6 'പാവപ്പെട്ട നെയ്ത്തുകാരി അച്ഛന്റേയും ഭർത്താവിന്റേയും പുറകെ ഫാക്ടറിയിൽ പോകുന്നു. അവരോടൊപ്പവും അവരിൽനിന്നു സ്വതന്ത്രമായും പണിയെടുക്കുന്നു. പുരുഷനെപ്പോലെതന്നെ അവളും കുടുംബം പുലർത്തുന്നു.' 'ഫാക്ടറിക്കകത്ത്... സ്ത്രീ അവളുടെ ഭർത്താവിനെക്കൂടാതെതന്നെ തികച്ചും സ്വതന്ത്രയായ ഒരു ഉല്പാദകയാണ്.'ഫാക്ടറിസ്ത്രീത്തൊഴിലാളികൾക്കിടയിൽ സാക്ഷരത്വം അസാധാരണവേഗതയോടെയാണ് വളരുന്നത്. ('വ്ളദീമിർ ഗുബേർണിയയിലെ വ്യവസായങ്ങൾ,' III 113,118,112 മുതലായ പേജുകൾ.) മി. ഹരിസൊമേനൊവ് താഴെപ്പറയുന്ന നിഗമനത്തിലെത്തിച്ചേർന്നത് തികച്ചും ശരിയാണ്: വ്യവസായം 'ഭർത്താവിന്റെമേലുള്ള,... കുടുംബത്തിന്റെ മേലുള്ള, സ്ത്രീയുടെ സാമ്പത്തികാശ്രിതത്വത്തെ' തകർത്തിരിക്കുന്നു.... 'ഫാക്ടറിയിൽ സ്ത്രീയും പുരുഷനും തുല്യരാണ്. തൊഴിലാളിസമത്വമെന്ന് പറയുന്നത് ഇതാണ്.... കുടുംബത്തിനകത്തെ സ്വാതന്ത്ര്യത്തിനുവേണ്ടിയുള്ള സ്ത്രീയുടെ സമരത്തിലെ ഒരു സുപ്രധാനഘടകമാണ് വ്യവസായത്തിന്റെ മുതലാളിത്തവൽക്കരണം.' 'വ്യവസായം സ്ത്രീകൾക്ക് കുടുംബത്തിൽനിന്നും ഭർത്താവിൽ നിന്നും തികച്ചും സ്വതന്ത്രമായ പുതിയൊരു നില കൈവരുത്തുന്നു.' ('യുറിഡിച്ചെസ്ക്കി വേസ്റ്റ്നിക്', 1883, ലക്കം 12, പേജ് 582, 596.) 'മോസ്ക്കോഗുബേർണിയയിലെ സ്ഥിതിവിവരക്കണക്കുകളി'ൽ (വാല്യം VII, രണ്ടാംഭാഗം, മോസ്ക്കോ, 1882, പേജ് 152, 138-39) അവയുടെ സമ്പാദകർ കൈകൊണ്ടും യന്ത്രംകൊണ്ടും കാലുറകളുണ്ടാക്കുന്ന സ്ത്രീകളുടെ സ്ഥിതികൾ തമ്മിൽ താരതമ്യപ്പെടുത്തിനോക്കുന്നുണ്ട്. കൈവേലക്കാരുടെ ദിവസക്കൂലി ഏകദേശം 8 കോപ്പെക്കും യന്ത്രവേലക്കാരുടേത് 14-30 കോപ്പെക്കുമാണ്. യന്ത്രോല്പാദനവ്യവസ്ഥയിൻകീഴിൽ സ്ത്രീത്തൊഴിലാളിയുടെ സ്ഥിതി വിവരിച്ചിരിക്കുന്നത് ഇപ്രകാരമാണ്: ... 'സ്വതന്ത്രയായിക്കഴിഞ്ഞ ഒരു യുവതിയാണ് നമ്മുടെ മുമ്പിൽ നിൽക്കുന്നത്. അവളുടെ വഴി മുടക്കാൻ വിലങ്ങുതടികളൊന്നുമില്ല. കുടുംബത്തിൽ നിന്നും ഒരു കർഷകസ്ത്രീയുടെ ജീവിതസാഹചര്യങ്ങളെ കുറിക്കുന്ന സർവ്വതിൽനിന്നും അവൾ വിമുക്തയാണ്. അവൾക്ക് എപ്പോൾ വേണമെങ്കിലും ഒരിടം വിട്ട് മറ്റൊരിടത്തേക്കോ ഒരു മുതലാളിയെ വിട്ട് മറ്റൊരു മുതലാളിയുടെ അടുത്തേക്കോ പോകാം. അവൾക്ക് ഏതു നിമിഷത്തിലും ജോലിയില്ലാതെ വന്നേക്കാം, ഒരു കഷണം റൊട്ടി കിട്ടാതെ വന്നേക്കാം... കൈവേലയിൻകീഴിൽ നെയ്ത്തുകാരിയുടെ കൂലി തുച്ഛമാണ്. അവളുടെ ഭക്ഷണച്ചെലവിനുപോലും അതു തികയുകയില്ല. അതുതന്നെ, ഭൂമിയുടെ ഓരോഹരി കൈവശമുള്ള കർഷകകുടുംബത്തിലെ അംഗമെന്ന നിലയ്ക്ക് ആ ഭൂമയിൽനിന്നുള്ള ഉല്പന്നത്തിന്റെ ഒരംശം അവൾ അനുഭവിക്കുന്നുണ്ടെങ്കിൽ മാത്രമേ സാദ്ധ്യമാകൂ. യന്ത്രവേലയിൻകീഴിലാവട്ടെ, ഭക്ഷണത്തിനും ചായയ്ക്കും പുറമെ കൂലിയും കിട്ടുന്നു. ആ കൂലികൊണ്ട് അവൾക്ക് കുടുംബത്തിൽനിന്നു മാറിത്താമസിക്കാം. ഭൂമയിൽനിന്നുള്ള കുടുംബവരുമാനത്തെ ആശ്രയിക്കാതെ കഴിയാം... ഇതിനൊക്കെപ്പുറമെ ഇന്നത്തെ സ്ഥിതിയിൽ യന്ത്രവ്യവസായത്തിൻകീഴിൽ സ്ത്രീത്തൊഴിലാളിയുടെ കൂലിക്ക് കൂടുതൽ ഉറപ്പുണ്ട്.

സോഷ്യൽഡെമോക്രാറ്റിക് ലേബർ പാർട്ടിയുടെ കരടുപരിപാടി[6] യിൽനിന്ന്

(ബി)

XIII. ഈ അടിയാളത്ത വ്യവസ്ഥയുടെ ഏറ്റവും പ്രധാനപ്പെട്ട അവശിഷ്ടവും ഈ കിരാതത്വത്തിന്റെയെല്ലാം ഏറ്റവും പ്രബലമായ നെടുങ്കോട്ടയുമാണ് ത്സാറിസ്റ്റ്സ്വേച്ഛാധിപത്യം. തൊഴിലാളിവർഗ്ഗവിമോചനപ്രസ്ഥാനത്തിന്റേയും ജനങ്ങളുടെ മുഴുവൻ സാംസ്കാരിക വികാസത്തിന്റേയും ഏറ്റവും കൊടിയ, ഏറ്റവും അപകടകാരിയായ, ശത്രുവാണത്.

(സി)

ഇക്കാരണങ്ങളാൽ[7] ത്സാറിസ്റ്റ്സ്വേച്ഛാധിപത്യത്തെ നിഷ്ക്കാസനം ചെയ്യുകയെന്നതും താഴെപ്പറയുന്ന കാര്യങ്ങൾക്ക് ഉറപ്പുനൽകുന്ന ഒരു ജനാധിപത്യഭരണഘടനയുടെ അടിസ്ഥാനത്തിൽ ഒരു റിപ്പബ്ലിക്ക് തൽസ്ഥാനത്ത് സ്ഥാപിക്കുകയെന്നതും തങ്ങളുടെ അടിയന്തിര രാഷ്ട്രീയകടമയായി റഷ്യൻ സോഷ്യൽ ഡെമോക്രാറ്റിക് ലേബർ പാർട്ടി മുന്നോട്ടുവയ്ക്കുന്നു:

1) ജനങ്ങളുടെ പരമാധികാരം: അതായത്, ജനപ്രതിനിധികളടങ്ങുന്ന ഒരു നിയമനിർമ്മാണസഭയുടെ കൈകളിൽ പരമമായ ഭരണാധികാരം കേന്ദ്രീകരിക്കൽ;

2) നിയമനിർമ്മാണ സഭയിലേക്കെന്നപോലെതന്നെ എല്ലാ പ്രാദേശിക സ്വയംഭരണസ്ഥാപനങ്ങളിലേക്കുള്ള തിരഞ്ഞെടുപ്പിലും 21 വയസ്സ് തികഞ്ഞ എല്ലാ പൗരന്മാർക്കും സാർവ്വത്രികവും തുല്യവും

7 കമ്മീഷൻ ഒന്നടങ്കം അംഗീകരിച്ച പാഠം ഇവിടുന്ന് തുടങ്ങുന്നു.

നേരിട്ടുള്ളതുമായ വോട്ടവകാശം; എല്ലാ തിരഞ്ഞെടുപ്പിലും രഹസ്യ വോട്ട്; ഏതു പ്രതിനിധിസഭയിലേക്കു തിരഞ്ഞെടുക്കപ്പെടാനും ഓരോ സമ്മതിദായകനുമുള്ള അവകാശം; ജനപ്രതിനിധികൾക്കു പ്രതിഫലം;

3) പൗരന്മാരുടെ വ്യക്തിത്വത്തിന്റേയും വാസസ്ഥലത്തിന്റേയും അലംഘനീയത;

4) നിരങ്കുശമായ അന്തഃകരണ-പ്രസംഗ-പത്ര സമ്മേളന സ്വാതന്ത്ര്യങ്ങളും, പണിമുടക്കാനും യൂണിയനുകൾ സംഘടിപ്പിക്കാനുമുള്ള അവകാശവും;

5) സഞ്ചാരസ്വാതന്ത്ര്യവും തൊഴിൽസ്വാതന്ത്ര്യവും;

6) സാമൂഹ്യ എസ്റ്റേറ്റുകൾ അവസാനിപ്പിക്കൽ; ലിംഗഭേദമോ മതമോ വംശമോ നോക്കാതെ എല്ലാ പൗരന്മാർക്കും സമ്പൂർണ്ണസമത്വം;

7) സ്റ്റേറ്റിൽ ഉൾപ്പെട്ടിരിക്കുന്ന എല്ലാ രാഷ്ട്രങ്ങൾക്കും സ്വയം നിർണ്ണയാവകാശം അംഗീകരിക്കൽ;

8) മേലുദ്യോഗസ്ഥന്മാരോട് മുൻകൂട്ടി പരാതിപ്പെടാതെ തന്നെ ഏത് ഉദ്യോഗസ്ഥനെതിരായും കോടതിയിൽ അന്യായം ബോധിപ്പിക്കാൻ ഓരോ പൗരനുമുള്ള അവകാശം;

9) സ്ഥിരം സൈന്യത്തെ നിലനിർത്തുന്നതിനു പകരം മുഴുവൻ ജനങ്ങളേയും ആയുധമണിയിക്കൽ;

10) പള്ളിയെ ഭരണകൂടത്തിൽനിന്നും പള്ളിക്കൂടത്തെ പള്ളിയിൽനിന്നും വേർതിരിക്കൽ;

11) പതിനാറു വയസ്സുവരെ സാർവ്വത്രികവും സൗജന്യവും നിർബ്ബന്ധിതവുമായ വിദ്യാഭ്യാസം; ആവശ്യക്കാരായ കുട്ടികൾക്ക് ഭക്ഷണവും വസ്ത്രവും പാഠപുസ്തകങ്ങളും സ്റ്റേറ്റിൽനിന്നു കൊടുക്കൽ.

(ഡി)

തൊഴിലാളിവർഗ്ഗത്തെ സംരക്ഷിക്കാനും അതിന്റെ സമരശേഷി വർദ്ധിപ്പിക്കാനും വേണ്ടി[8] റഷ്യൻ സോഷ്യൽഡെമോക്രാറ്റിക് ലേബർപാർട്ടി താഴെപ്പറയുന്ന കാര്യങ്ങൾ ആവശ്യപ്പെടുന്നു:

1) എല്ലാ കൂലിവേലക്കാരുടേയും പ്രവൃത്തിദിവസം എട്ടു മണിക്കൂറായി ക്ലിപ്തപ്പെടുത്തുക;

8ഈ ഖണ്ഡികയുടെ തുടക്കം താഴെപ്പറയുന്ന വിധത്തിൽ ഭേദഗതിചെയ്യണമെന്ന് ഫ്രേയ് നിർദ്ദേശിച്ചു: 'കായികവും ധാർമ്മികവുമായ അധഃപതനത്തിൽനിന്നു തൊഴിലാളിവർഗ്ഗത്തെ സംരക്ഷിക്കാനും സ്വന്തം വിമോചനത്തിനുവേണ്ടിയുള്ള സമരത്തിൽ അതിന്റെ സമരശേഷി വർദ്ധിപ്പിക്കാനുംവേണ്ടി...'

2) സ്ത്രീപുരുഷഭേദമന്യേ ദേശീയസമ്പദ്വ്യവസ്ഥയുടെ ശാഖകളിൽ പണിയെടുക്കുന്ന എല്ലാ കൂലിവേലക്കാർക്കും ആഴ്ചയിൽ തുടർച്ചയായി മുപ്പത്താറു മണിക്കൂറിൽ കുറയാത്ത വിശ്രമസമയം നിയമം മുഖേന ഏർപ്പെടുത്തുക;

3) എല്ലാ ഓവർടൈം വേലയും നിരോധിക്കുക;

4) സാങ്കേതിക കാരണങ്ങളാൽ തികച്ചും അനുപേക്ഷണീയമായവയിലൊഴിച്ച് ദേശീയസമ്പദ്വ്യവസ്ഥയുടെ എല്ലാ ശാഖകളിലും രാത്രിവേല (രാത്രി 9 മണി തൊട്ട് വെളുപ്പിന് 5 മണിവരെയുള്ളത്) നിരോധിക്കുക;

5) പതിനഞ്ചു വയസ്സിനു താഴെയുള്ള കുട്ടികളെ പണിക്കുവയ്ക്കുന്നതിൽ നിന്ന് തൊഴിലുടമകളെ വിലക്കുക;

6) സ്ത്രീകളുടെ ആരോഗ്യത്തിനു പ്രത്യേകിച്ചും ഹാനികരമായ വ്യവസായങ്ങളിൽ സ്ത്രീത്തൊഴിലാളികളെ വയ്ക്കുന്നതു നിരോധിക്കുക;

7) അപകടങ്ങൾ മൂലമോ ദോഷകരമായ തൊഴിൽസാഹചര്യങ്ങൾ മൂലമോ തൊഴിലാളികളുടെ പ്രവർത്തനശേഷി പൂർണ്ണമായോ ഭാഗികമായോ നഷ്ടപ്പെട്ടാൽ അതിനുള്ള ഉത്തരവാദിത്വം തൊഴിലുടമകൾക്കായിരിക്കുമെന്നു നിയമം മുഖേന അംഗീകരിക്കുക; തന്റെ പ്രവർത്തനശേഷി നഷ്ടപ്പെട്ടതിന് തൊഴിലുടമയ്ക്കുള്ള ഉത്തരവാദിത്വം തെളിയിക്കാനുള്ള ബാദ്ധ്യത തൊഴിലാളിക്കാവാതിരിക്കുക;

8) ഇനമായുള്ള കൂലി നിരോധിക്കുക[9];

9) വാർദ്ധക്യം മൂലം പ്രവർത്തനശേഷി നഷ്ടപ്പെട്ട തൊഴിലാളികൾക്ക് സ്റ്റേറ്റിൽനിന്നു പെൻഷൻ നൽകുക;

10) ഫാക്ടറി ഇൻസ്പെക്ടർമാരുടെ എണ്ണം വർദ്ധിപ്പിക്കുക; സ്ത്രീത്തൊഴിലാളികൾ മുഖ്യമായും പ്രവർത്തിക്കുന്ന വ്യവസായങ്ങളിൽ വനിതാ ഇൻസ്പെക്ടർമാരെ നിയോഗിക്കുക; തൊഴിലാളികൾ തിരഞ്ഞെടുക്കുന്നതും സ്റ്റേറ്റിൽനിന്നു ശമ്പളം നൽകുന്നതുമായ പ്രതിനിധികൾ ഫാക്ടറി നിയമപരിപാലനത്തിന്റെ മേൽനോട്ടം വഹിക്കുക; പീസ്റേറ്റുകൾ നിശ്ചയിക്കുമ്പോഴും കേടുവന്ന ചരക്കുകൾ നിരസിക്കുമ്പോഴും മേൽനോട്ടം വഹിക്കാൻകൂടി തൊഴിലാളികളാൽ തിരഞ്ഞെടുക്കപ്പെട്ട പ്രതിനിധികളെ ചുമതലപ്പെടുത്തുക;

9 ഈ വകുപ്പിൽ ഇത്രയുംകൂടി ചേർക്കണമെന്ന് ഫ്രേയ് നിർദ്ദേശിച്ചു: കോൺട്രാക്ടിസ്ഥാനത്തിൽ പണിക്കുവച്ചിട്ടുള്ള എല്ലാ തൊഴിലാളികൾക്കും ആഴ്ചയിലൊരിക്കൽ കൂലികൊടുക്കണമെന്ന് നിയമം മൂലം ആവശ്യപ്പെടുക.

11) തിരഞ്ഞെടുക്കപ്പെട്ട തൊഴിലാളി പ്രതിനിധികളുടെ സഹകരണത്തോടെ തദ്ദേശസ്വയംഭരണ സ്ഥാപനങ്ങൾ തൊഴിലുടമകളിൽനിന്നും തൊഴിലാളികൾക്കു ലഭിച്ചിട്ടുള്ള താമസസ്ഥലങ്ങളിലെ ശുചീകരണ സൗകര്യങ്ങൾ പരിശോധിക്കുകയും താമസവ്യവസ്ഥകളും വാടകവ്യവസ്ഥകളും പാലിക്കപ്പെടുന്നുണ്ടെന്നതിന് ഉറപ്പുവരുത്തുകയും ചെയ്യുക. സ്വകാര്യവ്യക്തികളും പൗരന്മാരുമെന്ന നിലയ്ക്കുള്ള കൂലി വേലക്കാരുടെ ജീവിത-വ്യാപാരങ്ങളെ തൊഴിലുടമകളുടെ കൈകടത്തലുകളിൽനിന്നു സംരക്ഷിക്കുകയെന്നതാണ് അതിന്റെ ഉദ്ദേശം;

12) കൂലിവേലക്കാരെ പണിക്കു വച്ചിട്ടുള്ള എല്ലാ സ്ഥാപനങ്ങളിലേയും പ്രവർത്തനസാഹചര്യങ്ങൾ പരിശോധിക്കുന്നതിന് വേണ്ടവണ്ണം സംഘടിപ്പിക്കപ്പെട്ടതും സർവ്വതോമുഖവുമായ ശുചീകരണ പരിശോധനാ സമ്പ്രദായം ഏർപ്പെടുത്തുക;

13) ഫാക്ടറി പരിശോധനാ വകുപ്പിന്റെ പ്രവർത്തനങ്ങൾ കൈത്തൊഴിൽ-ഗാർഹിക-കുടിൽവ്യവസായങ്ങളിലേക്കും സർക്കാർ വക സ്ഥാപനങ്ങളിലേക്കും കൂടി വ്യാപിപ്പിക്കുക;

14) തൊഴിൽസംരക്ഷണനിയമങ്ങളുടെ ഏതൊരു ലംഘനവും നിയമപരമായി ശിക്ഷാർഹമാക്കുക;

15) കാരണമോ ഉദ്ദേശമോ എന്തുതന്നെയായാലും തൊഴിലുടമകൾ (പിഴയീടാക്കിയും ചരക്കുകൾ നിരാകരിച്ചും മറ്റും) കൂലിയിൽനിന്നു കിഴിവുകൾ നടത്തുന്നത് വിലക്കുക;

16) തൊഴിലാളികൾക്കും തൊഴിലുടമകൾക്കും തുല്യപ്രാതിനിധ്യമുള്ള ഫാക്ടറിക്കോടതികൾ[9] ദേശീയസമ്പദ്‌വ്യവസ്ഥയുടെ എല്ലാ ശാഖകളിലും സ്ഥാപിക്കുക.

1902 ജനുവരി 25-നും

ഫെബ്രുവരി 18-നും

(ഫെബ്രുവരു 7-നും മാർച്ച് 3-നും)

ഇടയ്ക്ക് എഴുതിയത്

'ഷ്റ്റട്ട്ഗർട്ടിലെ സാർവ്വദേശീയ സോഷ്യലിസ്റ്റ് കോൺഗ്രസ്സ്'എന്ന ലേഖനത്തിൽ നിന്ന്

സ്ത്രീകളുടെ വോട്ടവകാശത്തെക്കുറിച്ചുള്ള പ്രമേയവും ഏകകണ്ഠമായിട്ടാണ് അംഗീകരിച്ചത്. സ്ത്രീകളുടെ പൂർണ്ണമായ വോട്ടവകാശത്തിനുപകരം സ്വത്തുള്ളവർക്കായി പരിമിതപ്പെടുത്തിയ വോട്ടവകാശത്തിനുവേണ്ടി സമരം ചെയ്യാവുന്നതാണെന്ന് അർദ്ധബൂർഷ്വാ ഫേബിയൻ സൊസൈറ്റി[10] യിൽനിന്നുള്ള ഒരു ഇംഗ്ലീഷുകാരി മാത്രമേ വാദിച്ചുള്ളു. കോൺഗ്രസ്സ് അത് നിരുപാധികം തള്ളിക്കളഞ്ഞു. സ്ത്രീകളുടെ അവകാശങ്ങളെ പിന്താങ്ങുന്ന ബൂർഷ്വാകളോടൊന്നിച്ചല്ലാതെ തൊഴിലാളി വർഗ്ഗത്തിന്റെ വർഗ്ഗപ്പാർട്ടികളോടൊന്നിച്ചാണ് സ്ത്രീതൊഴിലാളികൾ വോട്ടവകാശത്തിനുവേണ്ടി പൊരുതേണ്ടതെന്ന് അത് പ്രഖ്യാപിച്ചു. സ്ത്രീകളുടെ വോട്ടവകാശത്തിനു വേണ്ടിയുള്ള ക്യാമ്പയിനിൽ സോഷ്യലിസത്തിന്റെയും സ്ത്രീപുരുഷസമത്വത്തിന്റേയും തത്വങ്ങളെ പൂർണ്ണമായും ഉയർത്തിപ്പിടിക്കേണ്ടതാണെന്നും കാര്യസാദ്ധ്യത്തിനു വേണ്ടി ആ തത്വങ്ങളെ വളച്ചൊടിക്കാൻ പാടില്ലെന്നും കോൺഗ്രസ്സ് ചൂണ്ടിക്കാട്ടി.

ഇക്കാര്യത്തിൽ കമ്മീഷനകത്ത് ശ്രദ്ധേയമായ ഒരു അഭിപ്രായ വ്യത്യാസം പൊന്തിവന്നു. പുരുഷന്മാരുടെ സാർവ്വത്രികവോട്ടവകാശത്തിനുവേണ്ടിയുള്ള സമരത്തിലെ തങ്ങളുടെ അടവുകളെ ആസ്ത്രിയക്കാർ (വിക്തർ ആഡ്ലറും അദെൽഹൈദ് പോപ്പും) ന്യായീകരിച്ചു. സ്ത്രീകൾക്കുകൂടി വോട്ടവകാശം വേണമെന്ന ആവശ്യം പ്രക്ഷോഭത്തിന്റെ മുൻപന്തിയിൽ കൊണ്ടുവരാതിരിക്കുന്നതാണ് സൗകര്യപ്രദമെന്ന് അവർ പറഞ്ഞു. ആസ്ത്രിയക്കാർ സാർവ്വത്രികവോട്ടവകാശത്തിനുവേണ്ടി

ക്യാമ്പെയിൻ നടത്തിക്കൊണ്ടിരുന്നപ്പോൾത്തന്നെ ജർമ്മൻ സോഷ്യൽഡെമോക്രാറ്റുകാർ - വിശേഷിച്ച് ക്ലാര സെത്ക്കിൻ - ഇതിനെതിരെ പ്രതിഷേധിച്ചതാണ്. സ്ത്രീകൾക്ക വോട്ടവകാശം വേണമെന്ന ആവശ്യത്തെ അവർ യാതൊരു കാരണവശാലും അവഗണിക്കാൻ പാടില്ലായിരുന്നുവെന്നും, ആസ്ട്രിയക്കാർ കാര്യസാദ്ധ്യത്തിനുവേണ്ടി തത്വത്തെ അവസരവാദപരമായി ബലികഴിക്കുകയാണു ചെയ്തതെന്നും, സ്ത്രീകളുടെ വോട്ടവകാശത്തിനുവേണ്ടി തുല്യവീറോടെ പൊരുതിയിരുന്നെങ്കിൽ അവർ പ്രക്ഷോഭത്തിന്റെ വ്യാപ്തിയും ജനകീയപ്രസ്ഥാനത്തിന്റെ ശക്തിയും കുറയ്ക്കുന്നതിനു പകരം കൂട്ടുമായിരുന്നുവെന്നും ക്ലാര സെത്ക്കിൻ പത്രത്തിലെഴുതി. കമ്മീഷനകത്ത് സെത്ക്കിന് മറ്റൊരു ജർമ്മൻ വനിതാസോഷ്യൽഡെമോക്രാറ്റായ സീത്സിന്റെ പരിപൂർണ്ണ പിന്തുണ ലഭിച്ചു. ആസ്ട്രിയക്കാരുടെ അടവുകളെ പരോക്ഷമായി ന്യായീകരിച്ചുകൊണ്ടുള്ള ആഡ്ലറുടെ ഭേദഗതി 9 വോട്ടിനെതിരെ 12 വോട്ടോടെ തള്ളപ്പെട്ടു (സ്ത്രീകൾക്കും പുരുഷന്മാർക്കും തുല്യാവകാശമുണ്ടായിരിക്കണമെന്ന ആവശ്യം വോട്ടവകാശത്തിനുവേണ്ടിയുള്ള സമരത്തിൽ എപ്പോഴും അടങ്ങിയിരിക്കണമെന്നു പറയുന്നതിനുപകരം യഥാർത്ഥത്തിൽ എല്ലാ പൗരന്മാർക്കുമുള്ള വോട്ടവകാശത്തിനുവേണ്ടിയുള്ള സമരത്തിനു ഭംഗം വരുത്തരുതെന്നു മാത്രമേ ആ ഭേദഗതിയിൽ പറഞ്ഞിരുന്നുള്ളൂ). കമ്മീഷന്റേയും കോൺഗ്രസ്സിന്റേയും വീക്ഷണം, മുകളിൽപ്പറഞ്ഞ സീത്സ് സാർവ്വദേശീയ സോഷ്യലിസ്റ്റ് വനിതാസമ്മേളനത്തിൽ ചെയ്ത പ്രസംഗത്തിലെ ഈ വാക്കുകളിൽ അങ്ങേയറ്റം കൃത്യമായി പ്രകാശിപ്പിക്കാവുന്നതാണ്:

'തത്വത്തിൽ നാം ശരിയാണെന്നു കരുതുന്നതെല്ലാം ആവശ്യപ്പെടേണ്ടതാണ്,' സീത്സ് പറഞ്ഞു. 'പൊരുതാനുള്ള ശക്തി പോരാതെ വരുമ്പോൾ മാത്രമാണ് നാം കിട്ടാവുന്നത് സ്വീകരിക്കുന്നത്. സോഷ്യൽഡെമോക്രസിയുടെ അടവ് എപ്പോഴും ഇതായിരുന്നു. നമ്മുടെ ആവശ്യങ്ങൾ എത്ര കൂടുതൽ മിതമാണോ, അത്രയും കൂടുതൽ മിതമായിരിക്കും ഗവൺമെന്റിൽനിന്നു ലഭിക്കുന്ന വിട്ടുവീഴ്ചകൾ...' അടിയുറച്ചതും തത്വദീക്ഷയോടുകൂടിയതുമായ വിപ്ലവകരമായ അടവുകളിൽനിന്നുള്ള ഏറ്റവും ചെറിയ പാളിച്ചയെപ്പോലും ഏറ്റവും നല്ല മാർക്സിസ്റ്റുകാർ എത്ര കർശനമായിട്ടാണു വീക്ഷിക്കുന്നതെന്ന് ആസ്ട്രിയയിലേയും ജർമ്മനിയിലേയും വനിതാസോഷ്യൽഡെമോക്രാറ്റുകാർ തമ്മിലുണ്ടായ ഈ തർക്കത്തിൽനിന്ന് വായനക്കാർക്കു മനസ്സിലാക്കാം.

1907 സെപ്തംബറിലെഴുതിയത്.

പരിഷ്കൃതരായ യൂറോപ്യന്മാരും കിരാതരായ ഏഷ്യാക്കാരും

ബ്രിട്ടീഷിന്ത്യയിൽ നടന്ന വിജ്ഞേയവും സർവ്വസാധാരണവുമായ ഒരു സംഭവത്തെപ്പറ്റി ഇംഗ്ലണ്ടിലെ സുപ്രസിദ്ധ സോഷ്യൽ ഡെമോക്രാറ്റായ റോത്‌ഷ്‌റ്റൈൻ ജർമ്മൻ തൊഴിലാളിപ്പത്രത്തിൽ വിവരിച്ചിട്ടുണ്ട്. മുപ്പതുകോടിയിലേറെ ജനങ്ങൾ അധിവസിക്കുന്ന ആ രാജ്യത്ത് വിപ്ലവം ഇത്ര ദ്രുതഗതിയിൽ വളരുന്നതെന്തുകൊണ്ടാണെന്ന് ഏതൊരു വാദമുഖത്തേക്കാളും ഭംഗിയായി ഈയൊരു സംഭവം വെളിപ്പെടുത്തുന്നു.

ഇന്ത്യൻ പ്രവിശ്യകളിലൊന്നിലെ വലിയൊരു പട്ടണമായ (രണ്ടുലക്ഷത്തിൽപരം നിവാസികളുള്ള) റങ്കൂണിൽനിന്ന് ഒരു പത്രമിറക്കുന്ന ആർനോൾഡ് എന്ന ബ്രിട്ടീഷ് പത്രപ്രവർത്തകൻ 'ബ്രിട്ടീഷ് നീതിന്യായത്തോടുള്ള അവഹേളനം' എന്ന പേരിൽ ഒരു ലേഖനം പ്രസിദ്ധപ്പെടുത്തി. അവിടെയുള്ള ആൻഡ്രൂ എന്നൊരു ബ്രിട്ടീഷ് ജഡ്ജിയെ തുറന്നുകാട്ടുന്ന ഒരു ലേഖനമായിരുന്നു അത്. ആ ലേഖനം പ്രസിദ്ധീകരിച്ചതിന് ആർനോൾഡിനെ പന്ത്രണ്ടു മാസത്തെ തടവുശിക്ഷയ്ക്കു വിധിച്ചു. പക്ഷേ അദ്ദേഹം അപ്പീൽ കൊടുത്തു. ലണ്ടനിൽ ബന്ധങ്ങളുള്ളതുകൊണ്ട് ബ്രിട്ടനിലെ ഏറ്റവും ഉയർന്ന കോടതിയുടെ മുമ്പാകെ ആ കേസു കൊണ്ടുവരാൻ അദ്ദേഹത്തിനു കഴിഞ്ഞു. ഇന്ത്യാ ഗവൺമെന്റ് തിടുക്കത്തിൽ ശിക്ഷ നാലു മാസമായി ഇളവു ചെയ്തിട്ട് ആർനോൾഡിനെ മോചിപ്പിച്ചു.

ഈ ബഹളം മുഴുവനും എന്തിനെക്കുറിച്ചായിരുന്നു?

മക്കോർമിക് എന്നൊരു ബ്രിട്ടീഷ് കേണലിന് ഒരു വെപ്പാട്ടിയുണ്ടായിരുന്നു. അവർക്ക് അയിനാ എന്നു പേരുള്ള പതിനൊന്നു വയസ്സായ

ഒരു ഇന്ത്യൻ ബാലിക വേലക്കാരിയായിട്ടുണ്ടായിരുന്നു. ഒരു പരിഷ്കൃതരാഷ്ട്രത്തിന്റെ ആ ഉജ്ജ്വലപ്രതിനിധി അവളെ വശീകരിച്ച് തന്റെ മുറിയിൽ കൊണ്ടുപോയി ബലാൽസംഗം ചെയ്യുകയും തന്റെ വീട്ടിനകത്ത് പൂട്ടിയിടുകയും ചെയ്തു.

ആ സമയത്ത് ആസന്നമരണനായി കിടന്നിരുന്ന അയിനയുടെ അച്ഛൻ മകൾക്ക് ആളയയ്ക്കാനിടയായി. അപ്പോഴാണ് അയാളുടെ ഗ്രാമക്കാർ സംഭവം മുഴുവനുമറിഞ്ഞത്. ആളുകൾ രോഷം കൊണ്ടു തിളച്ചുമറിഞ്ഞു. മക്കോർമിക്കിനെ അറസ്റ്റുചെയ്യുന്നതിന് ഉത്തരവിടാൻ പോലീസ് നിർബ്ബന്ധിതരായി.

പക്ഷെ ആൻഡ്രൂ എന്ന ജഡ്ജി അയാളെ ജാമ്യത്തിൽ മോചിപ്പിക്കുകയും പിന്നീട് അപമാനകരമായ ഒരു നീതിന്യായാഭാസത്തെത്തുടർന്ന് വെറുതെ വിടുകയും ചെയ്തു. കുലീനജാതരായ മാന്യന്മാർ ഇത്തരം സന്ദർഭങ്ങളിൽ ചെയ്യാറുള്ളതുപോലെ അയിന ഒരു വേശ്യയാണെന്ന് ആ ഉജ്ജ്വലനായ കേണൽ ഉറപ്പിച്ചുപറഞ്ഞു. അതിനു തെളിവുനൽകാൻ അയാൾ അഞ്ചു സാക്ഷികളെ ഹാജരാക്കുകയും ചെയ്തു. എന്നാൽ അയിനയുടെ അമ്മ കൊണ്ടുവന്ന എട്ടു സാക്ഷികളെ വിസ്തരിക്കാൻപോലും ആൻഡ്രൂ എന്ന ജഡ്ജി കൂട്ടാക്കിയില്ല.

പത്രപ്രവർത്തകനായ ആർനോൾഡിനെ മാനനഷ്ടക്കുറ്റത്തിനു വിസ്തരിച്ചപ്പോൾ കോടതിയുടെ അദ്ധ്യക്ഷനായ സർ (ബഹുമാനപ്പെട്ട) ചാറൽസ് ഫോക്സ് പ്രതിഭാഗം സാക്ഷികളെ ഹാജരാക്കാൻപോലും അനുമതി നൽകിയില്ല.

ഇത്തരം സംഭവങ്ങൾ ആയിരക്കണക്കിനും ദശലക്ഷക്കണക്കിനും ഇന്ത്യയിൽ നടക്കുന്നുണ്ടെന്ന് എല്ലാവർക്കും വ്യക്തമായിട്ടറിയാം. 'മാനനഷ്ടം വരുത്തിയ' ആർനോൾഡിന് (ലണ്ടനിലെ സ്വാധീനബലമുള്ള ഒരു പത്രപ്രവർത്തകന്റെ മകനാണ് അദ്ദേഹം) ജയിലിൽനിന്നു പുറത്തു കടക്കാനും ഈ കേസിനു പ്രചാരം നേടാനും കഴിഞ്ഞത് തികച്ചും അസാധാരണമായ സാഹചര്യങ്ങൾകൊണ്ടു മാത്രമാണ്.

ബ്രിട്ടീഷ് ലിബറലുകൾ അവരുടെ കൂട്ടത്തിലുള്ള 'ഏറ്റവും നല്ലവരെ'യാണ് ഇന്ത്യയുടെ ഭരണാധിപന്മാരായി നിയോഗിക്കുന്നതെന്ന കാര്യം മറക്കരുത്. സുപ്രസിദ്ധ റാഡിക്കൽ ലേഖകനും 'യൂറോപ്യൻ വിജ്ഞാനനഭസ്സിലെ ഉജ്ജ്വലതാരവും' യൂറോപ്പിലേയും റഷ്യയിലേയും ലിബറലുകളുടെ ദൃഷ്ടിയിൽ 'ഏറ്റവും ബഹുമാന്യനു'മായ ജോൺ മോർലിയായിരുന്നു അടുത്ത കാലത്ത് ഈ മക്കോർമിക്കുമാരുടേയും ആൻഡ്രൂമാരുടേയും ഫോക്സുമാരുടേയുമെല്ലാം തലവനായ ഇന്ത്യയിലെ

വൈസ്രോയി.

'യൂറോപ്യൻ' ചൈതന്യം ഏഷ്യയിൽ ഉണർന്നുകഴിഞ്ഞിരിക്കുന്നു. ഏഷ്യയിലെ ജനതകൾക്ക് ജനാധിപത്യബോധമുണ്ടായിക്കഴിഞ്ഞിരിക്കുന്നു.

'പ്രാവ്ദ', ലക്കം 87,

ഏപ്രിൽ 14, 1913.

സാങ്കേതികവിദ്യയുടെ മഹത്തായൊരു നേട്ടം

വിശ്വവിശ്രുത ബ്രീട്ടീഷ് രസതന്ത്രജ്ഞനായ വില്യം റാംസെ കൽക്കരി അട്ടിയിൽനിന്നു നേരിട്ട് വാതകമെടുക്കാനുള്ള ഒരു മാർഗ്ഗം കണ്ടെത്തിയിരിക്കുന്നു. ഈ മാർഗ്ഗം പ്രയോഗിച്ചുനോക്കുന്നതിനെ സംബന്ധിച്ച് റാംസെ ഒരു കൽക്കരിഖനി ഉടമയുമായി കൂടിയാലോചന തുടങ്ങിക്കഴിഞ്ഞു.

ആധുനിക സാങ്കേതികവിദ്യയുടെ മുമ്പാകെയുള്ള വലിയൊരു പ്രശ്നം അങ്ങിനെ പരിഹാരത്തിനടുത്തെത്തിയിരിക്കുകയാണ്. ആ പരിഹാരം കൈവരുത്തുന്ന വിപ്ലവം വമ്പിച്ചതായിരിക്കും.

കൽക്കരിയിലടങ്ങിയിരിക്കുന്ന ഊർജ്ജത്തെ ഉപയോഗപ്പെടുത്താൻ ഇന്ന് ചെയ്യുന്നത് അതിനെ രാജ്യത്തുടനീളം കയറ്റിക്കൊണ്ടുപോയി അനേകം ഫാക്ടറികളിലും വീടുകളിലും കത്തിക്കുകയാണ്.

മുതലാളിത്തരാജ്യങ്ങളിലെ ഒരുപക്ഷെ ഏറ്റവും പ്രധാനപ്പെട്ട ഈ ഉല്പാദനശാഖയിൽ ബൃഹത്തായ ഒരു സാങ്കേതികവിപ്ലവത്തെയാണ് റാംസെയുടെ കണ്ടുപിടുത്തം അർത്ഥമാക്കുന്നത്.

മുകൾപ്പരപ്പിലേക്കു കൊണ്ടുവരാതെ കൽക്കരിയെ അതു കിടക്കുന്ന ഇടത്തുതന്നെ വാതകമാക്കി മാറ്റാനുള്ള ഒരു മാർഗ്ഗമാണ് റാംസെ കണ്ടുപിടിച്ചിരിക്കുന്നത്. ഇതിനു സദൃശവും എന്നാൽ താരതമ്യേന വളരെ ലളിതവുമായ ഒരു മാർഗ്ഗം ചിലപ്പോൾ ഉപ്പു കുഴിച്ചെടുക്കുന്നതിൽ ഉപയോഗിച്ചുവരാറുണ്ട്: ഉപരിതലത്തിലേക്കു കൊണ്ടുവരാതെ അതിനെ വെള്ളത്തിൽ അലിയിച്ചിട്ട് ആ ദ്രാവകം മുകളിലോട്ട് പമ്പു ചെയ്തു കയറ്റുന്നു.

കൽക്കരിഖനികളെ ഒരു തരത്തിൽ പറഞ്ഞാൽ വാതകോല്പാദനത്തിനുള്ള വമ്പിച്ച വാറ്റുപകരണങ്ങളാക്കി മാറ്റുകയെന്നതാണ് റാംസെയുടെ രീതി. വാതകമുപയോഗിച്ച് വാതക എഞ്ചിനുകൾ ചലിപ്പിക്കുന്നു. ആവി എഞ്ചിനുകളെക്കാൾ ഇരട്ടി ഊർജ്ജം കൽക്കരിയിൽനിന്നു വലിച്ചെടുക്കാൻ വാതക എഞ്ചിനുകൾക്കു കഴിയും. ഈ വാതക എഞ്ചിനുകൾ അവയുടെ മുറയ്ക്ക് ഊർജ്ജത്തെ വിദ്യുച്ഛക്തിയായി മാറ്റുന്നു. ആധുനികസാങ്കേതിവിദ്യ ഉപയോഗിച്ച് വിദ്യുച്ഛക്തിയെ വൻദൂരങ്ങളിൽ എത്തിക്കാൻ കഴിയും.

ഇത്തരത്തിലുള്ള ഒരു സാങ്കേതികവിപ്ലവം നടന്നാൽ വിദ്യുച്ഛക്തിയുടെ വില ഇന്നത്തേതിന്റെ അഞ്ചിലൊന്നോ പത്തിലൊന്നു പോലുമായി കുറയ്ക്കാൻ കഴിയും. കൽക്കരി കുഴിച്ചെടുക്കാനും വിതരണം ചെയ്യാനും ഇന്നു ചെലവഴിക്കപ്പെടുന്ന വമ്പിച്ച മനുഷ്യാദ്ധ്വാനം അപ്പോൾ ലാഭിക്കാൻ കഴിയും. ഇപ്പോൾ ഉപയോഗിക്കാതെ കിടക്കുന്ന ഏറ്റവും മോശപ്പെട്ട കൽക്കരി അട്ടികൾപോലും ഉപയോഗപ്പെടുത്താൻ കഴിയും. വീടുകൾക്കു വെളിച്ചവും ചൂടും നൽകാനുള്ള ചെലവ് ഗണ്യമായി ചുരുങ്ങും. ഈ കണ്ടുപിടുത്തം വ്യവസായരംഗത്ത് വമ്പിച്ച വിപ്ലവം വരുത്തിവയ്ക്കും.

എന്നാൽ ഇന്നത്തെ മുതലാളിത്തവ്യവസ്ഥയിൻകീഴിലുള്ള സാമൂഹ്യജീവിത്തെയൊട്ടാകെ സംബന്ധിച്ചിടത്തോളം ഈ വിപ്ലവം ഉളവാക്കുന്ന അനന്തരഫലങ്ങൾ, സോഷ്യലിസത്തിൻകീഴിൽ ഈ കണ്ടുപിടുത്തം ഉളവാക്കുന്ന അനന്തരഫലങ്ങളിൽ നിന്നു തികച്ചും വിഭിന്നമായിരിക്കും.

മുതലാളിത്തത്തിൻകീഴിൽ, കൽക്കരിഖനനത്തിലേർപ്പെട്ടിരിക്കുന്ന ദശലക്ഷക്കണക്കിനു ഖനിത്തൊഴിലാളികളുടെ അദ്ധ്വാനത്തിനു വിടുതി കൊടുക്കുന്നത് തൊഴിലില്ലായ്മ വിപുലമായി വ്യാപിക്കുന്നതിനും ദാരിദ്ര്യം വൻതോതിൽ വർദ്ധിക്കുന്നതിനും തൊഴിലാളികളുടെ സ്ഥിതി വഷളാവുന്നതിനും അനിവാര്യമായും ഇടയാക്കും. മോർഗന്മാരും റോക്ക്ഫെല്ലർമാരും ര്യബുഷിൻസ്ക്കിമാരും മൊറോസൊവ്മാരും അവരുടെ പരിവാരഗണത്തിൽപ്പെട്ട വക്കീലന്മാരും ഡയറക്ടർമാരും പ്രൊഫസർമാരും മൂലധനത്തിന്റെ മറ്റു ദാസന്മാരുംകൂടി ഈ മഹത്തായ കണ്ടുപിടുത്തംകൊണ്ടുള്ള ലാഭം മുഴുവനും തട്ടിയെടുക്കും.

സോഷ്യലിസത്തിൻ കീഴിലാവട്ടെ, റാംസെയുടെ മാർഗ്ഗം പ്രയോഗിക്കുന്നതുവഴി ദശലക്ഷക്കണക്കിനു ഖനിത്തൊഴിലാളികളുടെ അദ്ധ്വാനത്തിനു 'വിടുതി ലഭിക്കുകയും' മറ്റും ചെയ്യുന്നതുകൊണ്ട് എല്ലാവരെസ്സംബന്ധിച്ചും പ്രവൃത്തിദിവസത്തിന്റെ ദൈർഘ്യം ഉടനടിതന്നെ എട്ടു മണിക്കൂറിൽനിന്ന് ഏഴു മണിക്കൂറോ അതിലും കുറവോ ആയി

ച്ചുരുക്കാൻ കഴിയും. എല്ലാ ഫാക്ടറികളുടേയും റെയിൽവേയുടേയും 'വൈദ്യുതീകരണം' തൊഴിൽസാഹചര്യങ്ങളെ കൂടുതൽ ആരോഗ്യക രമാക്കും; ദശലക്ഷക്കണക്കിനു തൊഴിലാളികളെ പുകയും പൊടിയും അഴുക്കുമേൽക്കാതെ സംരക്ഷിക്കും; അറപ്പുതോന്നുന്നവണ്ണം വൃത്തിഹീ നമായിക്കിടക്കുന്ന പണിശാലകളെ നല്ല വൃത്തിയും വെട്ടവുമുള്ള, മനു ഷ്യോചിതമായ, പരീക്ഷണശാലകളായി ദ്രുതഗതിയിൽ മാറ്റിത്തീർക്കും. ഓരോ വീട്ടിലും വിദ്യുച്ഛക്തിയിൽനിന്നുള്ള വെളിച്ചവും ചൂടും ലഭിക്കുന്ന തോടെ ദശലക്ഷക്കണക്കിനു 'വീട്ടടിമകൾ'ക്ക് അടുക്കളയുടെ ദുർഗ്ഗന്ധവും സഹിച്ച് ആയുസ്സിന്റെ മുക്കാൽപ്പങ്കും ചെലവഴിക്കേണ്ടിവരികയില്ല.

ദിവസം ചെല്ലുന്തോറും മുതലാളിത്തസാങ്കേതികവിദ്യ, അദ്ധ്വാനിക്കു ന്ന ജനങ്ങളെ കൂലിയടിമത്വത്തിനു വിധിക്കുന്ന സാമൂഹ്യസാഹചര്യങ്ങ ൾക്കുമപ്പുറത്തേയ്ക്ക് അധികമധികം വളർന്നുകൊണ്ടിരിക്കുകയാണ്.

'പ്രാവ്ദ', ലക്കം 91,

ഏപ്രിൽ 21, 1913

മുതലാളിത്തവുംസ്ത്രീകളുടെ അദ്ധ്വാനവും

പെട്ടെന്നു കണ്ണിൽ പെടാത്ത ദാരിദ്ര്യത്തിന്റേയും മർദ്ദനത്തിന്റേയും അനേകം ദൃഷ്ടാന്തങ്ങൾ ആധുനിക മുതലാളിത്ത സമുദായത്തിൽ ഒളിഞ്ഞുകിടപ്പുണ്ട്. പാവപ്പെട്ട നഗരവാസികളുടേയും കൈവേലക്കാരുടേയും തൊഴിലാളികളുടേയും ജീവനക്കാരുടേയും ചെറുകിട ഉദ്യോഗസ്ഥന്മാരുടേയും ചിന്നിച്ചിതറിക്കിടക്കുന്ന കുടുംബങ്ങൾ ഏറ്റവും നല്ല കാലത്തുതന്നെ അവിശ്വസനീയമായ വിഷമതകൾ സഹിച്ചുകൊണ്ട് അരിഷ്ടിച്ചു കഴിയുകയാണു ചെയ്യുന്നത്. അത്തരം കുടുംബങ്ങളിൽ ലക്ഷോപലക്ഷം സ്ത്രീകൾ 'വീട്ടടിമ' കളായി ജീവിക്കുന്നു (ദണ്ഡിച്ചുകഴിയുന്നു എന്നു പറയുന്നതായിരിക്കും കൂടുതൽ ശരി). അവർ ചില്ലിക്കാശുകൾകൊണ്ട് കുടുംബത്തെ തീറ്റാനും ഉടുപ്പിക്കാനും വേണ്ടി എല്ലാ ആശയുമറ്റ സ്ഥിതിയിൽ ദിവസേന പാടുപെടുന്നു; സ്വന്തം അദ്ധ്വാനത്തിലൊഴികെ മറ്റെല്ലാറ്റിലും 'പിടിപ്പ്' കാട്ടുന്നു.

ഈ സ്ത്രീകളെയാണ് മുതലാളിമാർ വീടുകളിലിരുന്നു ജോലി ചെയ്യുന്ന തൊഴിലാളികളായി സസന്തോഷം ഏർപ്പെടുത്തുന്നത്. തങ്ങൾക്കും തങ്ങളുടെ കുടുംബത്തിനും ഒരു കഷണം റൊട്ടി വാങ്ങാനുള്ള 'പുറം വരുമാന'ത്തിനുവേണ്ടി രാക്ഷസീയമാംവണ്ണം നിസ്സാരമായ കൂലിക്കു പണിയെടുക്കാൻ അവർ സന്നദ്ധരാണ്. എല്ലാ രാജ്യങ്ങളിലേയും മുതലാളിമാർ (പ്രാചീനകാലത്തെ അടിമയുടമകളേയും മദ്ധ്യകാലത്തെ ഫ്യൂഡൽപ്രഭുക്കന്മാരേയും പോലെ) വേണ്ടുവോളം വെപ്പാട്ടികളെ 'ന്യായമായ' വിലയ്ക്കു സമ്പാദിക്കുന്നതും ഇതേ സ്ത്രീകളുടെയിടയിൽനിന്നുതന്നെയാണ്. വ്യഭിചാരത്തെപ്പറ്റി എത്രയൊക്കെ 'ധാർമ്മികരോഷം' കൊണ്ടാലും (അതുതന്നെ നൂറ്റക്ക് തൊണ്ണൂറ്റൊമ്പതും കപടമാണ്) ഈ സ്ത്രീമാംസക്കച്ചവടത്തിനെതിരെ യാതൊന്നും ചെയ്യാൻ സാദ്ധ്യമല്ല.

കൂലിയടിമത്തം നിലനിൽക്കുന്ന കാലത്തോളം വ്യഭിചാരവും നിലനിൽക്കുമെന്നത് അനിവാര്യമാണ്. മനുഷ്യസമുദായങ്ങളുടെ ചരിത്രത്തിലുടനീളം തന്നെ മർദ്ദിതരും ചൂഷിതരുമായ എല്ലാ വർഗ്ഗങ്ങളും മർദ്ദകർക്ക് ഒന്നാമത് തങ്ങളുടെ കൂലിയില്ലാവേലയും രണ്ടാമത് 'യജമാനന്മാരുടെ' വെപ്പാട്ടികളായി തങ്ങളുടെ സ്ത്രീജനങ്ങളേയും കാഴ്ചവയ്ക്കാൻ എപ്പോഴും നിർബ്ബന്ധിതരായിട്ടുണ്ട് (ഇതിലാണ് അവരുടെ നേർക്കുള്ള ചൂഷണം സ്ഥിതി ചെയ്യുന്നത്.)

ഇക്കാര്യത്തിൽ അടിമത്തവും ഫ്യൂഡലിസവും മുതലാളിത്തവും ഒന്നാണ്. ചൂഷണത്തിന്റെ രൂപം മാത്രമേ മാറുന്നുള്ളു. ചൂഷണം നിലനിൽക്കുന്നു.

'വീട്ടിലിരുന്നു ജോലി ചെയ്യുന്ന സ്ത്രീത്തൊഴിലാളികളുടെ നേർക്കുള്ള ചൂഷണം എന്ന പേരിൽ ഒരു പ്രദർശനം ലോകതലസ്ഥാന'വും നാഗരികതയുടെ കേന്ദ്രവുമായ പാരീസിൽ ആരംഭിച്ചിട്ടുണ്ട്.

പ്രദർശനത്തിനു വച്ചിട്ടുള്ള ഓരോ സാധനത്തോടനുബന്ധിച്ചും ചെറിയൊരു കുറിപ്പുണ്ട്. വീട്ടിലിരുന്ന് ആ സാധനം നിർമ്മിച്ചതിന് ആ തൊഴിലാളിസ്ത്രീക്ക് എത്ര കിട്ടുന്നു, അതിന്റെ അടിസ്ഥാനത്തിൽ ഓരോ ദിവസവും ഓരോ മണിക്കൂറും അവർക്ക് എത്ര സമ്പാദിക്കാം, എന്ന് അതിൽ എഴുതിവച്ചിട്ടുണ്ട്.

നാമെന്താണു കാണുന്നത്? വീട്ടിലിരുന്ന് പണിയെടുക്കുന്ന ഒരു തൊഴിലാളിസ്ത്രീക്ക് ഒരൊറ്റ സാധനത്തിനുപോലും 1¹/4 ഫ്രാങ്കിൽ, അഥവാ 50 കോപ്പെക്കിൽ, കൂടുതൽ കിട്ടുന്നില്ല. ബഹുഭൂരിപക്ഷം ജോലികൾക്കും വരുമാനം ഇതിലും എത്രയോ കുറവാണ്. ഉദാഹരണത്തിന് ലാംപ്ഷേഡുകളെടുക്കാം. ഒരു ഡസന് 4 കോപ്പെക്കാണ് കൂലി. കടലാസുകൂടുകൾക്ക് - ആയിരത്തിന് 15 കോപ്പെക്ക്; വരുമാനം മണിക്കൂറിന് ആറു കോപ്പെക്ക് വരും. ഇതാ റിബണും മറ്റും കെട്ടിയ കൊച്ചുകളിപ്പാവകൾ: കൂലി മണിക്കൂറിന് 2¹/2 കോപ്പെക്ക്. കൃത്രിമപ്പൂക്കൾ: മണിക്കൂറിന് രണ്ടോ മൂന്നോ കോപ്പെക്ക്. സ്ത്രീകളുടേയും പുരുഷന്മാരുടേയും അടിവസ്ത്രങ്ങൾ: മണിക്കൂറിന് 2 തൊട്ട് 6 വരെ കോപ്പെക്ക്. ഇങ്ങനെ അവസാനമില്ലാതെ പറയാം.

നമ്മുടെ തൊഴിലാളി സമാജങ്ങളും ട്രേഡ് യൂണിയനുകളുംകൂടി ഇതുപോലൊരു 'പ്രദർശനം' സംഘടിപ്പിക്കേണ്ടതാണ്. ബൂർഷ്വാസിയുടെ പ്രദർശനങ്ങളിൽനിന്നു കിട്ടുന്നതുപോലുള്ള ഭീമമായ ലാഭമൊന്നും അതിൽനിന്നു കിട്ടുകയില്ല. തൊഴിലാളിസ്ത്രീകളനുഭവിക്കുന്ന ദാരിദ്ര്യവും കഷ്ടപ്പാടും പ്രദർശിപ്പിക്കുന്നതുകൊണ്ട് മറ്റൊരു മെച്ചമുണ്ടാകും: തങ്ങളുടെ സ്ഥിതി മനസ്സിലാക്കാനും, തങ്ങളുടെ 'ജീവിതത്തിലേക്കു'

തിരിഞ്ഞുനോക്കാനും, ദാരിദ്ര്യത്തിന്റേയും ദുർഭിക്ഷതയുടേയും വ്യഭിചാരത്തിന്റേയും നിർദ്ധനർക്കെതിരായ സർവ്വവിധ അപമാനങ്ങളുടേയും ഈ നിത്യനരകത്തിൽനിന്നു മോചനം നേടാനുള്ള ഉപാധികളെക്കുറിച്ചു ചിന്തിക്കാനും കൂലിയടിമകളായ തൊഴിലാളികളെ അതു സഹായിക്കുന്നതാണ്.

1913 ഏപ്രിൽ 27

(മേയ് 10)-ാം ന എഴുതിയത്.

തൊഴിലാളിവർഗ്ഗവും പുത്തൻ മാൽത്തുഷ്യനിസവും

ഡോക്ടർമാരുടെ പിറോഗൊവ് സ്മാരക കോൺഗ്രസ്സി[12]ൽ വളരെയേറെ താല്പര്യമുളവാക്കുകയും നീണ്ട വാദ പ്രതിവാദങ്ങൾക്കിടയാക്കുകയും ചെയ്ത ഒരു വിഷയമായിരുന്നു ഗർഭ ച്ഛിദ്രത്തിന്റെ പ്രശ്നം. അതെപ്പറ്റി റിപ്പോർട്ടു സമർപ്പിച്ച ലിച്ക്കുസ് ഇന്നത്തെ പരിഷ്കൃതങ്ങളെന്നു പറയപ്പെടുന്ന രാജ്യങ്ങളിൽ അസാ മാന്യമാംവണ്ണം വിപുലമായ തോതിൽ നടത്തിവരുന്ന ഭ്രൂണഹത്യയെ സംബന്ധിച്ച കണക്കുകൾ ഉദ്ധരിച്ചു.

ന്യൂയോർക്കിൽ ഒരൊറ്റ വർഷത്തിൽ 80,000 ഗർഭച്ഛിദ്രങ്ങൾ നടത്തി. ഫ്രാൻസിൽ പ്രതിമാസം 36,000 വരെ നടക്കുന്നുണ്ട്. സെന്റ് പീറ്റേഴ്സ്ബർഗ്ഗിൽ ഗർഭച്ഛിദ്രങ്ങളുടെ ശതമാനം അഞ്ചുവർഷംകൊണ്ട് ഇരട്ടിയിൽ കവിഞ്ഞിരിക്കുന്നു.

കൃത്രിമമായി ഗർഭമലസിപ്പിച്ചതിന് ഒരു മാതാവിനെതിരെ ഒരിക്കലും നടപടിയെടുക്കരുതെന്നും 'ലാഭോദ്ദേശത്തോടെ' ശസ്ത്രക്രിയ നടത്തുന്ന ഡോക്ടർമാരുടെ നേരെ മാത്രമേ നടപടിയെടുക്കാവൂ എന്നും ചൂണ്ടിക്കാ ട്ടുന്ന ഒരു പ്രമേയം പിറോഗൊവ് സ്മാരക കോൺഗ്രസ്സ് അംഗീകരിച്ചു.

ഗർഭച്ഛിദ്രം ശിക്ഷാർഹമാക്കരുതെന്ന് ചർച്ചാസമയത്ത് ഭൂരിപക്ഷം പേരും അഭിപ്രായപ്പെട്ടു. പുത്തൻ മാൽത്തുഷ്യനിസമെന്നു പറയപ്പെടുന്ന പ്രശ്നവും (ഗർഭനിരോധനവസ്തുക്കളുപയോഗിക്കൽ) കാര്യത്തിന്റെ സാമൂഹ്യവശവും കൂടി സ്വാഭാവികമായും പരാമർശിക്കപ്പെട്ടു. ഉദാഹര ണത്തിന്, 'റൂസ്ക്കൊയെ സ്ലോവൊ'[13]യിൽ വന്ന റിപ്പോർട്ടനുസരിച്ച് 'ഗർഭനിരോധന നടപടികളെ സ്വാഗതം ചെയ്യേണ്ടതാണെ'ന്ന് മി. വിഗ്ദോർച്ചിക്ക് പറഞ്ഞു. പ്രചണ്ഡമായ കരഘോഷത്തിനിടയിൽ മി.

അസ്തൂഹൻ ഇങ്ങനെ ഉൽഘോഷിച്ചു:

'വിദ്യാലയങ്ങളിലിട്ട് അംഗഭംഗപ്പെടുത്താൻ വേണ്ടി, നറുക്കിട്ട് ആളെടുക്കാൻ വേണ്ടി, ആത്മഹത്യയിലേക്കു തള്ളിവിടാൻവേണ്ടി, കുഞ്ഞുങ്ങളെ പ്രസവിക്കണമെന്ന് നമ്മൾ അമ്മമാരെ ബോധ്യപ്പെടുത്തണമത്രെ!'

മി. അസ്തൂഹന്റെ ഈ ഉൽഘോഷം പ്രചണ്ഡമായ കരഘോഷത്തോടെയാണു സ്വീകരിക്കപ്പെട്ടതെന്ന വാർത്ത ശരിയാണെങ്കിൽ ആ വസ്തുത എന്നെ അത്ഭുതപ്പെടുത്തുന്നില്ല. ഫിലിസ്റ്റൈൻ മനോഭാവം വച്ചുപുലർത്തുന്ന ഇടത്തരം ബൂർഷ്വാകളും പെറ്റിബൂർഷ്വാകളുമായിരുന്നു ശ്രോതാക്കൾ. ഏറ്റവും ക്ഷുദ്രമായ ലിബറലിസമല്ലാതെ മറ്റെന്താണ് അവരിൽനിന്നു പ്രതീക്ഷിക്കാവുന്നത്?

എന്നാൽ തൊഴിലാളിവർഗ്ഗത്തിന്റെ വീക്ഷണകോണിൽനിന്നു നോക്കുമ്പോൾ, 'സാമൂഹ്യ പുത്തൻ മാൽത്തൂഷ്യനിസ'ത്തിന്റെ തികഞ്ഞ പ്രതിലോമസ്വഭാവവും വൈരൂപ്യവും പ്രകാശിപ്പിക്കാൻ മി. അസ്തൂഹന്റെ മുകളിലുദ്ധരിച്ച വാക്കുകളേക്കാൾ സമുചിതമായിട്ടെന്തെങ്കിലും കണ്ടെത്താമെന്നു തോന്നുന്നില്ല.

'....അംഗഭംഗപ്പെടുത്താൻവേണ്ടി കുഞ്ഞുങ്ങളെ പ്രസവിക്കുക....' അതിനുവേണ്ടി മാത്രമാണോ? നമ്മുടെ തലമുറയെ അംഗഭംഗപ്പെടുത്തുകയും നശിപ്പിക്കുകയും ചെയ്യുന്ന ഇന്നത്തെ സ്ഥിതിഗതികൾക്കെതിരായി നമ്മേക്കാൾ മെച്ചമായും ഒത്തൊരുമയോടെയും ബോധപൂർവ്വവും വാശിയോടെയും പൊരുതുന്നതിനുവേണ്ടി എന്തുകൊണ്ട് പാടില്ല?

കൃഷിക്കാരന്റേയും കൈവേലക്കാരന്റേയും ബുദ്ധിജീവിയുടേയും പൊതുവിൽ പെറ്റിബൂർഷ്വായുടേ മനഃശ്ശാസ്ത്രവും തൊഴിലാളിയുടെ മനഃശ്ശാസ്ത്രവും തമ്മിലുള്ള മൗലികമായ വ്യത്യാസം ഇതാണ്. താൻ നശിക്കുകയാണ്, ജീവിതം കൂടുതൽ കൂടുതൽ വിഷമകരമായിത്തീരുകയാണ്, നിലനിൽപിനുവേണ്ടിയുള്ള സമരം മുമ്പെന്നത്തേക്കാളും കൂടുതൽ നിർദ്ദാക്ഷിണ്യമായി വരികയാണ്, തന്റേയും തന്റെ കുടുംബത്തിന്റെയും സ്ഥിതി കൂടുതൽ കൂടുതൽ ആശയറ്റതായിത്തീരുകയാണ് - ഇതെല്ലാം പെറ്റിബൂർഷ്വാ കാണുന്നുണ്ട്, അനുഭവപ്പെടുന്നുണ്ട്. അനിഷേധ്യമായ പരമാർത്ഥമാണിത്. പെറ്റിബൂർഷ്വാ അതിനെതിരെ പ്രതിഷേധിക്കുന്നു.

പക്ഷെ എങ്ങിനെയാണു പ്രതിഷേധിക്കുന്നത്?

ആശയ്ക്കിടനൽകാത്തവണ്ണം നശിച്ചുകൊണ്ടിരിക്കുന്നതും ഭാവിയെക്കുറിച്ച് എന്തുചെയ്യേണ്ടു എന്നറിയാതെ വ്യാകുലപ്പെട്ടുകൊണ്ടിരിക്കുന്നതും

ചവിട്ടേറ്റുകിടക്കുന്നതും ഭീരുത്വം നിറഞ്ഞതുമായ ഒരു വർഗ്ഗത്തിന്റെ പ്രതിനിധിയെന്ന നിലയ്ക്കാണ് അയാൾ പ്രതിഷേധിക്കുന്നത്. ഒന്നും ചെയ്യാനാവില്ല... നമ്മുടെ ദണ്ഡനയും കഷ്ടപ്പാടും പട്ടിണിയും അപമാനവും പേറാനുള്ള കുട്ടികളുടെ എണ്ണം കുറഞ്ഞിരുന്നെങ്കിൽ - ഇതാണ് പെറ്റിബൂർഷ്വായുടെ മുറവിളി.

വർഗ്ഗബോധമുള്ള തൊഴിലാളിയുടെ വീക്ഷണം ഇതിൽനിന്ന് എത്രയോ വിദൂരമാണ്. ഈ മുറവിളികൾ എത്രതന്നെ ആത്മാർത്ഥവും ഉള്ളിൽത്തട്ടിക്കൊണ്ടുള്ളതുമായാലും അവ തങ്ങളുടെ വർഗ്ഗബോധത്തിനു മങ്ങൽ വരുത്താൻ അവൻ സമ്മതിക്കുകയില്ല. ശരിയാണ്, തൊഴിലാളികളായ നമ്മളും ചെറുകിടസ്വത്തുടമകളുടെ സമൂഹങ്ങളും നയിക്കുന്ന ജീവിതം ദുസ്സഹമായ മർദ്ദനവും കഷ്ടപ്പാടും നിറഞ്ഞതാണ്. നമ്മുടെ പിതാക്കന്മാരേക്കാൾ ക്ലേശിച്ചാണ് നമ്മുടെ തലമുറ കഴിയുന്നത്. എന്നാൽ ഒരു കാര്യത്തിൽ നമ്മൾ നമ്മുടെ പിതാക്കന്മാരേക്കാൾ ഭാഗ്യവാന്മാരാണ്. നാം പൊരുതാൻ പഠിച്ചുതുടങ്ങി, അതിവേഗം പഠിച്ചുവരികയാണ് - നമ്മുടെ പിതാക്കളിൽ ഏറ്റവും നല്ലവർ ചെയ്തതുപോലെ ഒറ്റക്കൊറ്റയ്ക്കു പൊരുതാനല്ല, ബൂർഷ്വാവാഗ്മികൾ മുഴക്കുന്ന, നമ്മുടെ അന്യമായ മുദ്രാവാക്യങ്ങൾക്കു വേണ്ടിയല്ല, പിന്നെയോ, നമ്മുടെ മുദ്രാവാക്യങ്ങൾക്കുവേണ്ടി, നമ്മുടെ വർഗ്ഗത്തിന്റെ മുദ്രാവാക്യങ്ങൾക്കുവേണ്ടി. നമ്മൾ നമ്മുടെ പിതാക്കളേക്കാൾ മെച്ചമായി പൊരുതുന്നുണ്ട്. നമ്മുടെ മക്കൾ നമ്മേക്കാൾ മെച്ചമായി പൊരുതും. അവർ ജയിക്കുകയും ചെയ്യും.

തൊഴിലാളിവർഗ്ഗം നശിക്കുകയല്ല, വളരുകയാണ് ചെയ്യുന്നത്. കൂടുതൽ ശക്തിയും ധൈര്യവും കെട്ടുറപ്പും പ്രബുദ്ധതയും സമരത്തിലൂടെ ഉരുക്കിന്റെ ദാർഢ്യവും അതിനു കൈവന്നുകൊണ്ടിരിക്കുകയാണ്. അടിയായ്മയേയും മുതലാളിത്തത്തേയും ചെറുകിട ഉല്പാദനത്തേയും സംബന്ധിച്ചിടത്തോളം നമ്മൾ നിരാശാവാദികളാണ്. എന്നാൽ തൊഴിലാളിപ്രസ്ഥാനത്തേയും അതിന്റെ ലക്ഷ്യങ്ങളേയും സംബന്ധിച്ചിടത്തോളം നമ്മൾ ഉൽക്കടമായ ശുഭാപ്തിവിശ്വാസമുള്ളവരാണ്. പുതിയൊരു സൗധത്തിന് നാം അടിത്തറയിട്ടുതുടങ്ങി. നമ്മുടെ മക്കൾ അതിന്റെ പണി പൂർത്തിയാക്കും.

'ദൈവാനുഗ്രഹം കൊണ്ട് നമ്മൾ എങ്ങിനെയോ കഴിഞ്ഞുകൂടുന്നു, കുട്ടികൾ ഇല്ലാതിരിക്കുന്നതാണു നല്ലത്," എന്ന് ഭയാക്രാന്തസ്വരത്തിൽ മന്ത്രിക്കുന്ന വികാരശൂന്യരും സ്വാർത്ഥമതികളുമായ പെറ്റിബൂർഷ്വാദമ്പതികൾക്കു മാത്രം യോജിച്ച പുത്തൻമാൽത്തൂഷ്യനിസത്തോട് നാം നിരുപാധികമായി ശത്രുത പുലർത്താനുള്ള കാരണം, ഒരേയൊരു

കാരണം, ഇതാണ്.

ഗർഭച്ഛിദ്രങ്ങൾക്കും ഗർഭനിരോധന നടപടികളെസ്സംബന്ധിച്ച വൈദ്യശാസ്ത്രഗ്രന്ഥങ്ങളുടെ വിതരണത്തിനും മറ്റുമെതിരായ എല്ലാ നിയമങ്ങളേയും നിരുപാധികം റദ്ദാക്കാൻ ആവശ്യപ്പെടുന്നതിൽ നിന്ന് ഇത് ഒരുവിധത്തിലും നമ്മെ തടഞ്ഞുനിർത്തുന്നില്ലെന്നു പ്രത്യേകം പറയേണ്ടതില്ലല്ലോ. അത്തരം നിയമങ്ങൾ ഭരണാധികാരിവർഗ്ഗങ്ങളുടെ കാപട്യമല്ലാതൊന്നുമല്ല. ആ നിയമങ്ങൾ മുതലാളിത്തത്തിന്റെ വ്രണങ്ങളുണക്കുകയില്ല, അവയെ മർദ്ദിതബഹുജനങ്ങൾക്കു വിശേഷിച്ചും വേദനാകരമാംവണ്ണം ഗുരുതരമാക്കുകയേയുള്ളൂ. വൈദ്യവിജ്ഞാന പ്രചാരണത്തിനുള്ള സ്വാതന്ത്ര്യവും സ്ത്രീപുരുഷഭേദമെന്യെ പൗരന്മാരുടെ പ്രാഥമികജനാധിപത്യാവകാശങ്ങളുടെ സംരക്ഷണവും ഒരു കാര്യം. എന്നാൽ പുത്തൻ മാൽത്തുഷ്യനിസമെന്ന സാമൂഹ്യസിദ്ധാന്തം തികച്ചും മറ്റൊരു കാര്യമാണ്. ആധുനികസമുദായത്തിലെ ഏറ്റവും പുരോഗമന പരവും ഏറ്റവും സുശക്തവുമായ വർഗ്ഗത്തിന്റെമേൽ, മഹത്തായ പരിവർത്തനങ്ങൾക്ക് ഏറ്റവുമധികം സജ്ജമായിട്ടുള്ള വർഗ്ഗത്തിന്റെ മേൽ, ഭീരുത്വപൂർണ്ണമായ ആ പിന്തിരിപ്പൻ സിദ്ധാന്തം അടിച്ചേല്പിക്കാനുള്ള ശ്രമങ്ങൾക്കെതിരായി വർഗ്ഗബോധമുള്ള തൊഴിലാളികൾ യാതൊരു ദാക്ഷിണ്യവുമില്ലാതെ എപ്പോഴും പൊരുതുന്നതാണ്.

1913 ജൂൺ 6(19)-ാം ന എഴുതിയത്.

കൃഷിയിലെ ചെറുകിട ഉല്പാദനം

മാർക്സിസ്റ്റുകാർക്കിടയിൽ ഏറ്റവും സുലഭമായി അമ്പരപ്പും ചാഞ്ചാട്ടവും, ബൂർഷ്വാ (പ്രൊഫസർമാരുടെ) അർത്ഥശാസ്ത്രത്തിന്റെ ഭാഗത്തുനിന്ന് മാർക്സിസത്തിന്റെ നേർക്ക് ഏറ്റവും കൂടുതൽ ആക്രമണവും ഉണ്ടായിട്ടുള്ളത് ആധുനികമുതലാളിത്ത സ്റ്റേറ്റുകളിലെ കർഷകപ്രശ്നത്തിലാണ്.

മുതലാളിത്തത്തിൻകീഴിൽ നാശവും അവിശ്വസനീയമാംവണ്ണം അപമാനകരമായ അധമസ്ഥിതിയുമാണ് കൃഷിയിലെ ചെറുകിട ഉല്പാദനത്തിന്റെ വിധിയെന്നു മാർക്സിസ്റ്റുകാർ പറയുന്നു. ചെറുകിട ഉല്പാദനം വൻകിടമൂലധനത്തെ ആശ്രയിച്ചാണു നിൽക്കുന്നത്. കൃഷിയിലെ വൻകിട ഉല്പാദനത്തെ അപേക്ഷിച്ച് അതു പിന്നണിയിൽ കിടക്കുന്നു. ഗത്യന്തരമില്ലാതെ ഉപഭോഗം പരമാവധി വെട്ടിക്കുറച്ചും നട്ടുവൊടിക്കുന്ന കഠിനാദ്ധ്വാനം ചെയ്തും മാത്രമേ അതു നിലനിർത്താൻ കഴിയൂ. മനുഷ്യാദ്ധ്വാനത്തെ ചിന്നിച്ചിതറി പാഴാക്കികളയൽ, ഉല്പാദകനെ സംബന്ധിച്ചിടത്തോളം ഏറ്റവും ദുഷിച്ച ആശ്രിതത്വരൂപങ്ങൾ, കൃഷിക്കാരന്റെ കുടുംബത്തിനും കന്നാലികൾക്കും ഭൂമിക്കും ശക്തിക്ഷയം - ഇതാണ് എവിടെയും മുതലാളിത്തം കൃഷിക്കാരന് കാഴ്ചവയ്ക്കുന്നത്.

തൊഴിലാളിവർഗ്ഗത്തിന്റെ, സർവ്വോപരി കൂലിവേലക്കാരുടെ, പ്രവർത്തനങ്ങളുമായി സഹകരിക്കാതെ കൃഷിക്കാരനു രക്ഷയില്ലതന്നെ.

നേരേ മറിച്ച് ചെറുകിട ഉല്പാദനത്തിനു നിലനിൽക്കാൻ കഴിയുമെന്നും അതു വൻകിട ഉല്പാദനത്തേക്കാൾ ലാഭകരമാണെന്നും തെളിയിക്കാനാണ് ബൂർഷ്വാ അർത്ഥശാസ്ത്രവും ഒരുപക്ഷെ എപ്പോഴും അറിഞ്ഞുകൊണ്ടല്ലെങ്കിലും അതിന്റെ ഭാഗത്തു നിൽക്കുന്ന നറോദ്നിക്കുകളും[14] അവസരവാദികളും ശ്രമിക്കുന്നത്. മുതലാളിത്തസമുദായത്തിൽ അടിയുറച്ചതും സുരക്ഷിതവുമായ സ്ഥാനമുള്ള കൃഷിക്കാരൻ തിരിയേണ്ടത്

തൊഴിലാളിവർഗ്ഗത്തിന്റെ നേർക്കല്ല, ബൂർഷ്വാസിയുടെ നേർക്കാണ്; കൂലിവേലക്കാരുടെ വർഗ്ഗസമരത്തിലേക്ക് ആകൃഷ്ടരാവുകയല്ല, സ്വത്തുടമയും യജമാനനുമെന്ന തന്റെ നില ശക്തിപ്പെടുത്തുകയാണ് അവൻ വേണ്ടത് - ഇതാണ് ചുരുക്കത്തിൽ ബൂർഷ്വാ ധനശാസ്ത്രജ്ഞരുടെ സിദ്ധാന്തം.

തൊഴിലാളിവർഗ്ഗത്തിന്റേയും ബൂർഷ്വാസിയുടേയും സിദ്ധാന്തങ്ങൾ എത്രമാത്രം ശരിയാണെന്ന് സൂക്ഷ്മമായ കണക്കുകൾവച്ച് നമുക്കു പരീക്ഷിച്ചുനോക്കാം. ആസ്ത്രിയയിലും ജർമ്മനിയിലും കൃഷിപ്പണിയിലേർപ്പെടുത്തിയിട്ടുള്ള സ്ത്രീകളുടെ അദ്ധ്വാനത്തിന്റെ കണക്കുകൾ നോക്കാം. ശാസ്ത്രീയാടിസ്ഥാനത്തിൽ എല്ലാ കൃഷിസ്ഥാപനങ്ങളുടേയും കണക്കെടുക്കാൻ ഗവൺമെന്റിനു സമ്മതമില്ലാത്തതുകൊണ്ട് റഷ്യയെ സംബന്ധിച്ച പൂർണ്ണമായ വിവരങ്ങൾ ഇപ്പോഴും ലഭ്യമല്ല.

1902 -ലെ കാനേഷുമാരി കണക്കനുസരിച്ച് ആസ്ത്രിയയിൽ കൃഷിപ്പണിയിലേർപ്പെട്ടിരുന്ന 9070682 പേരിൽ 4422981 പേർ അഥവാ 48.7 ശതമാനം, സ്ത്രീകളായിരുന്നു. മുതലാളിത്തം താരതമ്യേന വളരെക്കൂടുതൽ വികസിച്ച ജർമ്മനിയിൽ കൃഷിപ്പണിയിലേർപ്പെട്ടിരിക്കുന്നവരുടെ ഭൂരിപക്ഷവും - 54.8 ശതമാനം - സ്ത്രീകളാണ്. കൃഷിയിൽ മുതലാളിത്തം കൂടുതൽ വികസിക്കുന്തോറും അത് സ്ത്രീകളുടെ അദ്ധ്വാനത്തെ കൂടുതൽ ഉപയോഗപ്പെടുത്തുന്നു, അതായത് അദ്ധ്വാനിക്കുന്ന ബഹുജനങ്ങളുടെ ജീവിതസാഹചര്യങ്ങൾ കൂടുതൽ വഷളാക്കുന്നു. ജർമ്മനിയിലെ വ്യവസായത്തിൽ പണിയെടുക്കുന്ന സ്ത്രീകൾ മൊത്തം തൊഴിലാളികളുടെ 25 ശതമാനം വരും. എന്നാൽ കൃഷിയിലാവട്ടെ, അവർ 50 ശതമാനത്തിലേറെയുണ്ട്. വ്യവസായം ഏറ്റവും നല്ല തൊഴിലാളികളെ വലിച്ചെടുത്തിട്ട് ശക്തികുറഞ്ഞവരെ കൃഷിപ്പണിക്കായി വിട്ടുകൊടുത്തിരിക്കുന്നുവെന്നാണ് ഇതിനർത്ഥം.

വികസിതമുതലാളിത്ത രാജ്യങ്ങളിൽ കൃഷി ഇപ്പോൾത്തന്നെ മുഖ്യമായും സ്ത്രീകളുടെ തൊഴിലായിക്കഴിഞ്ഞിട്ടുണ്ട്.

എന്നാൽ പല വലിപ്പത്തിലുള്ള കൃഷിയിടങ്ങളുടെ കണക്കു പരിശോധിച്ചുനോക്കിയാൽ സ്ത്രീകളുടെ അദ്ധ്വാനത്തെ വിശേഷിച്ചും വൻതോതിൽ ചൂഷണം ചെയ്യുന്നത് ചെറുകിട ഉല്പാദനത്തിലാണെന്നു കാണാൻ കഴിയും. നേരേമറിച്ച് കൃഷിയിൽപോലും വൻകിട മുതലാളിത്ത ഉല്പാദനം മുഖ്യമായും ഏർപ്പെടുത്തിയിട്ടുള്ളത് പുരുഷാദ്ധ്വാനത്തെയാണ് ഇക്കാര്യത്തിൽ അത് വ്യവസായത്തോടൊപ്പമെത്തിയിട്ടില്ലെന്നു മാത്രം.

ആസ്ത്രിയയിലേയും ജർമ്മനിയിലേയും സംഗതകണക്കുകൾ ചുവടെ ചേർക്കുന്നു.

കൃഷിയിടം	കൃഷിയിടത്തിന്റെ വലിപ്പം	സ്ത്രീതൊഴിലാളികളുടെ ശതമാനം	
		ആസ്ട്രിയ	ജർമ്മനി
തൊഴിലാളികളുടേത്	1/2 ഹെക്ടർ[10] വരെ 1/2 - 2 ഹെക്ടർ	52.0 50.9	74.1 65.7
കൃഷിക്കാരുടേത്	2-5 ഹെക്ടർ 5-10 ഹെക്ടർ 10-20 ഹെക്ടർ	49.6 48.5 48.6	54.4 50.2 48.4
മുതലാളിമാരുടേത്	20-100 ഹെക്ടർ 100 ഹെക്ടറും കൂടുതലും	46.6 27.4	44.8 41.0
ആകെ.......................................		48.7	54.8

മുതലാളിത്തകൃഷിയുടെ ഒരേ നിയമം തന്നെയാണ് രണ്ടു രാജ്യങ്ങളിലും നാം കാണുന്നത്. ഉല്പാദനത്തിന്റെ തോത് എത്രകണ്ടു ചെറുതാണോ, അത്രകണ്ടു മോശമാണ് തൊഴിലാളി ശക്തിയുടെ ഘടന, അത്രകണ്ടു കൂടുതലാണ് കൃഷിപ്പണി ചെയ്യുന്ന മൊത്തം ആളുകളിൽ സ്ത്രീകളുടെ എണ്ണം.

മുതലാളിത്തത്തിൻകീഴിലുള്ള പൊതുസ്ഥിതി താഴെപ്പറയുംവിധത്തിലാണ്: തൊഴിലാളികളുടെ കൃഷിയിടങ്ങളിൽ, അതായത് മുഖ്യമായും കൂലിവേലയെടുത്തു ജീവിക്കുന്നവർ (കർഷകത്തൊഴിലാളികൾ, ദിവസവേലക്കാർ, പൊതുവിൽ ചെറിയൊരു തുണ്ടു ഭൂമി കൈവശമുള്ള കൂലിവേലക്കാർ) 'ഉടമകളാ'യിട്ടുള്ള കൃഷിയിടങ്ങളിൽ, സ്ത്രീകളുടെ അദ്ധ്വാനത്തിന് പുരുഷന്മാരുടെ അദ്ധ്വാനത്തേക്കാൾ, ചിലപ്പോൾ ഭീമമായ അളവിൽപോലും, മുൻതൂക്കമുണ്ട്.

തൊഴിലാളികളുടേതോ അല്ലെങ്കിൽ കർഷകത്തൊഴിലാളികളുടേതോ ആയ ഇത്തരം കൃഷിയിടങ്ങളുടെ എണ്ണം വലുതാണെന്ന കാര്യം മറക്കരുത്. ആസ്ട്രിയയിൽ ആകെയുള്ള 28,00,000 കൃഷിയിടങ്ങളിൽ 1,300,000 എണ്ണവും ജർമ്മനിയിൽ ആകെയുള്ള 57,00,000 കൃഷിയിടങ്ങളിൽ 34,00,000 എണ്ണവും ഇത്തരത്തിലുള്ളതാണ്.

---

10 ഹെക്ടർ = 0.9 ദെസ്യത്തീന അഥവാ 3.28 ഏക്കർ-പ.

കൃഷിക്കാരുടേതായ കൃഷിയിടങ്ങളിൽ സ്ത്രീകളുടെ അദ്ധ്വാനവും പുരുഷാദ്ധ്വാനവും ഏറെക്കുറെ സമാസമമാണ്.

അവസാനമായി, മുതലാളിമാരുടെ കൃഷിയിടങ്ങളിൽ പുരുഷാദ്ധ്വാനത്തിന് സ്ത്രീകളുടെ അദ്ധ്വാനത്തേക്കാൾ മുൻതൂക്കമുണ്ട്.

എന്താണ് അതിന്റെ അർത്ഥം?

ചെറുകിട ഉല്പാദനത്തിലെ തൊഴിലാളിശക്തിയുടെ ഘടന വൻകിട മുതലാളിത്തോല്പാദനത്തിലേതിനേക്കാൾ മോശമാണെന്നാണ് അതിനർത്ഥം.

കൃഷിപ്പണിക്കാരി - തൊഴിലാളിസ്ത്രീയും കർഷകസ്ത്രീയും - വൻകിട മുതലാളിത്തോല്പാദനത്തിലെ പുരുഷത്തൊഴിലാളിയോട് കഴിയുന്നത്ര ഒപ്പമെത്താൻ വേണ്ടി വളരെക്കൂടുതൽ പാടുപെടണമെന്നാണ്, എല്ലുമുറിയെ പണിയെടുക്കണമെന്നാണ്, തന്റേയും തന്റെ കുഞ്ഞുങ്ങളുടേയും ആരോഗ്യം തകർക്കുന്ന കഠിനാദ്ധ്വാനം ചെയ്യണമെന്നാണ്, അതിനർത്ഥം.

വൻകിട ഉല്പാദനത്തിലെ തൊഴിലാളിയിൽനിന്നുള്ളതിനേക്കാൾ കൂടുതൽ പണി തൊഴിലാളിയിൽനിന്നു പിഴിഞ്ഞെടുത്തുകൊണ്ടുമാത്രമേ മുതലാളിത്തത്തിൻകീഴിൽ ചെറുകിട ഉല്പാദനത്തിനു പിടിച്ചുനിൽക്കാൻ കഴിയൂ എന്നാണ് അതിനർത്ഥം.

മുതലാളിത്തപരമായ ആശ്രിതത്വത്തിന്റെ സങ്കീർണ്ണമായ വലക്കെട്ടിൽ കൂലിവേലക്കാരനേക്കാൾ കൂടുതൽ ബന്ധിക്കപ്പെട്ട്, കൂടുതൽ കുരുങ്ങി, കിടക്കുകയാണ് കൃഷിക്കാരൻ. താൻ സ്വതന്ത്രനാണെന്നും തനിക്കു 'കാര്യം നേടാ'മെന്നുമാണ് അവന്റെ വിചാരം. പക്ഷേ പിടിച്ചുനിൽക്കണമെങ്കിൽ അവൻ (മൂലധനത്തിനുവേണ്ടി) കൂലിവേലക്കാരനേക്കാൾ കഠിനമായി പണിയെടുക്കണമെന്നതാണു വാസ്തവം.

കൃഷിയിലെ ബാലാദ്ധ്വാനത്തിന്റെ കണക്കുകൾ ഇത് കൂടുതൽ വ്യക്തമായി തെളിയിക്കുന്നു.[11]

1913 ജൂൺ 7 (20)-ാം നു എഴുതിയത്.

---

11 വി. ഐ. ലെനിൻ, സമാഹൃതകൃതികൾ, വാല്യം 19, പേജ് 209-12 നോക്കുക.

അഞ്ചാം സാർവ്വദേശീയ വ്യഭിചാര വിരുദ്ധ കോൺഗ്രസ്സ്

വെപ്പാണിഭവിരുദ്ധസമരത്തെ സംബന്ധിച്ച അഞ്ചാം സാർവ്വദേശീയ കോൺഗ്രസ്സ് ഈയിടെ ലണ്ടനിൽ സമാപിക്കുകയുണ്ടായി.

മഹാപ്രഭ്വിമാർ, പ്രഭ്വിമാർ, മെത്രാൻമാർ, പാതിരിമാർ, റബ്ബിമാർ, പോലീസുദ്യോഗസ്ഥന്മാർ, നാനാതരം ബൂർഷ്വാ മനുഷ്യസ്നേഹികൾ - ഇവരെല്ലാമാണ് അവിടെ പ്രത്യക്ഷപ്പെട്ടത്. ആഘോഷപൂർണ്ണമായ എത്രയെത്ര വിരുന്നുകളും ആർഭാടസമന്വിതമായ എത്രയെത്ര ഔദ്യോഗിക സ്വീകരണങ്ങളുമാണ് അവിടെ നടന്നത്! വ്യഭിചാരത്തിന്റെ തിന്മയേയും നികൃഷ്ടതയേയും കുറിച്ച് ഘനഗംഭീരമായ എത്രയെത്ര പ്രസംഗങ്ങളാണ് അവിടെ കേട്ടത്!

കോൺഗ്രസ്സിന്റെ പ്രതിനിധികളായി വന്ന പരിഷ്കൃതചിത്തരായ ബൂർഷ്വാകൾ എന്തു സമരമാർഗ്ഗങ്ങളാണു നിർദ്ദേശിച്ചത്? മുഖ്യമായും രണ്ടെണ്ണം - മതവും പോലീസും. വ്യഭിചാരത്തെ നേരിടാനുള്ള ഏറ്റവും ഉറപ്പുള്ളതും ആശാവഹവുമായ മാർഗ്ഗങ്ങൾ അവയാണത്രെ. കൂട്ടിക്കൊടുപ്പുകാർക്ക് ശാരീരികദണ്ഡനശിക്ഷ നൽകണമെന്നാവശ്യപ്പെടുന്ന ഒരു ബിൽ താൻ പാർലിമെന്റിൽ അവതരിപ്പിക്കുകയുണ്ടായെന്ന് ഒരു ബ്രിട്ടീഷ് പ്രതിനിധി വീമ്പടിച്ചതായി 'ലൈപ്സിഗർ ഫോൽക്സൈത്തുംഗി'[15] ന്റെ ലണ്ടൻപ്രതിനിധി റിപ്പോർട്ടു ചെയ്യുന്നു. വ്യഭിചാരത്തിനെതിരായ സമരത്തിലെ 'സംസ്ക്കാരസമ്പന്നനായ' ഈ അഭിനവ വീരൻ എത്തരക്കാരനാണെന്നു നോക്കൂ.

പോലീസിനെക്കുറിച്ചും വനിതാപ്പോലീസുകാർ 'പതിതകളുടെ' മേൽനോട്ടം വഹിക്കുന്നതിനെക്കുറിച്ചും കാനഡയിൽനിന്നുള്ള ഒരു

മാന്യമഹിള ആവേശപൂർവ്വം പ്രസംഗിച്ചു. എന്നാൽ കൂലി കൂട്ടുന്ന കാര്യം പരാമർശിച്ചപ്പോൾ സ്ത്രീത്തൊഴിലാളികൾ കൂടുതൽ കൂലി അർഹിക്കുന്നില്ലെന്നാണ് അവർ പറഞ്ഞത്.

ഒരു പാതിരി സമകാലീനഭൗതികവാദത്തെ അപലപിച്ചു സംസാരിച്ചു. അത് ജനങ്ങൾക്കിടയിൽ കൂടുതൽ കൂടുതൽ വേരുന്നിവരികയാണെന്നും യഥേഷ്ടപ്രേമത്തിന്റെ പ്രചാരത്തിനിടനല്കുകയാണെന്നും അയാൾ പറഞ്ഞു.

വ്യഭിചാരത്തിന്റെ സാമൂഹ്യഹേതുക്കൾ, തൊഴിലാളി കുടുംബങ്ങൾ അനുഭവിക്കുന്ന പഞ്ഞവും പട്ടിണിയും, ബാലാദ്ധ്വാന ചൂഷണം, ദുസ്സഹമായ താമസസൗകര്യങ്ങൾ, തുടങ്ങിയ കാര്യങ്ങൾ ആസ്ത്രിയൻ പ്രതിനിധിയായ ഗെർത്നെർ ഉന്നയിക്കാൻ ശ്രമിച്ചപ്പോൾ എതിരാളികൾ അദ്ദേഹത്തെ കൂവിയിരുത്തി!

ഉന്നതസ്ഥാനങ്ങളിലിരിക്കുന്നവരെപ്പറ്റി പ്രതിനിധികൾ തമ്മിൽത്തമ്മിൽ പറഞ്ഞ കാര്യങ്ങൾ വിജ്ഞേയവും പ്രൗഢഗംഭീരവുമായിരുന്നു. ഉദാഹരണത്തിന് ജർമ്മൻ ചക്രവർത്തിനി ബർലിനിലെ ഏതെങ്കിലും പ്രസവാശുപത്രി സന്ദർശിക്കാനെത്തുമ്പോഴേയ്ക്ക് 'ജാര' സന്തതികളുടെ അമ്മമാരുടെ കൈവിരലുകളിൽ മോതിരമണിയിച്ചിരിക്കുമത്രെ! അവിവാഹിത മാതാക്കളെ കണ്ട് തിരുമനസ്സ് ഞെട്ടാതിരിക്കാനാണത്.

ഈ കലീന - ബൂർഷ്വാകോൺഗ്രസ്സുകളിൽ നടമാടുന്ന ജുഗുപ്സാവഹമായ കാപട്യത്തെക്കുറിച്ച് ഇതിൽനിന്നും നമുക്ക് വിധികല്പിക്കാവുന്നതാണ്. മനുഷ്യസ്നേഹം കൊണ്ട് കസർത്തുകാട്ടുന്നവരും പട്ടിണിയോടും പഞ്ഞത്തോടുമുള്ള ഈ അവഹേളനത്തെ അനുകൂലിക്കുന്ന പോലീസുദ്യോഗസ്ഥന്മാരുമാണ് 'വ്യഭിചാരത്തിനെതിരായ സമര'ത്തിനുവേണ്ടി ഒത്തുകൂടുന്നത്. ആ വ്യഭിചാരത്തെ താങ്ങിനിർത്തുന്നതോ, കലീനരും ബൂർഷ്വാസിയുമല്ലാതെ മറ്റാരുമല്ലതാനും...

'റബോച്ചയ പ്രാവ്ദ,' ലക്കം 1

ജൂലായ് 13, 1913.

'മാർക്സിസത്തിന്റെ ഹാസ്യാനുകരണവും സാമ്രാജ്യത്വസാമ്പത്തികവാദ'വും എന്ന ലേഖനത്തിൽനിന്ന്

രാഷ്ട്രീയദോഷങ്ങളേയും സാമ്പത്തികദോഷങ്ങളേയും അപലപിക്കുന്ന 'നിഷേധാത്മക' മുദ്രാവാക്യങ്ങൾ തമ്മിലുള്ള വ്യത്യാസം പി. കീയെവ്സ്ക്കിയ് മനസ്സിലാക്കുന്നില്ല. രാഷ്ട്രീയ ഉപരിഘടന എന്തു തന്നെയായാലും, ചില സാമ്പത്തികദോഷങ്ങൾ മുതലാളിത്തത്തിന്റെ തന്നെ ഭാഗമാണെന്നതിലാണ് ഈ വ്യത്യാസം സ്ഥിതിചെയ്യുന്നത്. മുതലാളിത്തത്തെതന്നെ ഉച്ചാടനം ചെയ്യാതെ അവയെ സാമ്പത്തികമായി ഉച്ചാടനം ചെയ്യാൻ സാദ്ധ്യമല്ല. ഇത് തെറ്റാണെന്നു തെളിയിക്കാൻ ഒരൊറ്റ ഉദാഹരണം പോലും എടുത്തുകാട്ടാനാവില്ല. നേരേ മറിച്ച് 'നിലവിലുള്ള വ്യവസ്ഥിതിയുടെ' അതായത് മുതലാളിത്തത്തിന്റെ, 'അടിസ്ഥാനത്തിൽ' സാമ്പത്തികമായി തികച്ചും സാദ്ധ്യമായിട്ടുള്ളതും മുതലാളിത്തത്തിൻകീഴിൽ ഒരപവാദമെന്ന നിലയ്ക്ക് - ചില വശങ്ങൾ ഒരു രാജ്യത്തും മറ്റു ചില വശങ്ങൾ മറ്റൊരു രാജ്യത്തും - നടപ്പാക്കിക്കൊണ്ടിരിക്കുന്നതുമായ ജനാധിപത്യത്തിൽനിന്നുള്ള വ്യതിയാനത്തെയാണ് രാഷ്ട്രീയദോഷങ്ങൾ കുറിക്കുന്നത്. പൊതുവിൽ ജനാധിപത്യം നടപ്പാക്കാനാവശ്യമായ മൗലികോപാധികൾ മനസ്സിലാക്കുന്നതിൽത്തന്നെയാണ് ലേഖകൻ വീണ്ടും പരാജയപ്പെട്ടിരിക്കുന്നത്!

വിവാഹമോചനത്തിന്റെ കാര്യത്തിലും സ്ഥിതി ഇതുതന്നെ, ദേശീയ പ്രശ്നത്തെക്കുറിച്ചുള്ള ചർച്ചയ്ക്കിടയിൽ റോസ ലുക്സംബുർഗ്ഗാണ് ഈ പ്രശ്നം ആദ്യമായി ഉന്നയിച്ചതെന്ന് വായനക്കാർ ഓർക്കുന്നുണ്ടാവുമല്ലോ. ഒരു സ്റ്റേറ്റിനുള്ളിൽ (ഒരു പ്രത്യേക പ്രദേശത്തിനോ മേഖലയ്ക്കോ മറ്റോ) സ്വയംഭരണം വേണമെന്നു നാം വാദിക്കുകയാണെങ്കിൽ,

രാജ്യത്തിനൊട്ടാകെ ബാധകമായ എല്ലാ പ്രധാനപ്രശ്നങ്ങളും - വിവാഹമോചനത്തെ സംബന്ധിച്ച് നിയമനിർമ്മാണവും അതിൽപെടും - കേന്ദ്രഗവൺമെന്റിന്റേയും കേന്ദ്രപാർലിമെന്റിന്റേയും അധികാരപരിധിയിൽ വരണമെന്ന് കേന്ദ്രീകരണവാദികളായ സോഷ്യൽ ഡെമോക്രാറ്റുകാരെന്ന നിലയ്ക്ക് നാം നിർബന്ധപൂർവ്വം ആവശ്യപ്പെടണമെന്ന് അവർ തികച്ചും ന്യായമായി അഭിപ്രായപ്പെടുകയുണ്ടായി. ഇന്ന് പരിപൂർണ്ണമായ വിവാഹമോചനസ്വാതന്ത്ര്യം ആവശ്യപ്പെടാതെ ഒരാൾക്ക് ഒരു ജനാധിപത്യവാദിയും സോഷ്യലിസ്റ്റുമാകാൻ സാധ്യമല്ലെന്ന് ഈ ദൃഷ്ടാന്തം വ്യക്തമായി കാണിച്ചുതരുന്നു. കാരണം, ആ സ്വാതന്ത്ര്യമില്ലെങ്കിൽ, മർദ്ദിതരായ സ്ത്രീജാതി കൂടുതൽ മർദ്ദനമനുഭവിക്കുന്നുവെന്നാണർത്ഥം. അതേ സമയം, ഭർത്താവിനെ ഉപേക്ഷിക്കാനുള്ള സ്വാതന്ത്ര്യം അംഗീകരിക്കുന്നുവെന്നു വച്ച് അങ്ങിനെ ചെയ്യാൻ എല്ലാ ഭാര്യമാരേയും ക്ഷണിക്കുകയല്ലെന്നു മനസ്സിലാക്കാൻ വിഷമമില്ലല്ലൊ!

പി. കിയെവ്സ്ക്കിയ് 'എതിർക്കുന്നു.'

'ഇത്തരം സന്ദർഭങ്ങളിൽ' (അതായത് ഭർത്താവിനെ ഉപേക്ഷിക്കാൻ ഭാര്യ ആഗ്രഹിക്കുമ്പോൾ) 'അവൾക്ക് അവളുടെ അവകാശം' (വിവാഹമോചനത്തിനുള്ളത്) 'പ്രയോഗിക്കാൻ നിർവ്വാഹമില്ലെങ്കിൽ, അഥവാ അതിന്റെ പ്രയോഗം മൂന്നാമതു കക്ഷികളുടേയോ അതിലും കഷ്ടമായി അവളെ പരിഗ്രഹിക്കാൻ മോഹിക്കുന്നവരുടേയോ ഹിതത്തെ ആശ്രയിച്ചാണിരിക്കുന്നതെങ്കിൽ, ഈ അവകാശം എങ്ങിനെയിരിക്കും? അത്തരമൊരു അവകാശം പ്രഖ്യാപിക്കണമെന്നു നാം വാദിക്കുമോ? തീർച്ചയായും ഇല്ല!'

പൊതുവിൽ ജനാധിപത്യവും മുതലാളിത്തവും തമ്മിലുള്ള ബന്ധത്തെ തീരെ മനസ്സിലാക്കിയിട്ടില്ലെന്നാണ് ഈ എതിർപ്പ വെളിപ്പെടുത്തുന്നത്. മർദ്ദിതവർഗ്ഗങ്ങളെ അവരുടെ ജനാധിപത്യാവകാശങ്ങൾ 'പ്രയോഗിക്കാൻ' സാദ്ധ്യമല്ലാതാക്കിത്തീർക്കുന്ന സാഹചര്യങ്ങൾ മുതലാളിത്തത്തിൻകീഴിൽ അസാധാരണമല്ല. ആ വ്യവസ്ഥയ്ക്കു സഹജമാണ് അവ. വിവാഹമോചനം നടത്താനുള്ള അവകാശം മുതലാളിത്തത്തിന് കീഴിൽ മിക്കപ്പോഴും അപ്രായോഗികമായിരിക്കും. കാരണം, മർദ്ദിതരായ സ്ത്രീജാതി സാമ്പത്തികപരാധീനതയും അനുഭവിക്കുന്നുണ്ട്. മുതലാളിത്തത്തിൻകീഴിൽ എത്രതന്നെ ജനാധിപത്യമുണ്ടെങ്കിലും സ്ത്രീ ഒരു 'വീട്ടടിമ'യായി, കിടപ്പറയിലും തൊട്ടിൽമുറിയിലും അടുക്കളയിലും അടച്ചുപൂട്ടപ്പെട്ട ഒരടിമയായി, തുടരുന്നു. അതുപോലെതന്നെ, തൊഴിലാളികളേയും കൃഷിക്കാരേയും സാമ്പത്തികമായി

കീഴടക്കിവച്ചിരിക്കുന്നതുകൊണ്ടുതന്നെയാണ് മുതലാളിത്തത്തിൻകീഴിൽ 'സ്വന്തം' ന്യായാധിപന്മാരേയും ഉദ്യോഗസ്ഥന്മാരേയും അദ്ധ്യാപകരേയും ജൂറിമാരേയും മറ്റും തിരഞ്ഞെടുക്കാനുള്ള അവകാശം പ്രയോഗിക്കാൻ മിക്കപ്പോഴും കഴിയാതെ വരുന്നത്. ജനാധിപത്യ റിപ്പബ്ലിക്കിന്റെ കാര്യത്തിലും ഇതു ബാധകമാണ്: നമ്മുടെ പരിപാടിയിൽ അതിനെ 'ജനങ്ങളുടെ സ്വേച്ഛാധിപത്യ'മായിട്ടാണ് നിർവ്വചിച്ചിട്ടുള്ളത്. എന്നാലതേ സമയം തന്നെ, മുതലാളിത്തത്തിൻകീഴിൽ ഏറ്റവും ജനാധിപത്യപരമായ റിപ്പബ്ലിക്കിൽപോലും ബൂർഷ്വാസി ഉദ്യോഗസ്ഥന്മാരെ കോഴകൊടുത്തു പാട്ടിലാക്കാതിരിക്കില്ലെന്നും സ്റ്റോക്ക് എക്സ്ചേഞ്ചും ഗവൺമെന്റും തമ്മിൽ കൂട്ടുകെട്ടുണ്ടാക്കാതിരിക്കില്ലെന്നും എല്ലാ സോഷ്യൽഡെമോക്രാറ്റുകാർക്കും ഭംഗിയായിട്ടറിയാം.

അങ്ങിനെയാണെങ്കിൽ റിപ്പബ്ലിക്കുണ്ടായിട്ടു യാതൊരു കാര്യവുമില്ലെന്ന്, വിവാഹമോചനസ്വാതന്ത്ര്യമുണ്ടായിട്ട് യാതൊരു കാര്യവുമില്ലെന്ന്, ജനാധിപത്യമുണ്ടായിട്ട് യാതൊരു കാര്യവുമില്ലെന്ന്, രാഷ്ട്രങ്ങളുടെ സ്വയംനിർണ്ണയനമുണ്ടായിട്ടു യാതൊരു കാര്യവുമില്ലെന്ന്, ഇതിൽനിന്നും അനുമാനിക്കാൻ യാതൊരു ചിന്താ ശക്തിയുമില്ലാത്തവർക്കോ മാർക്സിസത്തെപ്പറ്റി ഒരു ചുക്കമറിഞ്ഞുകൂടാത്തവർക്കോ മാത്രമേ കഴിയൂ. ജനാധിപത്യം വർഗ്ഗമർദ്ദനത്തെ നിർമ്മാർജ്ജനം ചെയ്യുന്നില്ലെന്ന് മാർക്സിസ്റ്റുകാർക്കറിയാം. അത് വർഗ്ഗസമരത്തെ കൂടുതൽ കലർപ്പറ്റതും വ്യാപകവും പരസ്യവും നിശിതവുമാക്കുക മാത്രമാണ് ചെയ്യുന്നത്. അതാണു നമുക്കാവശ്യവും. വിവാഹമോചനസ്വാതന്ത്ര്യം എത്രകണ്ടു കൂടുതൽ പൂർണ്ണമാണോ, അത്രകണ്ടു കൂടുതൽ വ്യക്തമായി സ്ത്രീകൾ മനസ്സിലാക്കും, തങ്ങളുടെ 'വീട്ടടിമത്ത'ത്തിന്റെ ഉറവിടം അവകാശരാഹിത്യമല്ല, മുതലാളിത്തമാണെന്ന്. ഭരണക്രമം എത്രകണ്ടു കൂടുതൽ ജനാധിപത്യപരമാണോ, അത്രകണ്ടു കൂടുതൽ വ്യക്തമായി തൊഴിലാളികൾ മനസ്സിലാക്കും, മൗലികദോഷം അവകാശരാഹിത്യമല്ല, മുതലാളിത്തമാണെന്ന്. ദേശീയസമത്വം എത്രകണ്ടു കൂടുതൽ പൂർണ്ണമാണോ (വിട്ടുപോകാനുള്ള സ്വാതന്ത്ര്യമില്ലാതെ അതു പൂർണ്ണമല്ല) അത്രകണ്ടു കൂടുതൽ വ്യക്തായി മർദ്ദിതരാഷ്ട്രങ്ങളിലെ തൊഴിലാളികൾ മനസ്സിലാക്കും, തങ്ങളുടെ മേലുള്ള മർദ്ദനത്തിന്റെ കാരണം അവകാശരാഹിത്യമല്ല, മുതലാളിത്തമാണെന്ന്. ഇതുപോലെ ശേഷമുള്ളതും.

ഞങ്ങൾ വീണ്ടും വീണ്ടും പറയുന്നു: മാർക്സിസത്തിന്റെ ഹരിഃശ്രീ ഇങ്ങനെ അയവിറക്കേണ്ടി വരുന്നതിൽ വിഷമമുണ്ട്. പക്ഷെ കീയെവ്സ്കിയ്ക്ക് അതറിയാൻ വയ്യെങ്കിൽ പിന്നെന്തു ചെയ്യും?

സംഘടനാക്കമ്മിറ്റി[16] യുടെ വിദേശസെക്രട്ടറിമാരിലൊരാളായ സെംകോവ്സ്ക്കിയ് - പാരീസിൽനിന്നിറങ്ങുന്ന 'ഗോലൊസി'[17] ലാണെന്നാണ് എന്റെ ഓർമ്മ - ചർച്ച ചെയ്യുന്ന ഏതാണ്ടതേ മട്ടിൽ തന്നെയാണ് പി. കീയെവ്സ്ക്കിയും വിവാഹമോചനത്തെപ്പറ്റി ചർച്ച ചെയ്യുന്നത്. വിവാഹമോചനം നടത്താൻ സ്വാതന്ത്ര്യം നൽകുന്നുവെന്നു വച്ച് ഭർത്താക്കന്മാരെ ഉപേക്ഷിച്ചുപോകാൻ എല്ലാ ഭാര്യമാരേയും ക്ഷണിക്കുന്നുവെന്ന് അർത്ഥമില്ല, ശരിതന്നെ. എങ്കിലും ഭവതി, മറ്റെല്ലാ ഭർത്താക്കന്മാരും ഭവതിയുടെ ഭർത്താവിനേക്കാൾ യോഗ്യന്മാരാണ് എന്നു ഭാര്യയ്ക്കു തെളിയിച്ചുകൊടുക്കുകയാണെങ്കിൽ ഫലം ഒന്നുതന്നെയല്ലെ! ഇതായിരുന്നു സെംകോവ്സ്ക്കിയുടെ വാദം!

ഇങ്ങനെ വാദിക്കുമ്പോൾ, സ്ഥിരബുദ്ധിയില്ലാതെ ചിന്തിക്കുന്നത് സോഷ്യലിസ്റ്റ് തത്വങ്ങളുടേയോ ജനാധിപത്യതത്വങ്ങളുടേയോ ലംഘനമാവില്ലെന്ന കാര്യം സെംകോവ്സ്ക്കിയ് വിസ്മരിച്ചുപോയി. ഒരു സ്ത്രീയോട് മറ്റെല്ലാ ഭർത്താക്കന്മാരും അവരുടെ ഭർത്താവിനേക്കാൾ യോഗ്യന്മാരാണെന്ന സെംകോവ്സ്ക്കിയ് പറയുകയാണെങ്കിൽ ജനാധിപത്യതത്വങ്ങളുടെ ലംഘനമായി അതാരും കരുതുകയില്ല. വലിയൊരു പാർട്ടിയിൽ വലിയ പിരിയിളക്കക്കാരുണ്ടാവാതെ തരമില്ല എന്ന് ഏറിവന്നാൽ ആളുകൾ പറയുമായിരിക്കും. എന്നാൽ വിവാഹമോചന സ്വാതന്ത്ര്യത്തെ എതിർക്കുന്നവനും ഭാര്യ തന്നെ ഉപേക്ഷിച്ചുപോകുന്നതു തടയാൻവേണ്ടി കോടതിയേയോ പോലീസിനേയോ പള്ളിയേയോ സമീപിക്കുന്നവനുമായ ഒരുത്തന്റെ വക്കാലത്തു പിടിക്കാൻ, അയാളെ ജനാധിപത്യവാദിയെന്നു വിളിക്കാൻ, സെംകോവ്സ്ക്കിയ് തീരുമാനിക്കുകയാണെങ്കിൽ വിദേശസെക്രട്ടറിയേറ്റിലുള്ള സെംകോവ്സ്ക്കിയുടെ മിക്ക സഹപ്രവർത്തകർപോലും - അവർ കൊള്ളരുതാത്ത സോഷ്യലിസ്റ്റുകാരാണെങ്കിൽക്കൂടി - അദ്ദേഹത്തെ അനുകൂലിക്കാൻ വിസമ്മതിക്കുമെന്ന് ഞങ്ങൾക്കുറപ്പുണ്ട്!

വിവാഹമോചനത്തെപ്പറ്റി ചർച്ച ചെയ്യുമ്പോൾ സെംകോവ്സ്ക്കിയെപ്പോലെതന്നെ കീയെവ്സ്ക്കിയും പ്രശ്നമെന്തെന്നു മനസ്സിലാക്കുന്നില്ല. അതിന്റെ സാരാംശത്തിൽനിന്ന് അവർ ഒഴിഞ്ഞു മാറുന്നു. മുതലാളിത്തത്തിൻകീഴിൽ ഒന്നൊഴിയാതെ മറ്റേതൊരു ജനാധിപത്യാവകശാത്തേയുംപോലെതന്നെ വിവാഹമോചനത്തിനുള്ള അവകാശവും സോപാധികമാണ്, പരിമിതമാണ്, ഔപചാരികമാണ്, സങ്കുചിതമാണ്, നടപ്പാക്കാൻ അങ്ങേയറ്റം വിഷമകരമാണ്, എന്നതാണത്. എന്നുവച്ച് ആത്മാഭിമാനമുള്ള ഒരൊറ്റ സോഷ്യൽഡെമോക്രാറ്റും

വിവാഹമോചനാവകാശത്തെ എതിർക്കുന്ന ഒരാളെ സോഷ്യലിസ്റ്റെന്നതു പോയിട്ട് ജനാധിപത്യവാദിയായിട്ടുപോലും കരുതുകയില്ല. ഇതാണ് കാര്യത്തിന്റെ കാതൽ. അവകാശങ്ങൾ പ്രഖ്യാപിക്കുന്നതിലും നടപ്പാക്കുന്നതിലുമാണ് മുഴുവൻ ജനാധിപത്യവും അടങ്ങിയിരിക്കുന്നത്. മുതലാളിത്തത്തിൻകീഴിലാവട്ടെ, അവ വളരെച്ചെറിയ തോതിലും ആപേക്ഷികമായും മാത്രമേ നടപ്പാക്കാൻ കഴിയൂ. എന്നാൽ ഈ അവകാശങ്ങൾ പ്രഖ്യാപിക്കാതെ, അവയെ ഇപ്പോൾത്തന്നെ, ഉടനടിതന്നെ, നടപ്പാക്കാനുള്ള സമരം കൂടാതെ, ആ സമരത്തിന്റെ സ്പിരിട്ടിൽ ബഹുജനങ്ങളെ പരിശീലിപ്പിക്കാതെ, സോഷ്യലിസം നേടാൻ സാദ്ധ്യമല്ല.

1916 ആഗസ്റ്റ് - ഒക്ടോബർ കാലത്ത് എഴുതിയത്.

'നമ്മുടെ വിപ്ലവത്തിൽ തൊഴിലാളി വർഗ്ഗത്തിന്റെ കടമകൾ' എന്ന ലേഖനത്തിൽനിന്ന്

പോലീസിന്റെ സ്ഥാനത്ത് ജനകീയമിലിഷ്യ സ്ഥാപിക്കുകയെന്നത് നമ്മുടെ വിപ്ലവത്തിന്റെ മുഴുവൻ ഗതിയിൽനിന്നും സിദ്ധിക്കുന്നതും റഷ്യയുടെ മിക്ക ഭാഗങ്ങളിലും ഇപ്പോൾ നടപ്പാക്കിക്കൊണ്ടിരിക്കുന്നതുമായ ഒരു പരിഷ്കരണമാണ്. സാധാരണതരത്തിലുള്ള ഭൂരിപക്ഷം ബൂർഷ്വാവിപ്ലവങ്ങളിലും ഈ പരിഷ്ക്കരണത്തിന് എപ്പോഴും ഏറ്റവും ചുരുങ്ങിയ ആയുസ്സേ ഉണ്ടായിരുന്നുള്ളുവെന്നും, ഏറ്റവും ജനാധിപത്യപരവും റിപ്പബ്ലിക്കനുമായ ബൂർഷ്വാസിപോലും ത് സാറിസ്റ്റ് മാതൃകയിലുള്ള പഴയ പോലീസിനെ - ജനങ്ങളിൽ നിന്നൊറ്റപ്പെട്ടതും ബൂർഷ്വാസിയുടെ ചൊല്പടിയിലുള്ളതും ജനങ്ങളെ സർവ്വവിധേന മർദ്ദിക്കാൻ കഴിവുള്ളതുമായ പോലീസിനെ - പുനഃസ്ഥാപിക്കുകയാണു ചെയ്തിട്ടുള്ളതെന്ന് നമ്മൾ ജനങ്ങൾക്കു വിശദീകരിച്ചുകൊടുക്കണം.

പോലീസിന്റെ പുനസ്ഥാപനം തടയാൻ ഒരു വഴിയേയുള്ളൂ. ജനകീയമിലിഷ്യ സ്ഥാപിച്ച് അതിനെ പട്ടാളവുമായി ലയിപ്പിക്കുകയെന്നതാണത് (സ്ഥിരം പട്ടാളത്തിന്റെ സ്ഥാനത്ത് മുഴുവൻ ജനങ്ങളേയും ആയുധമണിയിച്ചിരിക്കും). ഈ മിലിഷ്യയിൽ സ്ത്രീ പുരുഷഭേദമന്യേ 15 വയസ്സിനും 65 വയസ്സിനുമിടയ്ക്കുള്ള സകലരും ഒന്നൊഴിയാതെ സേവനമനുഷ്ഠിക്കണം. പ്രായപൂർത്തിയാകാത്തവരുടേയും വൃദ്ധജനങ്ങളുടേയും പങ്കാളിത്തത്തെ സൂചിപ്പിക്കാനാണ് ഈ പ്രായപരിധികൾ ദൃഷ്ടാന്തരൂപേണ നിർദ്ദേശിച്ചത്. മിലിഷ്യയിൽ പൊതുജനസേവനം

നടത്തുന്ന ദിവസങ്ങളിൽ തൊഴിലാളികൾക്കും പരിചാരകർക്കും മറ്റും മുതലാളിമാർ ശമ്പളം കൊടുക്കണം. പൊതുവിൽ രാഷ്ട്രീയജീവിതത്തിൽ മാത്രമല്ല, സ്ഥിരമായ, സാർവ്വത്രികമായ, പൊതുജനസേവനത്തിലും സ്വതന്ത്രമായി പങ്കെടുക്കാൻ സ്ത്രീകളെ പ്രേരിപ്പിച്ചില്ലെങ്കിൽ സോഷ്യലിസത്തെപ്പറ്റി എന്നല്ല പൂർണ്ണമായും ഈടുറ്റതുമായ ജനാധിപത്യത്തെപ്പറ്റിപ്പോലും സംസാരിക്കുന്നതിലർത്ഥമില്ല. കടലാസിൽ മാത്രമല്ലാതെ യഥാർത്ഥത്തിലും സ്ത്രീകൾക്ക് തുല്യാവകാശങ്ങളില്ലെങ്കിൽ, രോഗികളുടെ ശുശ്രൂഷ, അനാഥശിശുക്കളുടെ പരിചരണം, ഭക്ഷ്യപരിശോധന, തുടങ്ങിയ 'പോലീസ്' ചുമതലകൾ ഒരിക്കലും തൃപ്തികരമായി നിറവേറ്റാനാവില്ല.

പോലീസിന്റെ പുനഃസ്ഥാപനം തടയുക, ഒരു ജനകീയമിലിഷ്യ രൂപീകരിക്കുന്നതിൽ മുഴുവൻ ജനങ്ങളുടേയും സംഘടനാശക്തികളെ സജ്ജീകരിക്കുക - ഇവയാണ് വിപ്ലവത്തെ അടിയുറപ്പിക്കാനും ശക്തിപ്പെടുത്താനും വികസിപ്പിക്കാനും വേണ്ടി തൊഴിലാളിവർഗ്ഗം ജനങ്ങളുടെ മുമ്പാകെ വയ്ക്കേണ്ട കടമകൾ.

1917 ഏപ്രിൽ 10 (23)-ാം ന എഴുതിയത്.

'പാർട്ടി പരിപാടി പുനഃപരിശോധിക്കുന്നതു സംബന്ധിച്ച സംഗതികൾ'എന്ന ലേഖനത്തിൽനിന്ന്[18]

റഷ്യൻ ജനാധിപത്യറിപ്പബ്ലിക്കിന്റെ ഭരണഘടന താഴെപ്പറയുന്ന കാര്യങ്ങൾക്ക് ഉറപ്പനൽകണം:

1) ജനങ്ങളുടെ പരമാധികാരം. ജനങ്ങൾ തിരഞ്ഞെടുത്തവരും അവർക്ക് എപ്പോൾ വേണമെങ്കിലും തിരിച്ചുവിളിക്കാവുന്നവരും ഒരൊറ്റ ജനകീയസഭയായി, ഒരൊറ്റ മണ്ഡലമായി, വർത്തിക്കുന്നവരുമായ ജനപ്രതിനിധികളിലായിരിക്കും സ്റ്റേറ്റിലെ പരമാധികാരം മുഴുവൻ നിക്ഷിപ്തമായിരിക്കുന്നത്.

1) ജനങ്ങളുടെ പരമാധികാരം. അതായത്, ജനപ്രതിനിധികളടങ്ങുന്നതും ഒരൊറ്റ മണ്ഡലം ഉൾക്കൊള്ളുന്നതുമായ നിയമനിർമ്മാണസഭയുടെ കൈകളിൽ പരമമായ ഭരണാധികാരം മുഴുവനും കേന്ദ്രീകരിക്കൽ.

2) നിയമനിർമ്മാണസഭയിലേക്കും വിവിധ തദ്ദേശസ്വയംഭരണ സ്ഥാപനങ്ങളിലേക്കുമുള്ള തിരഞ്ഞെടുപ്പുകളിൽ സ്ത്രീ പുരുഷഭേദമന്യേ ഇരുപതു വയസ്സു തികഞ്ഞ എല്ലാ പൗരന്മാർക്കും സാർവ്വത്രികവും തുല്യവും നേരിട്ടുള്ളതുമായ വോട്ടവകാശം; രഹസ്യബാലട്ട്; ഏതൊരു പ്രതിനിധി സ്ഥാപനത്തിലേക്കും തിരഞ്ഞെടുക്കപ്പെടാൻ ഓരോ വോട്ടർക്കുമുള്ള അവകാശം; ദ്വിവത്സരപാർലിമെണ്ട്; ജനപ്രതിനിധികൾക്കു ശമ്പളം; എല്ലാ തിരഞ്ഞെടുപ്പുകളിലും ആനുപാതികപ്രാതിനിധ്യം; ഭൂരിപക്ഷം സമ്മതിദായകരുടെ തീരുമാനപ്രകാരം ഒന്നൊഴിയാതെ എല്ലാ പ്രതിനിധികളേയും തിരഞ്ഞെടുക്കപ്പെട്ട ഉദ്യോഗസ്ഥന്മാരേയും ഏതു സമയത്തും തിരിച്ചുവിളിക്കാവുന്നതാണ്.

3) വിപുലമായ തോതിൽ തദ്ദേശസ്വയംഭരണം; ജനസംഖ്യക്ക് പ്രത്യേകഘടനയും പ്രത്യേക സാമൂഹ്യസ്ഥിതിയുമുള്ള ഇടങ്ങളിൽ മേഖലാസ്വയംഭരണം. പ്രാദേശിക - മേഖലാതലങ്ങളിൽ സർക്കാർ നിയമിച്ചിട്ടുള്ള എല്ലാ അധികൃതസ്ഥാനങ്ങളും എടുത്തുകളയുക.

4) വ്യക്തിപരവും അധിവാസപരവുമായ അലംഘനീയത.

5) നിരങ്കുശമായ അന്തഃകരണസ്വാതന്ത്ര്യവും പ്രസംഗസ്വാതന്ത്ര്യവും പത്രസ്വാതന്ത്ര്യവും സമ്മേളനസ്വാതന്ത്ര്യവും പണിമുടക്കുസ്വാതന്ത്ര്യവും സംഘടനാസ്വാതന്ത്ര്യവും.

6) ഗതാഗതസ്വാതന്ത്ര്യവും തൊഴിൽസ്വാതന്ത്ര്യവും.

7) സാമൂഹ്യശ്രേണികളുടെ ഉച്ചാടനം; ലിംഗഭേദമോ മതവിശ്വാസമോ വംശമോ ദേശീയജനവിഭാഗമോ നോക്കാതെ എല്ലാ പൗരൻമാർക്കും തുല്യാവകാശങ്ങൾ.

8) സർക്കാരിന്റേയും തദ്ദേശസ്വയംഭരണസ്ഥാപനങ്ങളുടേയും ചെലവിൽ സ്ഥാപിക്കുന്ന സ്കൂളുകളിൽ സ്വന്തം മാതൃഭാഷയിൽ വിദ്യാഭ്യാസം ലഭിക്കാൻ ജനങ്ങൾക്കുള്ള അവകാശം. ഓരോ പൗരനും യോഗങ്ങളിൽ മാതൃഭാഷയിൽ സംസാരിക്കാനുള്ള അവകാശം. സാമൂഹ്യവും സർക്കാർ വകയുമായിട്ടുള്ള എല്ലാ പ്രാദേശികസ്ഥാപനങ്ങളിലും മാതൃഭാഷയും ഔദ്യോഗികഭാഷയും തുല്യനിലയിൽ ഉപയോഗിക്കുക. നിർബ്ബന്ധിത ഔദ്യോഗികഭാഷയെന്നൊന്ന് ഇല്ലാതാക്കുക.

9) സ്റ്റേറ്റിലെ എല്ലാ അംഗരാഷ്ട്രങ്ങൾക്കും സ്വയംനിർണ്ണ-യാവകാശം.

9) സ്റ്റേറ്റിലെ എല്ലാം അംഗരാഷ്ട്രങ്ങൾക്കും നിർബാധം വിട്ടുപോകാനും സ്വതന്ത്രസ്റ്റേറ്റുകൾ രൂപീകരിക്കാനുമുള്ള അവകാശം. ഒരു പൊതുസ്റ്റേറ്റ് രൂപീകരിക്കാൻ റഷ്യൻ ജനതയുടെ റിപ്പബ്ലിക്ക് മറ്റു ജനതകളേയോ ദേശീയജനവിഭാഗങ്ങളേയോ തങ്ങളോടടുപ്പിക്കേണ്ടത് ബലം പ്രയോഗിച്ചല്ല, അവയുടെ സ്വമേധയാ ഉള്ള സമ്മതപ്രകാരമായിരിക്കണം.

10) ഏതൊരു ഉദ്യോഗസ്ഥനെതിരായും കോടതിയിൽ അന്യായം ബോധിപ്പിക്കാൻ എല്ലാവർക്കും അവകാശമുണ്ടായിരിക്കും.

11) ന്യായാധിപന്മാരെ ജനങ്ങൾ തിരഞ്ഞെടുക്കുന്നതാണ്.

11) ന്യായാധിപന്മാരേയും സിവിലിയൻ ജോലികളിലെന്നപോലെ പട്ടാളത്തിലുള്ള ഉദ്യോഗസ്ഥന്മാരേയും ജനങ്ങൾ

തിരഞ്ഞെടുക്കുന്നതാണ്. ഭൂരിപക്ഷം സമ്മതിദായകരുടെ തീരുമാന പ്രകാരം അവരിൽ ഏതൊരാളേയും എപ്പോൾ വേണമെങ്കിലും നീക്കം ചെയ്യാവുന്നതാണ്.

12) സ്ഥിരം സൈന്യത്തിന്റെ സ്ഥാനത്ത് സാർവ്വത്രികമായി ആയുധം ധരിച്ച ജനങ്ങളെ ഏർപ്പെടുത്തുക.

12) പോലീസിന്റേയും സ്ഥിരംസൈന്യത്തിന്റേയും സ്ഥാനത്ത് സാർവ്വത്രികമായി ആയുധം ധരിച്ച ജനങ്ങളെ ഏർപ്പെടുത്തുക; ജനകീയമിലിഷ്യയിൽ പൊതുജനസേവനമനുഷ്ഠിക്കുന്ന സമയത്ത് തൊഴിലാളികൾക്കും മറ്റു ജീവനക്കാർക്കും മുതലാളിമാരിൽനിന്നു മുറപ്രകാരമുള്ള വേതനം ലഭിക്കുന്നതാണ്.

13) പള്ളിയെ സ്റ്റേറ്റിൽനിന്നും സ്കൂളുകളെ പള്ളിയിൽനിന്നും വേർതിരിക്കുക; സ്കൂളുകൾ തികച്ചും മതേതരമായിരിക്കും.

14) സ്ത്രീപുരുഷഭേദമന്യെ എല്ലാ കുട്ടികൾക്കും പതിനാറു വയസ്സു വരെ സൗജന്യവും നിർബ്ബന്ധിതവുമായ സാമാന്യവിദ്യാഭ്യാസവും തൊഴിൽപരവിദ്യാഭ്യാസവും; പാവപ്പെട്ട കുട്ടികൾക്ക് സ്റ്റേറ്റിന്റെ ചെലവിൽ ഭക്ഷണവും വസ്ത്രവും പഠനസാമഗ്രികളും.

14) സ്ത്രീപുരുഷഭേദമന്യെ എല്ലാ കുട്ടികൾക്കും പതിനാറു വയസ്സുവരെ സൗജന്യവും നിർബ്ബന്ധിതവുമായ സാമാന്യവിദ്യാഭ്യാസവും പോളിടെക്നിക്കിൽ വിദ്യാഭ്യാസവും (ഏറ്റവും പ്രധാനപ്പെട്ട ഉല്പാദനരംഗങ്ങളുമായി സൈദ്ധാന്തികമായും പ്രായോഗികമായും പരിചയപ്പെടൽ); കുട്ടികളുടെ പഠിത്തവും സാമൂഹ്യമായി ഉല്പാദനക്ഷമമായ അദ്ധ്വാനവും തമ്മിൽ അടുത്ത ബന്ധമുണ്ടായിരിക്കും.

15) എല്ലാ വിദ്യാർത്ഥികൾക്കും സ്റ്റേറ്റിന്റെ ചെലവിൽ ഭക്ഷണവും വസ്ത്രവും പഠനസാമഗ്രികളും.

16) ജനാധിപത്യപരമായി തിരഞ്ഞെടുക്കപ്പെട്ട തദ്ദേശസ്വയം ഭരണ സ്ഥാപനങ്ങൾ പൊതുജനവിദ്യാഭ്യാസത്തിന്റെ ചുമതല വഹിക്കുക; സ്കൂളുകളിലെ പാഠ്യക്രമം നിർണ്ണയിക്കുന്നതിലും അദ്ധ്യാപകരെ നിയമിക്കുന്നതിലും കേന്ദ്രഗവൺമെന്റ് ഒരുതരത്തിലും കൈകടത്താതിരിക്കുക; അദ്ധ്യാപകരെ ജനങ്ങൾ നേരിട്ടു തിരഞ്ഞെടുക്കുക, അനാശാസ്യരായ അദ്ധ്യാപകരെ നീക്കം ചെയ്യാനുള്ള അവകാശം ജനങ്ങൾക്കുണ്ടായിരിക്കും.

നമ്മുടെ രാജ്യത്തിന്റെ ദേശീയസമ്പദ്വ്യവസ്ഥയെ ജനാധിപത്യവൽക്കരിക്കാനുള്ള ഒരു മൗലികോപാധിയെന്ന നിലയ്ക്ക് എല്ലാ

പരോക്ഷനികുതികളും എടുത്തുകളയണമെന്നും വരുമാനങ്ങളിന്മേലും പൈതൃകസ്വത്തുക്കളിന്മേലും ക്രമപ്രവൃദ്ധമായ നികുതി ചുമത്തണമെന്നും റഷ്യൻ സോഷ്യൽഡെമോക്രാറ്റിക് ലേബർപാർട്ടി ആവശ്യപ്പെടുന്നു.

ഒരു വശത്ത് ബാങ്കിങ്ങിലും ട്രസ്റ്റുകളുടെ രൂപത്തിലുള്ള വ്യവസായശാഖകളിലും മുതലാളിത്തം ഇതിനകംതന്നെ ആർജ്ജിച്ചുകഴിഞ്ഞ ഉയർന്ന വികാസനിലവാരവും, മറുവശത്ത് സാമ്രാജ്യത്വയുദ്ധം വരുത്തിവച്ചിട്ടുള്ളതും ഏറ്റവും പ്രധാനപ്പെട്ട ഉല്പന്നങ്ങളുടെ ഉല്പാദനവും വിതരണവും സ്റ്റേറ്റിന്റേയും സമൂഹത്തിന്റേയും നിയന്ത്രണത്തിലായിരിക്കണമെന്ന ആവശ്യം സർവ്വത്ര ഉയർന്നുവരാൻ ഇടയാക്കിയിട്ടുള്ളതുമായ സാമ്പത്തികത്തകർച്ചയും, ബാങ്കുകളുടേയും സിൻഡിക്കേറ്റുകളുടേയും (ട്രസ്റ്റുകളുടേയും) മറ്റും ദേശസാൽക്കരണം ആവശ്യപ്പെടാൻ പാർട്ടിയെ പ്രേരിപ്പിക്കുന്നു.

തൊഴിലാളിവർഗ്ഗത്തെ ശാരീരികവും ധാർമ്മികവുമായ അധഃപതനത്തിൽനിന്നു രക്ഷിക്കാനും വിമോചനസമരം നടത്താനുള്ള അതിന്റെ ശേഷി വർദ്ധിപ്പിക്കാനും പാർട്ടി താഴെപ്പറയുന്ന കാര്യങ്ങൾ ആവശ്യപ്പെടുന്നു:

1) എല്ലാ കൂലിവേലക്കാരുടേയും പ്രവൃത്തിദിവസം എട്ടു മണിക്കൂറായി ക്ലിപ്തപ്പെടുത്തുക.

1) എല്ലാ കൂലിവേലക്കാരുടേയും പ്രവൃത്തിദിവസം എട്ടു മണിക്കൂറായി ക്ലിപ്തപ്പെടുത്തുക. ഇടവിടാത്ത പണിയാണെങ്കിൽ ഭക്ഷണത്തിനുള്ള ഒരു മണിക്കൂറിൽ കുറയാത്ത ഇടവേളകൂടി ഇതിൽ ഉൾപ്പെടുത്തിയിരിക്കണം. അപകടകരവും ആരോഗ്യത്തിനു ഹാനികരവുമായ വ്യവസായങ്ങളിൽ പ്രവൃത്തിദിവസം 4-6 മണിക്കൂറായി ചുരുക്കണം.

2) ദേശീയസമ്പദ്വ്യവസ്ഥയുടെ എല്ലാ ശാഖകളിലും സ്ത്രീപുരുഷഭേദമന്യെ എല്ലാ കൂലിവേലക്കാർക്കും ആഴ്ചയിൽ തുടർച്ചയായി 42 മണിക്കൂറിൽ കുറയാത്ത വിശ്രമസമയം ലഭിക്കുമെന്ന് നിയമം മുഖേന നിശ്ചയിക്കുക.

3) ഓവർടൈം ജോലി പാടേ നിരോധിക്കുക.

4) സാങ്കേതികകാരണങ്ങളാൽ അനിവാര്യമായിട്ടുള്ളതും അക്കാര്യം തൊഴിലാളിസംഘടനകൾ അംഗീകരിച്ചിട്ടുള്ളതുമായ സന്ദർഭങ്ങളിലൊഴിച്ചാൽ ദേശീയസമ്പദ്വ്യവസ്ഥയുടെ എല്ലാ ശാഖകളിലും രാത്രിവേല (രാത്രി 9 മണി തൊട്ട് രാവിലെ 6 മണി വരെയുള്ള വേല) നിരോധിക്കുക.

4) ദേശീയസമ്പദ്‌വ്യവസ്ഥയുടെ എല്ലാ ശാഖകളിലും രാത്രിവേല (രാത്രി 8 മണി തൊട്ട് രാവിലെ 6 മണിവരെയുള്ള വേല) നിരോധിക്കുക. സാങ്കേതികകാരണങ്ങളാൽ അനിവാര്യമായിട്ടുള്ളതും അക്കാര്യം തൊഴിലാളിസംഘടനകൾ അംഗീകരിച്ചിട്ടുള്ളതുമായ സന്ദർഭങ്ങളെ മാത്രമേ ഇതിൽനിന്ന് ഒഴിച്ചുനിർത്താവൂ. അപ്പോൾപോലും രാത്രിവേല നാലു മണിക്കൂറിൽ കവിയരുത്.

5) സ്കൂൾപ്രായത്തിലുള്ള (പതിനാറു വയസ്സിനു താഴെയുള്ള) കുട്ടികളെ പണിക്കുവയ്ക്കുന്നതു നിരോധിക്കുക. പ്രായപൂർത്തിയാവാത്തവരുടെ (16-18 വയസ്സുള്ളവരുടെ) പ്രവൃത്തിദിവസത്തിന് 6 മണിക്കൂറെന്നു പരിധിവയ്ക്കുക.

5) സ്കൂൾ പ്രായത്തിലുള്ള (പതിനാറു വയസ്സിനു താഴെയുള്ള) കുട്ടികളെ പണിക്കുവയ്ക്കുന്നതു നിരോധിക്കുക; പ്രായപൂർത്തിയാവാത്തവരുടെ (16-20) വയസ്സുള്ളവരുടെ) പ്രവൃത്തിദിവസത്തിന് 4 മണിക്കൂറെന്നു പരിധിവയ്ക്കുക. പ്രായപൂർത്തിയാവാത്തവരെ അനാരോഗ്യകരമായ വ്യവസായങ്ങളിലും ഖനികളിലും രാത്രിവേലയ്ക്കു നിർത്തുന്നതു നിരോധിക്കുക.

6) സ്ത്രീകളുടെ ആരോഗ്യത്തിനു ഹാനികരമായ എല്ലാ വ്യവസായ ശാഖകളിലും സ്ത്രീകളെക്കൊണ്ടു പണിയെടുപ്പിക്കുന്നതു നിരോധിക്കുക. സ്ത്രീകൾക്ക് പ്രസവത്തിനു മുമ്പു നാലാഴ്ചത്തേക്കും പ്രസവത്തിനുശേഷം ആറാഴ്ചത്തേക്കും മുഴുവൻ ശമ്പളത്തോടുകൂടിയ അവധി നൽകുക.

6) സ്ത്രീകളുടെ ആരോഗ്യത്തിനു ഹാനികരമായ എല്ലാ വ്യവസായ ശാഖകളിലും സ്ത്രീകളെക്കൊണ്ടു പണിയെടുപ്പിക്കുന്നതു നിരോധിക്കുക. സ്ത്രീകൾക്ക് പ്രസവത്തിനു മുമ്പ് എട്ടാഴ്ചത്തേക്കും പ്രസവശേഷം എട്ടാഴ്ചത്തേക്കും മുഴുവൻ ശമ്പളത്തോടുകൂടിയ അവധി നൽകുക; സൗജന്യ വൈദ്യസഹായവും ഔഷധസഹായവും ഏർപ്പെടുത്തുക.

7) സ്ത്രീകൾ പണിയെടുക്കുന്ന എല്ലാ ഫാക്ടറികളിലും മറ്റു സ്ഥാപനങ്ങളിലും കൈക്കുഞ്ഞുങ്ങൾക്കും കൊച്ചുകുട്ടികൾക്കും വേണ്ടി നഴ്സറികൾ സ്ഥാപിക്കുക; പാലൂട്ടുന്ന അമ്മമാർക്ക് മൂന്ന് മണിക്കൂറിൽ കവിയാതെ ഇടവിട്ട് കുറഞ്ഞത് അര മണിക്കൂർ നേരത്തേക്ക് ജോലിയിൽനിന്നു വിടുതി നൽകുക.

7) സ്ത്രീകൾ പണിയെടുക്കുന്ന എല്ലാ ഫാക്ടറികളിലും മറ്റു സ്ഥാപനങ്ങളിലും കൈക്കുഞ്ഞുങ്ങൾക്കും കൊച്ചുകുട്ടികൾക്കുംവേണ്ടി നഴ്സറികളും പാലൂട്ടുന്ന അമ്മമാർക്കു വേണ്ടി പ്രത്യേകമുറികളും ഏർപ്പെടുത്തുക; പാലൂട്ടുന്ന അമ്മമാർക്ക് മൂന്ന് മണിക്കൂറിൽ കവിയാതെ ഇടവിട്ട് കുറഞ്ഞത്

അര മണിക്കൂർനേരത്തേക്ക് ജോലിയിൽനിന്നു വിടുതി നൽകുക; അത്തരം അമ്മമാർക്ക് പ്രത്യേക ബത്തകൾ അനുവദിക്കുകയും അവരുടെ പ്രവൃത്തിദിവസം ആറു മണിക്കൂറായി ചുരുക്കുകയും ചെയ്യുക.

8) മുതലാളിമാരിൽനിന്ന് പ്രത്യേക നികുതി ഈടാക്കിക്കൊണ്ട് രൂപീകരിക്കുന്ന പ്രത്യേകഫണ്ടിൽനിന്ന് തൊഴിലാളികൾക്ക് വാർദ്ധക്യകാലത്തേക്കും അദ്ധ്വാനശേഷി പൂർണ്ണമായോ ഭാഗികമായോ നഷ്ടപ്പെടുന്ന സന്ദർഭങ്ങളിലേക്കുമുള്ള സ്റ്റേറ്റ് ഇൻഷുറൻസ് ഏർപ്പെടുത്തുക.

8) തൊഴിലാളികൾക്ക് പൂർണ്ണമായ സാമൂഹ്യ ഇൻഷുറൻസ്:

A) എല്ലാത്തരം കൂലിവേലയ്ക്കും;

B) എല്ലാത്തരം അദ്ധ്വാനശേഷി നഷ്ടത്തിനും. രോഗം, അംഗഭംഗം, അനാരോഗ്യം, വാർദ്ധക്യം, തൊഴിൽപരരോഗങ്ങൾ, പ്രസവം, വൈധവ്യം, അനാഥത്വം, കൂടാതെ തൊഴിലില്ലായ്മ മുതലായവ ഇതിൽ പെടും;

C) എല്ലാ ഇൻഷുറൻസ് സ്ഥാപനങ്ങളും പൂർണ്ണമായും നടത്തിക്കൊണ്ടു പോകുന്നത് ഇൻഷുർ ചെയ്യപ്പെട്ടവർതന്നെയായിരിക്കും.

D) മുതലാളിമാർ ഇൻഷുറൻസിന്റെ ചെലവു വഹിക്കുന്നതാണ്.

E) തൊഴിലാളികൾതന്നെ തിരഞ്ഞെടുക്കുന്നതും സ്വയംഭരണരൂപത്തിലുള്ളതുമായ ആതുരസഹായസംഘങ്ങളുടെ നിയന്ത്രണത്തിൽ സൗജന്യവൈദ്യസഹായവും ഔഷധസഹായവും.

9) ഇനമായി കൂലികൊടുക്കുന്ന ഏർപ്പാട് നിരോധിക്കുക. ഒന്നൊഴിയാതെ എല്ലാ തൊഴിൽക്കരാറുകളിലും ആഴ്ചതോറും കൂലി കൊടുക്കുന്ന ദിവസം നിശ്ചയിച്ചിരിക്കണം. കൂലി കൊടുക്കുന്നത് പണമായിട്ടും പണിസമയത്തുമായിരിക്കണം.

10) എന്തു കാരണം പറഞ്ഞായാലും എന്ത് ഉദ്ദേശത്തിനായാലും തൊഴിലുടമകൾ കൂലിയിൽ നിന്ന് കിഴിവുകൾ നടത്തുന്നത് (പിഴയിടൽ, കേടായ ഉല്പന്നങ്ങൾ നിരാകരിക്കൽ, തുടങ്ങിയവ) നിരോധിക്കുക.

11) ദേശീയസമ്പദ്വ്യവസ്ഥയുടെ എല്ലാ ശാഖകളിലും വേണ്ടത്ര ഫാക്ടറി ഇൻസ്പെക്ടർമാരെ നിയമിക്കുക; സർക്കാർവക സ്ഥാപനങ്ങളുൾപ്പെടെ കൂലിവേല ഏർപ്പെടുത്തിയിട്ടുള്ള എല്ലാ സ്ഥാപനങ്ങളിലേക്കും ഫാക്ടറി പരിശോധന വ്യാപിപ്പിക്കുക (വീട്ടുവേലയും പരിശോധനാവിധേയമായിരിക്കും); സ്ത്രീകളെ പണിക്കുവച്ചിട്ടുള്ള വ്യവസായങ്ങളിൽ വനിതാ ഇൻസ്പെക്ടർമാരെ നിയമിക്കുക; ഫാക്ടറിനിയമങ്ങൾ നടപ്പാക്കുന്നതിന്റേയും കൂലിനിരക്കുകൾ

നിശ്ചയിക്കുന്നതിന്റേയും അസംസ്കൃതപദാർത്ഥങ്ങളും പൂർത്തിയായ ഉല്പന്നങ്ങളും കൊള്ളുകയോ തള്ളുകയോ ചെയ്യുന്നതിന്റേയും മേൽനോട്ടം വഹിക്കുന്നതിന് തൊഴിലാളികൾ തിരഞ്ഞെടുത്ത പ്രതിനിധികളെ സർക്കാർ ശമ്പളത്തിൽ ഏർപ്പെടുത്തുക.

9) തൊഴിലാളിസംഘടനകളാൽ തിരഞ്ഞെടുക്കപ്പെട്ടതും കൂലിവേല ഏർപ്പെടുത്തിയിട്ടുള്ള എല്ലാ സ്ഥാപനങ്ങളിലേക്കും വീട്ടുവേലക്കാരിലേക്കും വ്യാപിച്ചിട്ടുള്ളതുമായ തൊഴിൽപരിശോധനാലയം സ്ഥാപിക്കുക. സ്ത്രീകളെ പണിക്കുവച്ചിട്ടുള്ള സ്ഥാപനങ്ങളിൽ വനിതാ ഇൻസ്പെക്ടർമാരെ നിയമിക്കുക.

1917 ഏപ്രിൽ-മേയിൽ എഴുതിയത്.

'ബോൾഷെവിക്കുകൾക്ക് ഭരണാധി കാരം നിലനിർത്താൻ കഴിയുമോ?' എന്ന ലേഖനത്തിൽനിന്ന്

തൊഴിലാളിവർഗ്ഗത്തിന് ഭരണയന്ത്രത്തെ ചലിപ്പിക്കാൻ കഴിയുകയില്ലെന്നാണ് നമ്മോടു പറയുന്നത്.

പതിനഞ്ചു കോടി ജനങ്ങളുടെ നേരെ അവസാനമില്ലാത്ത അക്രമം പ്രവർത്തിക്കുകയും നിരങ്കുശമായ അപമാനങ്ങൾ ചൊരിയുകയും ബഹു ഭൂരിപക്ഷത്തേയും മനുഷ്യോചിതമല്ലാത്ത കഠിനാദ്ധ്വാനത്തിലേക്കും അർദ്ധപ്പട്ടിണിയിലേക്കും തള്ളിവിടുകയും ചെയ്ത 1,30,000 ഭൂവുടമക ളാണ് 1905-ലെ വിപ്ലവത്തിനുശേഷം റഷ്യയെ ഭരിച്ചത്.

എന്നിട്ടും ബോൾഷെവിക് പാർട്ടിയിലെ 2,40,000 അംഗങ്ങൾക്ക് റഷ്യയെ ഭരിക്കാൻ കഴിയുകയില്ലെന്നാണ്, പാവങ്ങൾക്കുവേണ്ടിയും പണക്കാർക്കെതിരായും ഭരിക്കാൻ കഴിയുകയില്ലെന്നാണ്, നമ്മോടു പറയുന്നത്. ഈ 240,000 പേരുടെ പിന്നിൽ പ്രായപൂർത്തിയെത്തിയ ജനങ്ങളുടെ പത്തു ലക്ഷത്തിൽ കുറയാത്ത വോട്ടുകൾ ഇപ്പോൾത്ത ന്നെയുണ്ട്. കാരണം, പാർട്ടിയുടെ അംഗസംഖ്യയും പാർട്ടിക്കു കിട്ടുന്ന വോട്ടുകളും തമ്മിൽ ഈയൊരു അനുപാതമാണ് യൂറോപ്പിലെ അനുഭവവും റഷ്യയിലെ അനുഭവവും - ഉദാഹരണത്തിന് കഴിഞ്ഞ ആഗസ്റ്റിൽ പെട്രോഗ്രാഡ് നഗരസഭയിലേക്കു നടന്ന തിരഞ്ഞെടുപ്പ് - വെളിപ്പെടുത്തിയിട്ടുള്ളത്. അങ്ങിനെ, മാസാമാസം 20 ന് കിട്ടുന്ന കൊഴുത്ത ശമ്പളത്തിനു വേണ്ടിയല്ലാതെ ഉന്നതാദർശങ്ങളെ മുൻനി ർത്തി സോഷ്യലിസ്റ്റ് ഭരണകൂടത്തോടു കൂറുപുലർത്തുന്ന പത്തുലക്ഷം പേരുടെ ഒരു 'ഭരണയന്ത്രം' നമുക്കിപ്പോൾത്തന്നെയുണ്ട്.

ഇതിനും പുറമെ, നമ്മുടെ ഭരണയന്ത്രത്തെ പെട്ടെന്ന്, ഒറ്റയടിക്ക്, പതിന്മടങ്ങു വികസിപ്പിക്കാനുള്ള 'ജാലവിദ്യ' നമ്മുടെ കൈവശമുണ്ട്. ഒരൊറ്റ മുതലാളിത്തഭരണകൂടത്തിനും ഒരിക്കലും ലഭ്യമായിരുന്നിട്ടില്ലാത്തതും ലഭ്യമാവാൻ തരമില്ലാത്തതുമായ ഒരു മാർഗ്ഗമാണത്. അദ്ധ്വാനിക്കുന്ന ജനങ്ങളെ, പാവപ്പെട്ടവരെ, ഭരണനിർവ്വഹണത്തിന്റെ ദൈനംദിനപ്രവർത്തനത്തിൽ പങ്കെടുപ്പിക്കുകയെന്നതാണ് ഈ ജാലവിദ്യ.

ഈ ജാലവിദ്യ പ്രയോഗിക്കാൻ എത്രമാത്രം എളുപ്പമാണെന്നും അത് എത്രമാത്രം അന്യൂനമായി പ്രവർത്തിക്കുമെന്നും വിശദമാക്കാൻ നമുക്ക് ഏറ്റവും ലളിതവും ഏറ്റവും പ്രകടവുമായ ഒരു ഉദാഹരണമെടുക്കാം.

ഭരണകൂടത്തിന് ഒരു വീട്ടിൽനിന്ന് ഒരു കുടുംബത്തെ ബലാൽക്കാരമായി ഒഴിപ്പിച്ച് മറ്റൊരു കുടുംബത്തെ പാർപ്പിക്കേണ്ടിയിരിക്കുന്നു. ഇത് മുതലാളിത്തസ്റ്റേറ്റിൽ പലപ്പോഴും സംഭവിക്കുന്നുണ്ട്. നമ്മുടെ തൊഴിലാളിവർഗ്ഗസ്റ്റേറ്റിലും - അഥവാ സോഷ്യലിസ്റ്റ് സ്റ്റേറ്റിലും - സംഭവിക്കുന്ന ഒന്നാണിത്.

കുടുംബനാഥനെ നഷ്ടപ്പെട്ടതിനാൽ വാടക കൊടുക്കാൻ കഴിയാതെ വന്ന ഒരു തൊഴിലാളികുടുംബത്തെ മുതലാളിത്തസ്റ്റേറ്റ് ഒഴിപ്പിക്കുന്നു. പോലീസിന്റേയോ മിലിഷ്യയുടേയോ ഒരു മുഴുവൻ സംഘവുമായി ആമ്യൻ സ്ഥലത്തെത്തുന്നു. ഒരു തൊഴിലാളി ജില്ലയിൽ വീടൊഴിപ്പിക്കാൻ കൊസാക്കുകളുടെ ഒരു മുഴുവൻ പടതന്നെ വേണ്ടിവരുന്നു. എന്തുകൊണ്ടാണത്? എന്തുകൊണ്ടെന്നാൽ സുശക്തമായ പട്ടാളസംരക്ഷണമില്ലാതെ പോകാൻ ആമ്യനും മിലിഷ്യാക്കാരനും വിസമ്മതിക്കുന്നു. വീടൊഴിപ്പിക്കൽ രംഗം അയൽപക്കത്തുള്ള മുഴുവൻ നാട്ടുകാർക്കുമിടയിൽ, സഹികെട്ടുകഴിഞ്ഞ ബഹുസഹസ്രങ്ങൾക്കിടയിൽ, ഒടുങ്ങാത്ത രോഷമുണർത്തിവിടുന്നുണ്ടെന്നും, മുതലാളിമാരോടും മുതലാളിത്തസ്റ്റേറ്റിനോടും എന്തെന്നില്ലാത്ത വെറുപ്പുളവാക്കുന്നുണ്ടെന്നും, അതുകൊണ്ട് ഏതു നിമിഷവും തങ്ങൾ പിച്ചിച്ചീന്തപ്പെടാനിടയുണ്ടെന്നും അവർക്കറിയാം. വലിയ പട്ടാളശക്തി വേണ്ടിവരുന്നു. വലിയൊരു നഗരത്തിലേക്ക് ഏതാനും റെജിമെന്റുകളെത്തന്നെ വല്ല വിദൂരകോണിൽനിന്നും കൊണ്ടുവരേണ്ടിവരുന്നു. പട്ടാളക്കാർ പട്ടണങ്ങളിലെ പാവപ്പെട്ടവരുടെ ജീവിതത്തെപ്പറ്റി അജ്ഞരായിരിക്കാൻ വേണ്ടിയാണ്, പട്ടാളക്കാർക്ക് സോഷ്യലിസം 'പിടിപെടാതിരിക്കാൻ' വേണ്ടിയാണ്, അവരെ വിദൂരകോണുകളിൽനിന്നു കൊണ്ടുവരുന്നത്.

തൊഴിലാളിവർഗ്ഗസ്റ്റേറ്റിന് വളരെ പാവപ്പെട്ട ഒരു കുടുംബത്തെ ഒരു ധനികന്റെ വീട്ടിൽ ബലാൽക്കാരമായി താമസിപ്പിക്കണം.

നമ്മുടെ തൊഴിലാളിമിലിഷ്യാസംഘത്തിൽ പതിനഞ്ചു പേരുണ്ടെന്നു വിചാരിക്കാം. - രണ്ടു നാവികർ, രണ്ടു പട്ടാളക്കാർ, വർഗ്ഗബോധമുള്ള രണ്ടു തൊഴിലാളികൾ (അതിലൊരാളേ നമ്മുടെ പാർട്ടിയുടെ അംഗമോ അനുഭാവിയോ ആയിട്ടുള്ളുവെന്നിരിക്കട്ടെ), ഒരു ബുദ്ധിജീവി, പാവപ്പെട്ട പണിയാളർക്കിടയിൽനിന്ന് ചുരുങ്ങിയത് അഞ്ചു സ്ത്രീകളടക്കം വീട്ടുവേലക്കാരും അവിദഗ്ധതൊഴിലാളികളും മറ്റുമായി എട്ടുപേർ. സംഘം ധനികന്റെ വീട്ടിൽ വന്ന് പരിശോധന നടത്തുന്നു. അതിലെ അഞ്ചു മുറികളിൽ രണ്ടാണുങ്ങളും രണ്ടു പെണ്ണുങ്ങളുമാണു താമസിക്കുന്നതെന്ന് അവർ കാണുന്നു. 'മാന്യരെ, ഈ ശൈത്യകാലത്ത് നിങ്ങൾ രണ്ടു മുറികളിലായി കുറച്ചൊന്നു ഞെരുങ്ങിക്കഴിയേണ്ടിയിരിക്കുന്നു. ഇപ്പോൾ നിലവറയിൽ താമസിക്കുന്ന രണ്ടു കുടുംബങ്ങൾക്കുവേണ്ടി രണ്ടു മുറികൾ ഒരുക്കിക്കൊടുക്കണം. എഞ്ചിനീയറന്മാരുടെ സഹായത്തോടെ (നിങ്ങളൊരു എഞ്ചിനീയറല്ലേ?) എല്ലാവർക്കും നല്ല പാർപ്പിടങ്ങൾ പണിതു കഴിയുന്നതുവരെ നിങ്ങൾക്ക് കുറച്ചൊന്നു ഞെരുങ്ങിക്കഴിയേണ്ടിവരും. പത്തു വീട്ടുകാർ നിങ്ങളുടെ ടെലഫോൺ ഉപയോഗിക്കുന്നതാണ്. സാമാനം വാങ്ങാനും മറ്റുമായി ഇപ്പോൾ പാഴാക്കിക്കളയുന്ന 100 മണിക്കൂർ പ്രവൃത്തിസമയം അതുവഴി ലാഭിക്കാൻ കഴിയും. നിങ്ങളുടെ കുടുംബത്തിൽ ലഘുവായ ജോലികൾ ചെയ്യാൻ കഴിയുന്ന രണ്ടു പേരുണ്ട് - 55 വയസ്സുള്ള ഒരു പൗരിയും 14 വയസ്സുള്ള ഒരു പൗരനും. പത്തു വീട്ടുകാർക്കിടയിൽ ശരിയായ ഭക്ഷ്യവിതരണത്തിന്റെ മേൽനോട്ടം വഹിച്ചുകൊണ്ടും അതിനാവശ്യമായ കണക്കുകൾ സൂക്ഷിച്ചുകൊണ്ടും അവർ ദിവസേന മൂന്നു മണിക്കൂർനേരം ഊഴമിട്ടു പ്രവർത്തിക്കണം. ഞങ്ങളുടെ സംഘത്തിലുള്ള വിദ്യാർത്ഥി ഇപ്പോൾത്തന്നെ ഈ ഭരണകല്പനയുടെ രണ്ടു കോപ്പികൾ എഴുതിത്തയ്യാറാക്കും. അതു കൃത്യമായി നിറവേറ്റുമെന്നൊരു പ്രഖ്യാപനം നിങ്ങൾ ദയവുചെയ്ത് ഒപ്പിട്ടു തരണം.'

പഴയ ബൂർഷ്വാ ഭരണയന്ത്രവും പുതിയ സോഷ്യലിസ്റ്റ് ഭരണയന്ത്രവും തമ്മിലുള്ള വ്യത്യാസം പ്രകടമായ ദൃഷ്ടാന്തങ്ങൾ വഴി ഇങ്ങനെ എടുത്തുകാട്ടാമെന്നാണ് എന്റെ അഭിപ്രായം.

ഞങ്ങൾ സങ്കല്പവാദികളല്ല. ഒരു അവിദഗ്ധതൊഴിലാളിക്കോ പാചകക്കാരിക്കോ ഒരു ഭരണനിർവ്വഹണജോലി ഉടനടി ഏറ്റെടുത്തു നടത്താനുള്ള കഴിവില്ലെന്നു ഞങ്ങൾക്കറിയാം. ഇക്കാര്യത്തിൽ കാഡറ്റുകളും ബ്രെഷ്ക്കോവ്സ്ക്കയയും സെറെത്തേലിയുമായി ഞങ്ങൾ യോജിക്കുന്നു. എന്നാൽ ഭരണനിർവ്വഹണം നടത്താനും ഭരണനിർവ്വഹണത്തിന്റെ സാധാരണഗതിയിലുള്ള ദൈനംദിനജോലികൾ ചെയ്യാനും

പണക്കാർക്കോ പണക്കാരുടെ കുടുംബങ്ങളിൽനിന്നെടുത്തിട്ടുള്ള ഉദ്യോഗസ്ഥന്മാർക്കോ മാത്രമേ കഴിയൂ എന്ന മുൻവിധിയിൽ നിന്ന് ഉടനടി വിട്ടുപോരണമെന്നു ഞങ്ങൾ ആവശ്യപ്പെടുന്നുവെന്ന കാര്യത്തിൽ ഞങ്ങളും ആ പൗരന്മാരും തമ്മിൽ വ്യത്യാസമുണ്ട്. വർഗ്ഗബോധമുള്ള തൊഴിലാളികളും പട്ടാളക്കാരും ഭരണനനിർവ്വഹണപ്രവർത്തനത്തിൽ പരിശീലനം നൽകണമെന്ന്, അത് ഉടനടി ആരംഭിക്കണമെന്ന്, അതായത് അദ്ധ്വാനിക്കുന്ന മുഴുവൻ ജനങ്ങൾക്കും പാവപ്പെട്ട മുഴുവൻ ജനങ്ങൾക്കും ഈ പരിശീലനം നൽകുന്ന കാര്യത്തിൽ ഉടനടി തുടക്കമിടണമെന്ന്, ഞങ്ങൾ ആവശ്യപ്പെടുന്നു.

ജനങ്ങളെ ജനാധിപത്യം പഠിപ്പിക്കാൻ കാഡറ്റുകൾക്കും സമ്മതമാണെന്നു ഞങ്ങൾക്കറിയാം. ഇംഗ്ലണ്ടിലേയും ഫ്രാൻസിലേയും ഏറ്റവും മികച്ച മൂലപ്രമാണങ്ങളനുസരിച്ച് സ്ത്രീകൾക്കു തുല്യാവകാശങ്ങളുണ്ടായിരിക്കേണ്ടതിനെപ്പറ്റി വീട്ടുവേലക്കാരുടെ മുമ്പിൽ പ്രഭാഷണങ്ങൾ നടത്താൻ കാഡറ്റ് മഹിളകൾ തയ്യാറാണ്. മാത്രമല്ല, അടുത്ത പൊതുയോഗ-കലാപരിപാടികളുടെ വേദിയിൽവെച്ച് പരസഹസ്രം വരുന്ന സദസ്സിന്റെ മുമ്പാകെ ഒരു ചുംബനവിനിമയം നടക്കും. കാഡറ്റ് പ്രാസംഗിക ബ്രെഷ്ക്കോവ്സ്ക്കയയെ ചുംബിക്കും. ബ്രെഷ്ക്കോവ്സ്ക്കയ മുൻമന്ത്രി ത്സെരെത്തേലിയെ ചുംബിക്കും. കൃതജ്ഞരായ ജനങ്ങൾക്ക് അങ്ങിനെ റിപ്പബ്ലിക്കൻ സമത്വത്തേയും സ്വാതന്ത്ര്യത്തേയും സാഹോദര്യത്തേയും കുറിച്ച് ഒരു സാധനപാഠം ലഭിക്കുന്നു...

കാഡറ്റുകളും ബ്രെഷ്ക്കോവ്സ്ക്കയയും ത്സെരെത്തേലിയും അവരുടെ വഴിക്ക് ജനാധിപത്യത്തോടു കൂറുള്ളവരും ജനങ്ങൾക്കിടയിൽ അതു പ്രചരിപ്പിക്കുന്നവരുമാണെന്നു ഞങ്ങൾ സമ്മതിക്കുന്നു. പക്ഷെ ജനാധിപത്യത്തെക്കുറിച്ചുള്ള ഞങ്ങളുടെ ധാരണ കുറച്ചൊക്കെ വ്യത്യസ്ഥമാണെങ്കിൽ എന്തു ചെയ്യാനാണ്?

ഞങ്ങളുടെ അഭിപ്രായത്തിൽ, യുദ്ധത്തിന്റെ അവിശ്വസനീയമായ ഭാരവും ദുരിതവും ലഘൂകരിക്കാൻ, യുദ്ധം ജനങ്ങൾക്കു വരുത്തിവച്ചിട്ടുള്ള ഭയങ്കരമായ മുറിവുകളുണക്കാൻ, ആവശ്യമായിട്ടുള്ളത് വിപ്ലവജനാധിപത്യമാണ്, പാവപ്പെട്ടവരുടെ താല്പര്യാർത്ഥം പാർപ്പിടസൗകര്യങ്ങൾ വിതരണം ചെയ്യുന്നതിന്റെ ദൃഷ്ടാന്തത്തിൽ വിവരിച്ചിട്ടുള്ളതുപോലുള്ള വിപ്ലവനടപടികളാണ്. നഗരങ്ങളിലും നാട്ടിൻപുറങ്ങളിലും ഭക്ഷണവും വസ്ത്രവും പാദരക്ഷകളും മറ്റും വിതരണം ചെയ്യുന്ന കാര്യത്തിലും ഗ്രാമപ്രദേശങ്ങളിലെ ഭൂമിയുടെ കാര്യത്തിലുമെല്ലാം കണിശമായും ഇത്തരം നടപടികൾതന്നെയാണെടുക്കേണ്ടത്. ഇത്തരത്തിലുള്ള ഭരണനിർവ്വഹണത്തിനുവേണ്ടി നമുക്ക് രണ്ടു കോടിയല്ലെങ്കിൽ ഒരു കോടി

ജനങ്ങളടങ്ങുന്ന ഒരു ഭരണയന്ത്രത്തെ ഉടനടിതന്നെ കർമ്മനിരതമാക്കാൻ കഴിയും. ഒരൊറ്റ മുതലാളിത്തസ്റ്റേറ്റും ഒരിക്കലും കണ്ടിട്ടില്ലാത്ത ഒരു ഭരണയന്ത്രമായിരിക്കും അത്. നമുക്കു മാത്രമേ അത്തരത്തിലുള്ള ഒരു യന്ത്രസംവിധാനം സൃഷ്ടിക്കാൻ കഴിയൂ. കാരണം, ജനസംഖ്യയിലെ ബഹുഭൂരിപക്ഷത്തിന്റേയും സമ്പൂർണ്ണവും ഉള്ളഴിഞ്ഞതുമായ സഹഭാവം നമുക്കു ലഭിക്കുമെന്നുറപ്പുണ്ട്. നമുക്ക് മാത്രമേ അത്തരത്തിലുള്ള ഒരു യന്ത്രസംവിധാനം സൃഷ്ടിക്കാൻ കഴിയൂ. കാരണം, സുദീർഘമായ മുതലാളിത്ത 'പരിശീലന'ത്തിന്റെ ശിക്ഷണം ലഭിച്ച ഉൽബുദ്ധരായ തൊഴിലാളികൾ നമുക്കുണ്ട് (വെറുതെയല്ല നമ്മൾ മുതലാളിത്തത്തിന്റെ പാഠശാലയിൽ പോയി പഠിച്ചത്). ഒരു തൊഴിലാളിമിലിഷ്യ രൂപീകരിക്കാനും അതിനെ മുഴുവൻ ജനങ്ങളേയും ഉൾക്കൊള്ളുന്ന ഒരു മിലിഷ്യയായി ക്രമേണ വിപുലീകരിക്കാനും (ഉടനടി വിപുലീകരിച്ചുതുടങ്ങാനും) കെല്പുള്ള തൊഴിലാളികളാണവർ. വർഗ്ഗബോധമുള്ള തൊഴിലാളികളാണു നേതൃത്വം നൽകേണ്ടത്. എന്നാൽ ഭരണനിർവ്വഹണജോലിയിൽ അവർക്ക് അദ്ധ്വാനിക്കുന്നവരും മർദ്ദിതരുമായ വിപുലമായ ജനസമൂഹങ്ങളെ പങ്കെടുപ്പിക്കാവുന്നതാണ്.

പുതിയ ഭരണയന്ത്രം ആദ്യത്തെ ചുവടുകൾ വയ്ക്കുമ്പോൾ തെറ്റുകൾ വരുത്താതിരിക്കുകയില്ലെന്നു പറയേണ്ടതില്ലല്ലൊ. എന്നാൽ അടിയായ്മയിൽനിന്നു പുറത്തുകടന്ന് കാര്യങ്ങൾ സ്വന്തമായി നോക്കിത്തുടങ്ങിയപ്പോൾ കൃഷിക്കാർ തെറ്റുകൾ വരുത്തിയില്ലേ? ജനങ്ങൾക്കു സ്വയം ഭരിക്കാനും തെറ്റുകളൊഴിവാക്കാനും പഠിക്കാൻ പ്രായോഗികപ്രവർത്തനമല്ലാതെ മറ്റെന്തെങ്കിലും മാർഗ്ഗമുണ്ടോ? ജനങ്ങളുടെ യഥാർത്ഥ സ്വയംഭരണത്തിലേക്ക് ഉടനടി നീങ്ങുകയല്ലാതെ മറ്റെന്തെങ്കിലും വഴിയുണ്ടോ? സാമൂഹ്യനിലകൊണ്ടുതന്നെ പൂർണ്ണമായും മൂലധനത്തെ ആശ്രയിക്കുന്നവരായ പ്രത്യേക ഉദ്യോഗസ്ഥന്മാർക്കു മാത്രമേ ഭരണം നടത്തിക്കൊണ്ടുപോകാൻ കഴിയൂ എന്ന ബൂർഷ്വാബുദ്ധി ജീവികളുടേതായ മുൻവിധി ഉപേക്ഷിക്കണമെന്നതാണ് ഇപ്പോൾ പ്രധാനകാര്യം. ബൂർഷ്വാ ഉദ്യോഗസ്ഥന്മാരും 'സോഷ്യലിസ്റ്റ്' മന്ത്രിമാരും പഴയ വഴിക്ക് ഭരിക്കാൻ ശ്രമിച്ചിട്ട് കഴിയാതെ വരികയും ഏഴു മാസത്തിനുശേഷം അവർക്ക് ഒരു കർഷകരാജ്യത്ത് കർഷകകലാപത്തെ നേരിടേണ്ടിവരികയും ചെയ്യുന്ന സ്ഥിതിവിശേഷത്തിന് അറുതിവരുത്തുകയെന്നതാണ് പ്രധാനകാര്യം. മർദ്ദിതരായ പണിയാളരിൽ അവരുടെ സ്വന്തം ശക്തിയെക്കുറിച്ചു വിശ്വാസമുളവാക്കുകയെന്നതാണ്, റൊട്ടിയും എല്ലാത്തരം ഭക്ഷണവും പാലും വസ്ത്രവും പാർപ്പിടങ്ങളും മറ്റും പാവപ്പെട്ടവരുടെ താല്പര്യങ്ങളെ മുൻനിർത്തി അവർതന്നെ കർശനമായും

ക്രമീകൃതരൂപത്തിൽ, സംഘടിതരൂപത്തിൽ, വേണ്ടവണ്ണം വിതരണം ചെയ്യാവുന്നതും ചെയ്യേണ്ടതുമാണെന്ന് പ്രായോഗികമായി അവർക്കു തെളിയിച്ചുകൊടുക്കുകയെന്നതാണ്, പ്രധാനകാര്യം. ഇതു ചെയ്യാതെ റഷ്യയെ തകർച്ചയിൽ നിന്നും നാശത്തിൽനിന്നും രക്ഷിക്കാൻ സാദ്ധ്യമല്ല. ഭരണനിർവ്വഹണജോലി തൊഴിലാളികളേയും അർദ്ധതൊഴിലാളികളേയും ഏല്പിക്കാനുള്ള ആത്മാർത്ഥവും സുധീരവും സാർവ്വത്രികവുമായ നീക്കം ജനങ്ങൾക്കിടയിൽ അഭൂതപൂർവ്വമായ വിപ്ലവാവേശം തട്ടിയുണർത്തുകയും കെടുതികളെ നേരിടാനുള്ള ജനകീയശക്തികളെ പതിന്മടങ്ങു വർദ്ധിപ്പിക്കുകയും ചെയ്യും. സങ്കുചിതമനസ്ക്കരായ പഴയ ഉദ്യോഗസ്ഥമേധാവിത്വശക്തികൾക്ക് അസാദ്ധ്യമായിത്തോന്നിയിരുന്ന പലതും, മുതലാളിമാർക്കും തമ്പുരാക്കൻമാർക്കും ഉദ്യോഗസ്ഥന്മാർക്കും വേണ്ടിയല്ലാതെ, ശിക്ഷയെ ഭയന്നല്ലാതെ, തങ്ങൾക്കു വേണ്ടിതന്നെ പ്രവർത്തിച്ചുതുടങ്ങുന്ന ദശലക്ഷങ്ങൾക്ക് സാദ്ധ്യമായിത്തീരും.

***

മുതലാളിമാരുടെ എതിർപ്പിനെ ഭയക്കുക, എന്നിട്ടും വിപ്ലവകാരിയെന്ന് അവകാശപ്പെടുകയും സോഷ്യലിസ്റ്റായി കരുതപ്പെടണമെന്ന് ആഗ്രഹിക്കുകയും ചെയ്യുക - ഇത് ലജ്ജാവഹമല്ലേ? ഇത്തരം ശബ്ദങ്ങൾ ഉയർത്താൻ സാധിക്കുമെങ്കിൽ അവസരവാദം ദുഷിപ്പിച്ചിട്ടുള്ള സാർവ്വദേശീയസോഷ്യലിസം ആശയപരമായി എത്രമാത്രം അധഃപതിച്ചിരിക്കണം!

മുതലാളിമാരുടെ എതിർപ്പിന്റെ ശക്തി നാം കണ്ടുകഴിഞ്ഞു. മുഴുവൻ ജനങ്ങളും കണ്ടുകഴിഞ്ഞു. കാരണം, മുതലാളിമാർ മറ്റു വർഗ്ഗങ്ങളേക്കാൾ വർഗ്ഗബോധമുള്ളവരാണ്. അവർക്ക് സോവിയറ്റുകളുടെ പ്രാധാന്യം തൽക്ഷണം തന്നെ മനസ്സിലായി. സോവിയറ്റുകളെ പൊളിക്കാൻവേണ്ടി, അവയെ ഒന്നുമല്ലാതാക്കാൻവേണ്ടി, (മെൻഷെവിക്കുകളുടേയും സോഷ്യലിസ്റ്റ് റവല്യൂഷണറികളുടേയും[19] സഹായത്തോടെ) അവയെ വ്യഭിചരിപ്പിക്കാൻവേണ്ടി, അവയെ സൊള്ളൽസ്ഥലങ്ങളാക്കി മാറ്റാൻവേണ്ടി, മാസങ്ങളോടുപ്പിച്ച് കഴമ്പില്ലാത്ത വർത്തമാനം പറഞ്ഞും വിപ്ലവത്തെക്കൊണ്ട് അമ്മാനമാടിയും കൃഷിക്കാരേയും തൊഴിലാളികളേയും തളർത്താൻ വേണ്ടി, അവർ തൽക്ഷണം തന്നെ സർവ്വകഴിവുകളുമെടുത്ത് പരമാവധി ശ്രമിച്ചു, സർവ്വമാർഗ്ഗങ്ങളും പ്രയോഗിച്ചു, വിവേകത്തെ കാറ്റിൽ പറത്തി, അങ്ങേയറ്റം അവിശ്വസനീയമായ നുണകളും അപവാദങ്ങളും പറഞ്ഞുപരത്തി, സൈനികഗൂഢാലോചനകൾ വരെ നടത്തി.

എന്നാൽ തൊഴിലാളികളുടേയും പാവപ്പെട്ട കൃഷിക്കാരുടേയും എതിർപ്പിന്റെ ശക്തി നാം ഇനിയും കണ്ടിട്ടില്ല. കാരണം, അധികാരം

തൊഴിലാളിവർഗ്ഗത്തിന്റെ കൈകളിലാവുമ്പോൾ മാത്രമേ, ഭരണാധികാരം മർദ്ദിതവർഗ്ഗങ്ങളിലേക്കു കൈമാറിക്കഴിഞ്ഞെന്ന് - ഭരണകൂടം പാവപ്പെട്ടവരെ ജന്മികളോടും മുതലാളിമാരോടും പോരാടാൻ സഹായിക്കുകയും അവരുടെ എതിർപ്പിനെ തകർക്കുകയും ചെയ്യുകയാണെന്ന് - ദാരിദ്ര്യവും മുതലാളിത്ത അടിമത്തവും മൂലം ഞെരിച്ചമർത്തപ്പെട്ട കോടാനുകോടി ജനങ്ങൾ സ്വാനുഭവത്തിലൂടെ കാണുകയും അവർക്കത് അനുഭവപ്പെടുകയും ചെയ്യുമ്പോൾ മാത്രമേ, ആ ശക്തി പൂർണ്ണമായും വെളിപ്പെടൂ. അപ്പോൾ മാത്രമേ മുതലാളിമാരോടുള്ള എതിർപ്പിന്റെ എന്തെന്തു ശക്തികളാണ് ഉപയോഗിക്കപ്പെടാതെ ജനങ്ങളിൽ ഒളിഞ്ഞുകിടക്കുന്നതെന്നു നമുക്കു കാണാൻ കഴിയൂ. അപ്പോൾ മാത്രമേ പ്രച്ഛന്ന സോഷ്യലിസമെന്ന് എംഗൽസ് വിളിച്ചത് പ്രകടമാവൂ. അപ്പോൾ മാത്രമേ, സജീവമായി രംഗത്തു വരികയോ നിഷ്ക്രിയമായി എതിർപ്പ പ്രകടിപ്പിക്കുകയോ ചെയ്യുന്ന, തൊഴിലാളിവർഗ്ഗഭരണത്തിന്റെ ഒളിഞ്ഞും തെളിഞ്ഞുമുള്ള ഓരോ പതിനായിരം ശത്രുക്കൾക്കും പത്തുലക്ഷം പുതിയ പോരാളികൾ ഉയർന്നുവരൂ. ദാരിദ്ര്യത്തിന്റേയും കൊടുംനൈരാശ്യത്തിന്റേയും ദണ്ഡനയനുഭവിച്ചുകൊണ്ട് ഇതേവരെ രാഷ്ട്രീയമായി അടങ്ങിക്കിടന്നിരുന്ന ആളുകളാണവർ. തങ്ങളും മനുഷ്യരാണെന്ന്, തങ്ങൾക്കും ജീവിക്കാൻ അവകാശമുണ്ടെന്ന്, ആധുനികകേന്ദ്രീകൃതഭരണകൂടത്തിന്റെ മുഴുവൻ കരുത്തും തങ്ങൾക്കും ഉപകരിക്കാവുന്നതാണെന്ന്, ഭരണനിർവ്വഹണത്തിൽ നേരിട്ടും ഉടനടിയും ദിവസേനയും പങ്കെടുക്കാൻ തങ്ങളുടെ തൊഴിലാളിവർഗ്ഗമിലിഷ്യാവിഭാഗങ്ങളോടും പരിപൂർണ്ണവിശ്വാസത്തോടെ ആവശ്യപ്പെടാവുന്നതാണെന്ന്, വിശ്വസിക്കാതായിക്കഴിഞ്ഞ ആളുകളാണവർ.

പ്ലെഹാനൊവ്, ബ്രെഷ്ക്കോവ്സ്ക്കയ, ത്സെരെത്തേലി, ചെർനോവ് എന്നിവരുടേയും കൂട്ടരുടേയും ഉദാരമായ സഹായത്തോടെ മുതലാളിമാരും ഭൂവുടമകളും ജനാധിപത്യറിപ്പബ്ലിക്കിനെ മലീമസമാക്കാൻ, പണത്തിന്റെ മുമ്പിൽ കുമ്പിട്ടുകൊണ്ട് അങ്ങേയറ്റം മലീമസമാക്കാൻ, തങ്ങളെക്കൊണ്ടാകാവുന്നതു മുഴുവനും ചെയ്തിട്ടുണ്ട്. അതിന്റെ ഫലമായി ജനങ്ങളെ നിസ്സംഗതയും ഉദാസീനതയും ബാധിച്ചിരിക്കുകയാണ്. എങ്ങിനെയായാലും അവർക്കൊരുപോലാണ്. കാരണം, വിശന്നുപൊരിയുന്ന ഒരുവന് റിപ്പബ്ലിക്കും രാജവാഴ്ചയും തമ്മിലുള്ള വ്യത്യാസം കാണാൻ കഴിയുകയില്ല. അന്യതാല്പര്യങ്ങൾക്കുവേണ്ടി ജീവൻ ബലികഴിക്കുന്ന അവശനായ പട്ടാളക്കാരന് റിപ്പബ്ലിക്കിനെ സ്നേഹിക്കാൻ സാദ്ധ്യമല്ല.

എന്നാൽ തൊഴിലാളിവർഗ്ഗഭരണകൂടം പണത്തിനു മുമ്പിൽ

കമ്പിടുന്നതിനു പകരം പാവപ്പെട്ടവരെ സഹായിക്കുകയാണെന്ന്, വിപ്ലവനടപടികളെടുക്കാൻ അതിനു യാതൊരു സങ്കോചവുമില്ലെന്ന്, അത് പരാന്നഭുക്കുകളിൽനിന്ന് മിച്ചഭക്ഷ്യശേഖരങ്ങൾ കണ്ടുകെട്ടി വിശന്നുവലയുന്നവർക്കു വിതരണം ചെയ്യുന്നുവെന്ന്, വീടും കുടിയുമില്ലാത്തവരെ ധനികഭവനങ്ങളിൽ ബലാൽക്കാരമായി പാർപ്പിക്കുന്നുവെന്ന്, അത് പണക്കാരെക്കൊണ്ടു പാലിനു പണംകൊടുപ്പിക്കുകയും എന്നാൽ പാവപ്പെട്ട എല്ലാ കുടുംബങ്ങളിലേയും കുട്ടികൾക്ക് മതിയായത്ര പാൽ കിട്ടാതെ ഒരു തുള്ളിപോലും അവർക്കു കൊടുക്കാതിരിക്കുകയും ചെയ്യുന്നുവെന്ന്, അത് അദ്ധ്വാനിക്കുന്ന ജനങ്ങളിലേക്കു ഭൂമി കൈമാറുകയാണെന്ന്, ഫാക്ടറികളും ബാങ്കുകളും തൊഴിലാളികളുടെ നിയന്ത്രണത്തിൽ വയ്ക്കുകയാണെന്ന്, തങ്ങളുടെ ധനം ഒളിച്ചുവയ്ക്കുന്ന കോടീശ്വരന്മാരെ ഉടനടിതന്നെ കർശനമായി ശിക്ഷിക്കുന്നുവെന്ന്, ഓരോ തൊഴിലാളിയും തൊഴിൽരഹിതനും പാചകക്കാരിയും പാപ്പരായ കൃഷിക്കാരനും പത്രങ്ങളിൽനിന്നല്ലാതെ സ്വന്തം കണ്ണുകൊണ്ടു കാണുമ്പോൾ, പാവപ്പെട്ടവർക്ക് ഇതെല്ലാം കാണാനും നേരിട്ട് അനുഭവപ്പെടാനും കഴിയുമ്പോൾ, മുതലാളിമാരുടേയോ ധനികകൃഷിക്കാരുടെയോ ഒരൊറ്റ ശക്തിക്കും, ശതകോടിക്കണക്കിനു പണം നിയന്ത്രിക്കുന്ന ലോകഫിനാൻസ് മൂലധനത്തിന്റെ ഒരൊറ്റ ശക്തിക്കും, ജനകീയവിപ്ലവത്തെ തോല്പിക്കാൻ കഴിയുകയില്ല. നേരേമറിച്ച്, സോഷ്യലിസ്റ്റ് വിപ്ലവം ലോകമാസകലം വിജയിക്കുന്നതാണ്. എന്തുകൊണ്ടെന്നാൽ അത് എല്ലാ രാജ്യങ്ങളിലും പക്വതപ്രാപിച്ചുവരികയാണ്.

നമ്മുടെ വിപ്ലവം അതിനെത്തന്നെ ഭയക്കുന്നില്ലെങ്കിൽ, മുഴുവൻ അധികാരവും തൊഴിലാളിവർഗ്ഗത്തിലേക്കു കൈമാറുകയാണെങ്കിൽ, അത് അജയ്യമായിരിക്കും. കാരണം, നമ്മുടെ പിന്നിലുള്ളത് നമ്മേക്കാൾ അപരിമേയമാംവണ്ണം വലുതായ, വികസിതമായ, സംഘടിതമായ, തൊഴിലാളിവർഗ്ഗത്തിന്റെ ആഗോളശക്തികളാണ്. യുദ്ധം അവയെ തൽക്കാലം അടക്കിനിർത്തിയിട്ടുണ്ടെങ്കിലും നശിപ്പിച്ചിട്ടില്ല. മറിച്ച്, അത് അവയെ ബഹുഗുണീഭവിപ്പിക്കുകയാണു ചെയ്തിട്ടുള്ളത്.

1917 സെപ്തംബർ അവസാനത്തിലും ഒക്ടോബർ 1(14) ലും എഴുതിയത്.

പണിയെടുക്കുന്ന സ്ത്രീകളുടെ ഒന്നാം അഖിലറഷ്യാ കോൺഗ്രസ്സിൽ ചെയ്ത പ്രസംഗം,

നവംബർ 19, 1918-20

(നീണ്ടുനിന്ന കരഘോഷത്തോടും വമ്പിച്ച ഹർഷാരവത്തോടുംകൂടി കോൺഗ്രസ്സ് പ്രതിനിധികൾ ലെനിനെ സ്വീകരിക്കുന്നു)

സഖാക്കളെ, തൊഴിലാളിവർഗ്ഗപ്പടയുടെ വനിതാവിഭാഗത്തിന്റേതായ ഈ കോൺഗ്രസ്സിന് ഒരർത്ഥത്തിൽ പ്രത്യേകിച്ചൊരു പ്രാധാന്യമുണ്ട്. കാരണം, എല്ലാ രാജ്യങ്ങളിലും ഏറ്റവും ബുദ്ധിമുട്ടുള്ള ഒരു കാര്യമാണ് സ്ത്രീകളെ കർമ്മോന്മുഖരാക്കുകയെന്നത്. പണിയെടുക്കുന്ന സ്ത്രീകളുടെ ഗണ്യമായ ഒരു വിഭാഗം കാര്യമായി പങ്കെടുക്കുന്നില്ലെങ്കിൽ സോഷ്യലിസ്റ്റ് വിപ്ലവം സാദ്ധ്യമല്ല.

സ്ത്രീകളെ വീട്ടമ്മകളെന്നു വിളിക്കുന്നതു വെറുതെയല്ല. എല്ലാ പരിഷ്കൃത രാജ്യങ്ങളിലും - ഏറ്റവും പുരോഗമിച്ചവയിൽ പോലും - സ്ത്രീകളുടെ സ്ഥിതി അതാണ്. ഒരൊറ്റ മുതലാളിത്തസ്റ്റേറ്റിലും, ഏറ്റവും സ്വതന്ത്രമായ റിപ്പബ്ലിക്കുകളിൽ പോലും, സ്ത്രീകൾക്കു സമ്പൂർണ്ണ സമത്വമില്ല.

സ്ത്രീകളുടെ അവകാശങ്ങളുടെ കാര്യത്തിലുള്ള എല്ലാ നിയന്ത്രണങ്ങളും എടുത്തുകളയുകയെന്നതാണ് സോവിയറ്റ് റിപ്പബ്ലിക്കിന്റെ ആദ്യത്തെ കടമകളിലൊന്ന്. ബൂർഷ്വാ അധഃപതനത്തിന്റേയും മർദ്ദനത്തിന്റേയും അപമാനത്തിന്റേയും ഉറവിടമായ വിവാഹമോചന നടപടിക്രമത്തിന് സോവിയറ്റ് ഭരണം പൂർണ്ണമായും അറുതി വരുത്തിയിട്ടുണ്ട്.

പരിപൂർണ്ണമായ വിവാഹമോചനസ്വാതന്ത്ര്യത്തിന് നിയമസാധുത നൽകിയിട്ട് ഒരു വർഷം തികയാൻപോകുന്നു. വിവാഹബന്ധത്തിലൂടെയും അല്ലാതെയും ജനിച്ച കുട്ടികൾ തമ്മിലുള്ള എല്ലാ വ്യത്യാസങ്ങളും

റദ്ദാക്കിക്കൊണ്ടും എല്ലാ രാഷ്ട്രീയനിയന്ത്രണങ്ങളും നീക്കം ചെയ്തുകൊണ്ടും നാമൊരു കല്പന പുറപ്പെടുവിച്ചിട്ടുണ്ട്. പണിയെടുക്കുന്ന സ്ത്രീകൾക്ക് സമത്വവും സ്വാതന്ത്ര്യവും ലോകത്ത് മറ്റൊരിടത്തും ഇത്ര പൂർണ്ണമായി ഏർപ്പെടുത്തിയിട്ടില്ല.

പഴഞ്ചൻ ചട്ടങ്ങളുടെ മുഴുവൻ ഭാരവും പേറേണ്ടിവരുന്നത് തൊഴിലാളിവർഗ്ഗത്തിൽപ്പെട്ട സ്ത്രീകൾക്കാണെന്നു നമുക്കറിയാം.

ചരിത്രത്തിലാദ്യമായി നമ്മുടെ നിയമം സ്ത്രീകളെ അവകാശരഹിതരാക്കുന്ന സർവ്വതും തുടച്ചുമാറ്റിയിട്ടുണ്ട്. പക്ഷെ നിയമമല്ല പ്രധാനം. പരിപൂർണ്ണവിവാഹസ്വാതന്ത്ര്യത്തെ സംബന്ധിച്ച ഈ നിയമം പട്ടണങ്ങളിലും വ്യവസായപ്രദേശങ്ങളിലും പാലിച്ചുവരുന്നുണ്ടെങ്കിലും നാട്ടിൻപുറങ്ങളിൽ പലപ്പോഴും അത് കടലാസിലവശേഷിക്കുന്നതേയുള്ളൂ. അവിടങ്ങളിൽ പള്ളിവിവാഹങ്ങളാണ് ഇപ്പോഴും പ്രാബല്യത്തിലുള്ളത്. അതിനുകാരണം പുരോഹിതന്മാരുടെ സ്വാധീനമാണ്. ആ തിന്മയോടു പടവെട്ടാൻ പഴയ നിയമങ്ങളോടു പടവെട്ടുന്നതിനേക്കാൾ വിഷമമാണ്.

നമ്മൾ മതപരമായ മുൻവിധികളോടു പൊരുതുന്നത് അങ്ങേയറ്റം ജാഗ്രതയോടെ വേണം. മതവികാരങ്ങളെ വ്രണപ്പെടുത്തിക്കൊണ്ട് ചിലർ ഈ സമരത്തിൽ ഒട്ടേറെ ദ്രോഹം വരുത്തിവയ്ക്കുന്നുണ്ട്. പ്രചാരവേലയിലൂടെയും പ്രബോധനത്തിലൂടെയുമാണു നാം പൊരുതേണ്ടത്. സമരത്തിനു ക്രമാധികം മൂർച്ചകൂട്ടിയാൽ അത് പൊതുജനങ്ങളുടെ അമർഷം തട്ടിയുണർത്തിയെന്നു വരും. അത്തരം സമരം സാമാന്യജനങ്ങൾക്കിടയിൽ മതാടിസ്ഥാനത്തിലുള്ള ചേരിതിരിവിനെ ബലപ്പെടുത്തുന്നു. എന്നാൽ നമ്മുടെ ശക്തി സ്ഥിതിചെയ്യുന്നത് ഐക്യത്തിലാണ്. മതമുൻവിധികളുടെ ഏറ്റവും ആഴമേറിയ ഉറവിടം ദാരിദ്ര്യവും അജ്ഞതയുമാണ്. ആ തിന്മയോടാണു നാം പൊരുതേണ്ടത്.

സ്ത്രീകളുടെ സ്ഥിതിയെ ഒരു അടിമയുടെ സ്ഥിതിയുമായിട്ടാണ് ഇതേവരെ താരതമ്യപ്പെടുത്തി വന്നിട്ടുള്ളത്. സ്ത്രീകളെ വീടിനോടു കെട്ടിയിട്ടിരിക്കുകയാണ്. സോഷ്യലിസത്തിനു മാത്രമേ അവരെ ഇതിൽനിന്നു രക്ഷിക്കാൻ കഴിയൂ. ഒറ്റക്കൊറ്റയ്ക്കു നടത്തുന്ന ചെറുകിട കൃഷിയിൽനിന്നു നമ്മൾ കൂട്ടായ കൃഷിയിലേക്കു കടക്കുമ്പോൾ മാത്രമേ അവർ പൂർണ്ണമായും സ്വതന്ത്രരാകൂ. ഇത് വിഷമകരമായ കടമയാണ്. എങ്കിലും ദരിദ്രകർഷകസമിതികൾ[21] ഇപ്പോൾ രൂപീകരിച്ചുവരുന്നതിൽ സോഷ്യലിസ്റ്റ് വിപ്ലവം ദൃഢതരമായിക്കൊണ്ടിരിക്കുന്ന സമയം എത്തിക്കഴിഞ്ഞു.

ഗ്രാമീണ ജനങ്ങളിലെ ഏറ്റവും ദരിദ്രരായ വിഭാഗം ഇപ്പോൾ മാത്രമാണ് സംഘടിച്ചുതുടങ്ങിയിട്ടുള്ളതെങ്കിൽക്കൂടി ദരിദ്രകർഷകരുടേതായ ഈ സംഘടനകളിൽ സോഷ്യലിസത്തിന് സുദൃഢമായ ഒരു

അടിത്തറ കൈവന്നുകൊണ്ടിരിക്കുകയാണ്.

മുമ്പാകെ പലപ്പോഴും പട്ടണം വിപ്ലവകരമായതിനു ശേഷമാണ് നാട്ടിൻപുറം ആ സ്ഥിതിയിലെത്തിയത്.

എന്നാൽ ഇന്നത്തെ വിപ്ലവം നമ്പുന്നത് നാട്ടിൻപുറത്തെയാണ്. അതിന്റെ പ്രാധാന്യവും ശക്തിയും കിടക്കുന്നത് അതിലാണ്. സ്ത്രീകൾ എത്രമാത്രം പങ്കെടുക്കുന്നുവെന്നതിനെ ആശ്രയിച്ചാണ് ഒരു വിപ്ലവത്തിന്റെ വിജയം സ്ഥിതിചെയ്യുന്നതെന്ന് എല്ലാ വിമോചനപ്രസ്ഥാനങ്ങളുടേയും അനുഭവം കാണിച്ചു തന്നിട്ടുണ്ട്. തങ്ങളുടെ തൊഴിലാളിവർഗ്ഗ സോഷ്യലിസ്റ്റ് പ്രവർത്തനം സ്വതന്ത്രമായി നടത്തിക്കൊണ്ടു പോകാൻ സ്ത്രീകൾക്കു കഴിയത്തക്കവണ്ണം സോവിയറ്റ് ഭരണം ആവുന്നതെല്ലാം ചെയ്യുന്നുണ്ട്.

സോവിയറ്റ് ഭരണം വിഷമസ്ഥിതിയിലാണ്. കാരണം, എല്ലാ രാജ്യങ്ങളിലുമുള്ള സാമ്രാജ്യവാദികൾ സോവിയറ്റ് റഷ്യയെ വെറുക്കുന്നു. അത് പല രാജ്യങ്ങളിലും വിപ്ലവത്തിന്റെ തീ കൊളുത്തുകയും സോഷ്യലിസത്തിലേക്ക് ഉറച്ച ചുവടുകൾ വയ്ക്കുകയും ചെയ്തതിന്റെ പേരിൽ അവർ അതിനെതിരെ യുദ്ധത്തിനൊരുങ്ങുകയാണ്.

വിപ്ലവറഷ്യയെ നശിപ്പിക്കാൻ അവർ ആഗ്രഹിക്കുന്ന ഈയവസരത്തിൽ അവരുടെ കാൽച്ചുവട്ടിൽത്തന്നെയുള്ള തറയ്ക്കു തീ പിടിച്ചുതുടങ്ങി. വിപ്ലവപ്രസ്ഥാനം ജർമ്മനിയിൽ എങ്ങിനെ പടർന്നു പിടിച്ചുകൊണ്ടിരിക്കുന്നുവെന്നു നിങ്ങൾക്കറിയാമല്ലോ. ഡെൻമാർക്കിൽ തൊഴിലാളികൾ ഗവൺമെന്റിനോടു സമരം ചെയ്യുകയാണ്. സ്വിറ്റ്സർലണ്ടിലും ഹോളണ്ടിലും വിപ്ലവപ്രസ്ഥാനം ശക്തിപ്പെട്ടുവരികയാണ്. ഈ ചെറുരാജ്യങ്ങളിലെ വിപ്ലവപ്രസ്ഥാനത്തിന് തനതായ പ്രാധാന്യമൊന്നുമില്ലെങ്കിലും ആ രാജ്യങ്ങളിൽ യുദ്ധമില്ലാതിരുന്നതുകൊണ്ടും അങ്ങേയറ്റം 'വ്യവസ്ഥാപിത' രൂപത്തിലുള്ള ജനാധിപത്യവ്യവസ്ഥ അവിടങ്ങളിൽ നിലനിന്നിരുന്നതുകൊണ്ടും അതു വിശേഷിച്ചും അർത്ഥഗർഭമാണ്. ഇത്തരം രാജ്യങ്ങൾ ഇളകിത്തുടങ്ങിയിട്ടുണ്ടെങ്കിൽ വിപ്ലവപ്രസ്ഥാനം ലോകത്തെയൊട്ടാകെ ഗ്രസിച്ചിരിക്കുന്നുവെന്നു നമുക്കുറപ്പിക്കാം.

മറ്റൊരു റിപ്പബ്ലിക്കിനും സ്ത്രീകളെ മോചിപ്പിക്കാൻ ഇതേവരെ കഴിഞ്ഞിട്ടില്ല. സോവിയറ്റ് ഭരണം അവരെ സഹായിച്ചുവരുന്നു. നമ്മുടെ ലക്ഷ്യം അജയ്യമാണ്. എന്തുകൊണ്ടെന്നാൽ അജയ്യരായ തൊഴിലാളിവർഗ്ഗം എല്ലാ രാജ്യത്തും ഉയർന്നെഴുന്നേൽക്കുകയാണ്. അജയ്യമായ സോഷ്യലിസ്റ്റ് വിപ്ലവത്തിന്റെ വ്യാപനത്തെയാണ് ഈ പ്രസ്ഥാനം അർത്ഥമാക്കുന്നത്. (നീണ്ടുനിന്ന കരഘോഷം. എല്ലാവരും 'ഇന്റർനാഷനേൽ' ഗാനം ആലപിക്കുന്നു.)

'ആർ.സി.പി.(ബി.)യുടെ കരടുപരിപാടി'[22] എന്ന ലേഖനത്തിൽനിന്ന്

പരിപാടിയിൽ കോടതികളെക്കുറിച്ചുള്ള ഭാഗത്തിന്റെ ഒന്നാം ഖണ്ഡിക

തൊഴിലാളി വർഗ്ഗസർവ്വാധിപത്യത്തിലൂടെ കമ്മ്യൂണിസത്തിലേക്കുള്ള പാതയിൽ കമ്മ്യൂണിസ്റ്റ് പാർട്ടി ജനാധിപത്യ മുദ്രാവാക്യങ്ങളെ നിരാകരിച്ചുകൊണ്ട് പഴയ കോടതികളെപ്പോലുള്ള ബൂർഷ്വാ ഭരണത്തിന്റെ സ്ഥാപനങ്ങളെ പൂർണ്ണമായും ഇല്ലാതാക്കുകയും അവയുടെ സ്ഥാനത്ത് തൊഴിലാളികളുടേയും കൃഷിക്കാരുടേയും വർഗ്ഗകോടതികൾ സ്ഥാപിക്കുകയും ചെയ്യുന്നതാണ്. മുഴുവൻ അധികാരവും സ്വന്തം കൈകളിൽ ഏറ്റെടുത്തശേഷം തൊഴിലാളിവർഗ്ഗം 'ജഡ്ജിമാരെ ജനങ്ങൾ തിരഞ്ഞെടുക്കുക'യെന്ന അവ്യക്തമായ പഴയ മുദ്രാവാക്യത്തിനു പകരം 'ജഡ്ജിമാരെ അദ്ധ്വാനിക്കുന്ന ജനങ്ങൾക്കിടയിൽനിന്ന് അദ്ധ്വാനിക്കുന്ന ജനങ്ങൾ മാത്രം തിരഞ്ഞെടുക്കുക' എന്ന വർഗ്ഗമുദ്രാവാക്യം മുന്നോട്ടുവയ്ക്കുകയും അത് നീതിന്യായവ്യവസ്ഥയിലൊട്ടാകെ നടപ്പാക്കുകയും ചെയ്യുന്നു. തൊഴിലാളികളിൽ നിന്നും ലാഭത്തിനുവേണ്ടി കൂലിവേലയെ ഏർപ്പെടുത്താത്ത കൃഷിക്കാരിൽനിന്നും മാത്രം ജഡ്ജിമാരെ തിരഞ്ഞെടുക്കുമ്പോൾ കമ്മ്യൂണിസ്റ്റ് പാർട്ടി സ്ത്രീകളെ സംബന്ധിച്ചിടത്തോളം യാതൊരു വ്യത്യാസവും കാണിക്കുന്നില്ല. ജഡ്ജിമാരെ തിരഞ്ഞെടുക്കുന്നതിലെന്നപോലെതന്നെ

നീതിന്യായച്ചുമതലകൾ നിറവേറ്റുന്നതിലും അത് പുരുഷന്മാർക്കും സ്ത്രീകൾക്കും തികച്ചും തുല്യമായ അവകാശങ്ങൾ അനുവദിക്കുന്നു. നിഷ്ക്കാസിതഗവൺമെന്റുകളുടെ നിയമങ്ങളെ റദ്ദാക്കിക്കൊണ്ട് പാർട്ടി സോവിയറ്റ് സമ്മതിദായകരാൽ തിരഞ്ഞെടുക്കപ്പെട്ട ജഡ്ജിമാർക്കു നൽകുന്ന മുദ്രാവാക്യം ഇതാണ്: തൊഴിലാളിവർഗ്ഗത്തിന്റെ ഹിതം നടപ്പാക്കുക. അതിന്റെ കല്പനകൾ നിറവേറ്റുക. തക്കതായ കല്പന ഇല്ലാതെവരികയോ ബന്ധപ്പെട്ട കല്പന അപര്യാപ്തമാണെന്നു കാണുകയോ ചെയ്താൽ നിഷ്ക്കാസിതഗവൺമെന്റുകളുടെ നിയമങ്ങളെ അവഗണിച്ചുകൊണ്ട് നിങ്ങളുടെ സോഷ്യലിസ്റ്റ് നീതിബോധത്തിൽനിന്നു മാർഗ്ഗദർശനം തേടുക.

1930-ൽ ആദ്യമായി പ്രസിദ്ധീകരിച്ചത്.

ഒരു മഹത്തായ തുടക്കം (പിന്നണിയിലെ തൊഴിലാളികളുടെ ധീരോദാത്തത. കമ്മ്യൂണിസ്റ്റ് സുബോത്നിക്കകൾ[23]) എന്നലേഖനത്തിൽനിന്ന്

വിപ്ലവത്തിന്റെ പ്രശ്നങ്ങളെ വാചകക്കസർത്തുകളിലൂടെ സമീപിക്കുകയെന്ന ബൂർഷ്വാ ബുദ്ധിജീവികളുടെ സമീപനരീതിയുടെ അവശിഷ്ടങ്ങൾ ഓരോ കാൽവയ്പിലും, എല്ലായിടത്തും, നമ്മുടെ അണികളിൽപ്പോലും, കാണാവുന്നതാണെന്ന സമ്മതിച്ചേ തീരൂ. അഴുകിനാറിയ ബൂർഷ്വാ - ജനാധിപത്യ ഭൂതകാലത്തിന്റെ ഈ അഴുകിനാറിയ അവശിഷ്ടങ്ങൾക്കെതിരായി, ഉദാഹരണത്തിന്, നമ്മുടെ പത്രങ്ങൾ വളരെക്കുറച്ച മാത്രമേ പൊരുതുന്നുള്ളൂ. യഥാർത്ഥകമ്മ്യൂണിസത്തിന്റെ ലളിതവും അനാർഭാടവും സാധാരണവും അതേസമയം ചൈതന്യമുറ്റതുമായ നാമ്പുകളെ പോറ്റിവളർത്തുന്നതിൽ അവ വേണ്ടത്ര ശ്രദ്ധ പതിപ്പിക്കുന്നില്ല.

സ്ത്രീകളുടെ കാര്യമെടുക്കുക. ഈ രംഗത്ത് ലോകത്തെ ഒരൊറ്റ ജനാധിപത്യപ്പാർട്ടിയും, ഏറ്റവും വളർച്ച പ്രാപിച്ച ബൂർഷ്വാ ജനാധിപത്യ റിപ്പബ്ലിക്കിൽപ്പോലും, അധികാരമേറ്റെടുത്ത് ആദ്യത്തെ വർഷത്തിൽ നാം ചെയ്തിട്ടുള്ളതിന്റെ നൂറിലൊരംശം ദശാബ്ദങ്ങൾകൊണ്ടു ചെയ്തിട്ടില്ല. സ്ത്രീകളെ അസമത്വത്തിൽ നിർത്തുകയും ജുഗുപ്സാവഹമായ നൂലാമാലകൾകൊണ്ട് വിവാഹമോചനത്തെ തടസ്സപ്പെടുത്തുകയും വിവാഹബന്ധത്തിലൂടെയല്ലാതെ ജനിക്കുന്ന കുഞ്ഞുങ്ങൾക്ക് അംഗീകാരം നിഷേധിക്കുകയും അവരുടെ പിതാക്കന്മാരാരാണെന്ന് അന്വേഷണം നടത്തുകയും മറ്റും ചെയ്യുന്ന കുപ്രസിദ്ധ നിയമങ്ങളെ നമ്മൾ ശരിക്കും നിലംപരിശാക്കി. ഈ നിയമങ്ങളുടെ അനേകം അവശിഷ്ടങ്ങൾ എല്ലാ

പരിഷ്കൃതരാജ്യങ്ങളിലും നിലനിൽക്കുന്നുണ്ടെന്നുള്ളത് ബൂർഷ്വാസിയേയും മുതലാളിത്തത്തേയും സംബന്ധിച്ചിടത്തോളം ലജ്ജാവഹമാണ്. ഈ രംഗത്ത് നാം ചെയ്തിട്ടുള്ള കാര്യങ്ങളിൽ അഭിമാനം കൊള്ളാൻ നമുക്ക് ഒരായിരം തവണ അവകാശമുണ്ട്. പക്ഷെ പഴയ ബൂർഷ്വാ നിയമങ്ങളുടേയും സ്ഥാപനങ്ങളുടേയും ചവറുകൾ തൂത്തുമാറ്റി അടിത്തറ കൂടുതൽ ഭംഗിയായി വെടിപ്പാക്കുന്തോറും നാം അടിത്തറ വെടിപ്പാക്കുകയല്ലാതെ ഇനിയും അതിന്റെ മേൽ പണിതു തുടങ്ങിയിട്ടില്ലെന്ന് കൂടുതൽ വ്യക്തമായിത്തീരുന്നു.

സ്ത്രീകൾക്കു മോചനം നൽകിക്കൊണ്ട് എന്തെല്ലാം നിയമങ്ങൾ നാം പാസ്സാക്കിയിട്ടുണ്ടെങ്കിലും സ്ത്രീകൾ ഇപ്പോഴും വീട്ടടിമകളായി തുടരുന്നു. കാരണം, ചെറുചെറു വീട്ടുജോലികൾ അവരെ ഞെക്കിഞെരുക്കുകയും ശ്വാസം മുട്ടിക്കുകയും മുരടിക്കുകയും അവരുടെ വിലയിടിക്കുകയും ചെയ്യുന്നു; അവരെ അടുക്കളകളിലും തൊട്ടിൽമുറികളിലുമായി കെട്ടിയിടുന്നു. ഒരു തരത്തിലും ഉല്പാദനക്ഷമമല്ലാത്തതും ഞരമ്പു മുറുക്കുന്നതും മുരടിപ്പിക്കുന്നതും ഞെരിച്ചമർത്തുന്നതുമായ നിസ്സാര മുഷിപ്പൻ പണികളിൽ അവരുടെ അദ്ധ്വാനം മുഴുവൻ പാഴാക്കപ്പെടുന്നു. ഭരണാധികാരം കൈവശമുള്ള തൊഴിലാളിവർഗ്ഗത്തിന്റെ നേതൃത്വത്തിൽ ഈ നിസ്സാര വീട്ടുവേലകൾക്കെതിരായി ഒരു വ്യാപകമായ സമരം തുടങ്ങുമ്പോൾ മാത്രമേ, കുറേക്കൂടി ശരിയായി പറഞ്ഞാൽ വൻകിടസോഷ്യലിസ്റ്റ് സമ്പദ്വ്യവസ്ഥയിലേക്ക് അവയെ ഒന്നടങ്കം രൂപാന്തരപ്പെടുത്തിത്തുടങ്ങുമ്പോൾ മാത്രമേ, സ്ത്രീകളുടെ യഥാർത്ഥ മോചനവും യഥാർത്ഥ കമ്മ്യൂണിസവും തുടങ്ങൂ.

തത്വത്തിൽ അവിതർക്കിതമെന്ന് എല്ലാ കമ്മ്യൂണിസ്റ്റുകാരും അംഗീകരിക്കുന്ന ഇക്കാര്യത്തിൽ നാം പ്രായോഗികമായി വേണ്ടത്ര ശ്രദ്ധ പതിപ്പിക്കുന്നുണ്ടോ? തീർച്ചയായും ഇല്ല. ഈ രംഗത്ത് ഇന്നു തന്നെ മുളച്ചുവന്നിട്ടുള്ള കമ്മ്യൂണിസത്തിന്റെ നാമ്പുകളെ നാം വേണ്ടത്ര നിഷ്ക്കർഷിക്കുന്നുണ്ടോ? ഇല്ല എന്നാണ് അതിനുള്ള മറുപടിയും. പൊതുഭോജനശാലകൾ, നഴ്സറികൾ, ബാലവാടികൾ - ഇവ ഈ നാമ്പുകളിൽ ചിലതാണ്. യാതൊരു ആർഭാടവും ആഘോഷവുമില്ലാതെ സ്ത്രീകൾക്ക് യഥാർത്ഥമോചനം നൽകാൻ കഴിയുന്ന, സാമൂഹ്യോല്പാദനത്തിലും പൊതുജീവിതത്തിലുമുള്ള പങ്കിനെ സംബന്ധിച്ചിടത്തോളം പുരുഷന്മാരുമായുള്ള അവരുടെ അസമത്വം യഥാർത്ഥത്തിൽ കുറയ്ക്കാനും ഇല്ലാതാക്കാനും കഴിയുന്ന, ലളിതവും ദൈനംദിനജീവിതത്തിൽ അനുഭവപ്പെടുന്നതുമായ മാർഗ്ഗങ്ങളാണിവ. ഈ മാർഗ്ഗങ്ങൾ പുതുതല്ല.

സോഷ്യലിസത്തിനുള്ള എല്ലാ ഭൗതികപൂർവ്വോപാധികളേയുമെന്ന പോലെ ഇവയേയും സൃഷ്ടിച്ചത് വൻകിടമുതലാളിത്തമാണ്. പക്ഷെ മുതലാളിത്തത്തിൻകീഴിൽ അവ ഒന്നാമത് ദുർലഭമായിരുന്നു. രണ്ടാമത് - ഇതാണ് വിശേഷിച്ചും പ്രധാനമായിട്ടുള്ളത് - അവ ഒന്നുകിൽ ഊഹക്കച്ചവടത്തിന്റേയും കൊള്ളലാഭമടിയുടേയും വഞ്ചനയുടേയും ചതിയുടേയും ഏറ്റവും ദുഷിച്ച വശങ്ങൾ പ്രകടിപ്പിക്കുന്ന, ലാഭമീടാക്കാനുള്ള സ്ഥാപനങ്ങളോ, അല്ലെങ്കിൽ, ഏറ്റവും നല്ല തൊഴിലാളികളുടെ അപ്രീതിക്കും വെറുപ്പിനും ന്യായമായും പാത്രീഭവിച്ച 'ബൂർഷ്വാ ഔദാര്യക്കസർത്തുകളോ' ആയിരുന്നു.

നമ്മുടെ രാജ്യത്ത് ഈ സ്ഥാപനങ്ങളുടെ എണ്ണം ഗണ്യമായി വർദ്ധിച്ചിട്ടുണ്ടെന്നതിനും അവയുടെ സ്വഭാവത്തിൽ മാറ്റം വന്നു തുടങ്ങിയിട്ടുണ്ടെന്നതിനും സംശയമില്ല. തൊഴിലാളിസ്ത്രീകളുടേയും കർഷകസ്ത്രീകളുടേയും ഇടയിൽ നമുക്കറിയാവുന്നതിലും വളരെക്കൂടുതൽ സംഘടനാവൈഭവം സ്ഥിതിചെയ്യുന്നുണ്ടെന്നതിനും സംശയമില്ല. പ്ലാനുകളേയും പദ്ധതികളേയും മറ്റും പറ്റിയുള്ള അവസാനിക്കാത്ത സംസാരവും ഒച്ചപ്പാടും കശപിശയും ബഹളവുമൊന്നും കൂടാതെ - നമ്മുടെ തലവീർത്ത 'ബുദ്ധിജീവിക'ളേയും പാതി വിളഞ്ഞ 'കമ്മ്യൂണിസ്റ്റുകാ'രേയും ബാധിച്ചിട്ടുള്ള ഇത്തരം വൈകല്യങ്ങളൊന്നും കൂടാതെ - വളരെയേറെ തൊഴിലാളികളുടേയും അതിലേറെ വരുന്ന ഉപഭോക്താക്കളുടേയും സഹായസഹകരണങ്ങളോടെ പ്രായോഗികപ്രവർത്തനം സംഘടിപ്പിക്കാൻ കഴിവുള്ളവർ നമുക്കറിയാവുന്നതിലും വളരെക്കൂടുതലുണ്ട്. പക്ഷെ പുതുതിന്റെ ഈ നാമ്പുകളെ നാം വേണ്ടപോലെ പോറ്റിവളർത്തുന്നില്ല.

ബൂർഷ്വാസിയെ നോക്കൂ. അവർക്കു വേണ്ട കാര്യങ്ങൾ എത്ര ഭംഗിയായിട്ടാണ് അവർ പരസ്യം ചെയ്യുന്നത്! മാതൃകാപരമായ വ്യവസായശാലകളെന്നു മുതലാളിമാർ കരുതുന്നവയെ അവരുടെ പത്രങ്ങളുടെ ലക്ഷോപലക്ഷം പ്രതികൾ വാനോളം വാഴ്ത്തുന്നതെങ്ങിനെയെന്നു നോക്കൂ. 'മാതൃകാ'ബൂർഷ്വാ സ്ഥാപനങ്ങൾ രാഷ്ട്രത്തിനു മുഴുവൻ അഭിമാനിക്കാവുന്ന സ്ഥാപനങ്ങളാണെന്ന അവരുടെ പ്രചാരണം നോക്കൂ. നമ്മുടെ ഏറ്റവും നല്ല ഭോജനശാലകളേയും നേഴ്സറികളേയും കുറിച്ചുള്ള വിവരണങ്ങൾ നൽകാനും ദിവസേനയുള്ള നിർബ്ബന്ധത്തിലൂടെ അവയിൽ ചിലതിനെ മാതൃകാസ്ഥാപനങ്ങളാക്കി മാറ്റാനും നമ്മുടെ പത്രങ്ങൾ മിനക്കെടുന്നില്ല; ഉണ്ടെങ്കിൽത്തന്നെ അത് വളരെ അപൂർവ്വമാണ്. അവയ്ക്കു വേണ്ടത്ര പ്രചാരണം നമ്മുടെ പത്രങ്ങൾ നൽകുന്നില്ല. അദ്ധ്വാനലാഭം, ഉപഭോക്താക്കൾക്കു ലഭിക്കുന്ന സൗകര്യങ്ങൾ,

ഉല്പന്നങ്ങളിൽ ഏർപ്പെടുത്താവുന്ന മിതവ്യയം, വീട്ടടിമത്തത്തിൽ നിന്നു സ്ത്രീകൾക്കു സിദ്ധിക്കുന്ന മോചനം, പൊതുശുചീകരണകാര്യത്തിൽ ഉളവാകുന്ന അഭിവൃദ്ധി, എന്നിങ്ങനെ മാതൃകാപരമായ കമ്മ്യൂണിസ്റ്റു പ്രവർത്തനംകൊണ്ടു നേടാവുന്നതും സമുദായത്തിലേക്കൊട്ടാകെ, അദ്ധ്വാനിക്കുന്ന ബഹുജനങ്ങളുടെയിടയിലേക്കൊട്ടാകെ, വ്യാപിപ്പിക്കാവുന്നതുമായ കാര്യങ്ങളെ നമ്മുടെ പത്രങ്ങൾ വിശദമായി വിവരിക്കുന്നില്ല.

മാതൃകാപരമായി നടത്തുന്ന ഉല്പാദനം, മാതൃകാപരമായി നടത്തുന്ന കമ്മ്യൂണിസ്റ്റ് സുബോത്നിക്കുകൾ, ഓരോ പുദ്[24]ധാന്യവും സംഭരിക്കുമ്പോഴും വിതരണം ചെയ്യുമ്പോഴും പ്രകടിപ്പിക്കുന്ന മാതൃകാപരമായ നിഷ്ക്കർഷയും ആത്മാർത്ഥതയും, മാതൃകാപരമായി നടത്തുന്ന ഭോജനശാലകൾ, ഇന്ന ബ്ലോക്കിലെ ഇന്ന തൊഴിലാളിയുടെ വീട് മാതൃകാപരമായ വിധത്തിൽ ശുചിയായി വച്ചിരിക്കുന്നുവെന്ന കാര്യം - ഇതിലെല്ലാം തന്നെ നമ്മുടെ പത്രങ്ങളും ഓരോ തൊഴിലാളി - കർഷകസംഘടനയും ഇന്നത്തേതിലും പതിന്മടങ്ങു ശ്രദ്ധയും താല്പര്യവും പ്രദർശിപ്പിക്കണം. ഇവയെല്ലാം കമ്മ്യൂണിസത്തിന്റെ നാമ്പുകളാണ്. അവയെ പോറ്റിവളർത്തുകയെന്നത് നമ്മുടെയെല്ലാവരുടേയും പ്രാഥമികകടമയാണ്. ഭക്ഷ്യരംഗത്തും ഉല്പാദനരംഗത്തും നമ്മുടെ സ്ഥിതി വിഷമകരമാണെങ്കിൽക്കൂടി ഒന്നരവർഷത്തെ ബോൾഷെവിക് ഭരണത്തിനിടയ്ക്ക് സാർവ്വത്രികമായ പുരോഗതി നിസ്സംശമായും കൈവന്നിട്ടുണ്ട്. ധാന്യസംഭരണം 1917 ആഗസ്റ്റ് 1-നും 1918 ആഗസ്റ്റ് 1-നുമിടയ്ക്ക് മൂന്നുകോടി പുദ് ആയിരുന്നത് 1918 ആഗസ്റ്റ് 1- നും 1919 മേയ് 2-നുമിടയ്ക്ക് പത്തുകോടി പുദ് ആയി വർദ്ധിച്ചിട്ടുണ്ട്. പച്ചക്കറിത്തോട്ടങ്ങൾ കൂടുതൽ വിപുലമായിട്ടുണ്ട്. വിതയ്ക്കാതിട്ടിരിക്കുന്ന ഭൂമിയുടെ വിസ്തീർണ്ണം കുറഞ്ഞിട്ടുണ്ട്. ഇന്ധനത്തിന്റെ കാര്യത്തിൽ വമ്പിച്ച വൈഷമ്യങ്ങളുണ്ടെങ്കിലും റെയിൽവേ ഗതാഗതം മെച്ചപ്പെട്ടു തുടങ്ങിയിട്ടുണ്ട്. ഇതുപോലെ വേറെയും. ഈ പൊതുപശ്ചാത്തലത്തിൽ, തൊഴിലാളിവർഗ്ഗഭരണാധികാരത്തിന്റെ പിന്തുണയോടെ, കമ്മ്യൂണിസത്തിന്റെ നാമ്പുകൾ കൊഴിഞ്ഞുപോവുകയില്ല. അവ വളർന്ന് പുഷ്പിച്ച് പരിപൂർണ്ണ കമ്മ്യൂണിസമായി വികസിക്കും.

പ്രത്യേകലഘുലേഖയായി

1919 ജൂലായിൽ

പ്രസിദ്ധീകരിച്ചത്.

സോവിയറ്റ് റിപ്പബ്ലിക്കിൽ പണിയെടുക്കുന്ന സ്ത്രീകളുടെ പ്രസ്ഥാനത്തിന്റെ കടമകൾ

പാർട്ടിയിൽ പെടാത്ത സ്ത്രീകളുടെ നാലാം മോസ്ക്കോ നഗരസമ്മേളനത്തിൽ ചെയ്ത പ്രസംഗം

സെപ്തംബർ 23, 1919

സഖാക്കളെ, പണിയെടുക്കുന്ന സ്ത്രീകളുടെ ഒരു സമ്മേളനത്തെ അഭിവാദ്യം ചെയ്യുന്നതിൽ എനിക്കു സന്തോഷമുണ്ട്. പണിയെടുക്കുന്ന ഓരോ സ്ത്രീയേയും, അദ്ധ്വാനിക്കുന്ന ബഹുജനങ്ങൾക്കിടയിൽ രാഷ്ട്രീയബോധമുള്ള ഓരോരുത്തരേയും ഈ നിമിഷത്തിൽ നിസ്സംശയമായും ഏറ്റവുമധികം അലട്ടിക്കൊണ്ടിരിക്കുന്ന വിഷയങ്ങളേയും പ്രശ്നങ്ങളേയും ഞാൻ സ്പർശിക്കുന്നില്ല. ഭക്ഷണത്തേയും യുദ്ധപരിതസ്ഥിതിയേയും സംബന്ധിച്ച ഏറ്റവും അടിയന്തിരമായ പ്രശ്നങ്ങളാണവ. യുദ്ധത്തിന്റെ പ്രശ്നങ്ങളെസ്സംബന്ധിച്ച് സഖാവു ട്രോട്സ്ക്കിയും ഭക്ഷ്യപ്രശ്നത്തെസ്സംബന്ധിച്ച് സഖാക്കൾ യാക്കൊവ്‌ലെവയും സ്വിദേർസ്ക്കിയും വിശദമായി സംസാരിച്ചുകഴിഞ്ഞെന്ന് നിങ്ങളുടെ യോഗങ്ങളെക്കുറിച്ചുള്ള പത്രവാർത്തകളിൽനിന്നു ഞാൻ മനസ്സിലാക്കി. അതുകൊണ്ട് ആ പ്രശ്നങ്ങളെ സ്പർശിക്കാതെ കടന്നുപോകാൻ എന്നെ അനുവദിക്കുക.

സോവിയറ്റ് റിപ്പബ്ലിക്കിൽ പണിയെടുക്കുന്ന സ്ത്രീകളുടെ പ്രസ്ഥാനത്തെ നേരിടുന്ന പൊതു കടമകളെക്കുറിച്ച് ഏതാനും വാക്കുകൾ പറയാൻ ഞാൻ ആഗ്രഹിക്കുന്നു. പൊതുവിൽ സോഷ്യലിസത്തിലേക്കുള്ള പരിവർത്തനത്തോടനുബന്ധിച്ച കടമകളും ഇന്നു വിശേഷിച്ചും അടിയന്തിര പ്രാധാന്യമുള്ള കടമകളും ഇവയിൽ പെടും. സഖാക്കളെ,

സോവിയറ്റധികാരം തുടക്കംതൊട്ടേ സ്ത്രീകളുടെ സ്ഥിതിയെ സംബന്ധിച്ച പ്രശ്നം ഉന്നയിക്കുകയുണ്ടായി. സോഷ്യലിസത്തിലേക്കുള്ള പരിവർത്തനത്തിനിടയിൽ ഏതൊരു തൊഴിലാളി സ്റ്റേറ്റിനേയും ദ്വിമുഖ സ്വഭാവത്തോടുകൂടിയ ഒരു കടമ അഭിമുഖീകരിക്കുന്നുവെന്ന് എനിക്കു തോന്നുന്നു. ഈ കടമയുടെ ആദ്യത്തെ ഭാഗം താരതമ്യേന ലളിതവും എളുപ്പവുമാണ്. പുരുഷന്മാരെ അപേക്ഷിച്ച് സ്ത്രീകളെ അസമത്വത്തിൽ നിർത്തുന്ന പഴയ നിയമങ്ങളെ സംബന്ധിക്കുന്നതാണത്.

പഴഞ്ചൻ നിയമങ്ങൾ റദ്ദാക്കി സ്ത്രീപുരുഷസമത്വം നിയമത്തിലൂടെ നടപ്പാക്കണമെന്ന് പടിഞ്ഞാറൻ യൂറോപ്പിലെ എല്ലാ വിമോചന പ്രസ്ഥാനങ്ങളിലും പങ്കെടുത്തിട്ടുള്ളവർ വളരെക്കാലമായി - ദശാബ്ദങ്ങളെന്നല്ല നൂറ്റാണ്ടുകളായിത്തന്നെ - ആവശ്യപ്പെട്ടിട്ടുള്ളതാണ്. പക്ഷേ യൂറോപ്പിലെ ജനാധിപത്യസ്റ്റേറ്റുകളിലൊന്നുംതന്നെ, ഏറ്റവും പുരോഗമിച്ച റിപ്പബ്ലിക്കുകളിലൊന്നും തന്നെ, ഇതു നടപ്പിൽ വരുത്തിയിട്ടില്ല. കാരണം, എവിടെ മുതലാളിത്തമുണ്ടോ, എവിടെ ഭൂമിയിലും ഫാക്ടറികളിലും സ്വകാര്യ ഉടമസ്ഥതയുണ്ടോ, എവിടെ മൂലധനത്തിന്റെ അധികാരത്തെ നിലനിർത്തുന്നോ, അവിടെ പുരുഷന്മാർ അവരുടെ പ്രത്യേകാനുകൂല്യങ്ങൾ വച്ചുപുലർത്തുന്നു. 1917 ഒക്ടോബർ 25-നുശേഷം തൊഴിലാളികളുടെ അധികാരം സ്ഥാപിച്ചതുകൊണ്ടുമാത്രമാണ് റഷ്യയിൽ അതു നടപ്പാക്കാൻ കഴിഞ്ഞത്. സോവിയറ്റധികാരം അതിന്റെ ആരംഭം തൊട്ടുതന്നെ സർവ്വവിധ ചൂഷണത്തിനുമെതിരായ, അദ്ധ്വാനിക്കുന്ന ജനങ്ങളുടെ അധികാരമായിത്തീരാനാണ് ഉദ്യമിച്ചത്. അദ്ധ്വാനിക്കുന്ന ജനങ്ങളെ ഭൂവുടമകളും മുതലാളിമാരും ചൂഷണം ചെയ്യാനുള്ള സാദ്ധ്യത ഇല്ലാതാക്കുക, മൂലധനത്തിന്റെ ഭരണം അവസാനിപ്പിക്കുക - ഈ കടമയാണ് അതു മുന്നോട്ടു വച്ചത്. ഭൂമിയിൽ സ്വകാര്യ ഉടമസ്ഥതയില്ലാതെ, സ്വകാര്യ ഉടമസ്ഥതയിലുള്ള ഫാക്ടറികളില്ലാതെ, തങ്ങളുടെ ജീവിതം രൂപപ്പെടുത്താൻ അദ്ധ്വാനിക്കുന്ന ജനങ്ങൾക്കു കഴിവുണ്ടാക്കിക്കൊടുക്കാനാണ് സോവിയറ്റധികാരം ശ്രമിച്ചുകൊണ്ടിരിക്കുന്നത്. സ്വകാര്യ ഉടമസ്ഥത ലോകത്തെവിടെയും, പരിപൂർണ്ണരാഷ്ട്രീയസ്വാതന്ത്ര്യമുള്ളിടത്തുപോലും, ഏറ്റവും ജനാധിപത്യപരമായ റിപ്പബ്ലിക്കുകളിൽപ്പോലും, അദ്ധ്വാനിക്കുന്ന ജനങ്ങളെ യഥാർത്ഥത്തിൽ ദാരിദ്ര്യത്തിലും കൂലിയടിമത്തത്തിലും സ്ത്രീകളെ ഇരട്ട അടിമത്തത്തിലും നിർത്തുന്നു.

അദ്ധ്വാനിക്കുന്ന ജനങ്ങളുടെ അധികാരമായ സോവിയറ്റധികാരം നിലവിൽ വന്നശേഷം ആദ്യമാസങ്ങളിൽത്തന്നെ അത് സ്ത്രീകളെ

സംബന്ധിക്കുന്ന നിയമങ്ങളിൽ ഖണ്ഡിതമായും ഒരു വിപ്ലവം തന്നെ കൈവരുത്തി. സ്ത്രീകളെ കീഴേക്കിടയിൽ നിർത്തിക്കൊണ്ടുള്ള നിയമങ്ങളൊന്നും തന്നെ സോവിയറ്റ് റിപ്പബ്ലിക്കിൽ അവശേഷിക്കുന്നില്ല. സ്ത്രീകളുടെ താരതമ്യേന ദുർബ്ബലമായ സ്ഥിതിയെ മുതലെടുത്തുകൊണ്ട് അവരെ അസമത്വത്തിലും പലപ്പോഴും അപമാനകരമായ സ്ഥിതിയിലും നിർത്തിയിരുന്ന നിയമങ്ങളെക്കുറിച്ചാണ്, വിവാഹമോചനത്തെ സംബന്ധിച്ചും വിവാഹബന്ധത്തിൽനിന്നല്ലാതെ ജനിക്കുന്ന കുട്ടികളെ സംബന്ധിച്ചും ചെലവിനു കൊടുക്കാൻ കുട്ടിയുടെ അച്ഛനോട് ആവശ്യപ്പെടാനുള്ള സ്ത്രീകളുടെ അവകാശത്തെ സംബന്ധിച്ചുമുണ്ടായിരുന്ന നിയമങ്ങളെക്കുറിച്ചാണ്, ഞാൻ പരാമർശിക്കുന്നത്.

വിശേഷിച്ചും ഈ തുറയിലാണ് ഏറ്റവും പുരോഗമിച്ച രാജ്യങ്ങളിലെപ്പോലും ബൂർഷ്വാനിയമങ്ങൾ സ്ത്രീകളുടെ ദുർബ്ബലാവസ്ഥയെ ചൂഷണം ചെയ്തുകൊണ്ട് അവരെ അപമാനിക്കുകയും അസമത്വത്തിൽ നിർത്തുകയും ചെയ്യുന്നത്. വിശേഷിച്ചും ഈ തുറയിലാണ് അദ്ധ്വാനിക്കുന്ന ജനങ്ങൾക്ക് അരോചകമായിരുന്ന അന്യായമായ പഴയ നിയമങ്ങളെ സോവിയറ്റധികാരം നിശ്ശേഷം തുടച്ചുമാറ്റിയത്. സ്ത്രീകൾ പരിപൂർണ്ണസമത്വം അനുഭവിക്കുകയും വിശേഷിച്ചും ദൈനംദിന കുടുംബജീവിതത്തിൽ അപമാനകരമായ നിലയിൽ കഴിയാതിരിക്കുകയും ചെയ്യുന്ന ഒരു രാജ്യം സോവിയറ്റ് റഷ്യയൊഴികെ ലോകത്ത് മറ്റൊന്നില്ലെന്ന് നമുക്ക് അഭിമാനപൂർവ്വം, തെല്ലും അതിശയോക്തികൂടാതെ, പറയാവുന്നതാണ്. നമ്മുടെ പ്രഥമവും പ്രധാനവുമായ കടമകളിൽ ഒന്നായിരുന്നു ഇത്.

നിങ്ങൾ ബോൾഷെവിക്കുകളോടു വിരോധമുള്ള പാർട്ടികളുമായി സന്ദർഭവശാൽ ബന്ധപ്പെടുകയോ കൊൽച്ചാക്കിന്റേയോ ദെനീക്കിന്റേയോ കൈവശത്തിലുള്ള പ്രദേശങ്ങളിൽനിന്നു റഷ്യൻ ഭാഷയിൽ പ്രസിദ്ധീകരിക്കുന്ന പത്രങ്ങൾ വായിക്കാനിടവരികയോ ആ പത്രങ്ങളുടെ അഭിപ്രായങ്ങൾ വച്ചു പുലർത്തുന്നവരുമായി സംസാരിക്കാൻ ഇടവരികയോ ചെയ്യുകയാണെങ്കിൽ സോവിയറ്റധികാരം ജനാധിപത്യത്തെ ലംഘിച്ചിരിക്കുന്നുവെന്ന ആരോപണം പലപ്പോഴും അവരിൽനിന്നും കേട്ടെന്നു വരാം.

സോവിയറ്റധികാരത്തിന്റെ പ്രതിനിധികളായ ഞങ്ങൾ - ബോൾഷെവിക്ക് കമ്മ്യൂണിസ്റ്റുകാരും സോവിയറ്റധികാരത്തിന്റെ അനുകൂലികളും - ജനാധിപത്യത്തെ ലംഘിക്കുന്നുവെന്ന ആരോപണം പലപ്പോഴും വരാറുണ്ട്. സോവിയറ്റധികാരം കോൺസ്റ്റിറ്റുവന്റ് അസംബ്ലി[25] പിരിച്ചുവിട്ടതാണ് ഇതിനു തെളിവായി പറയുന്നത്. ഈ ആരോപണത്തിന്

സാധാരണ ഞങ്ങൾ നല്കാറുള്ള മറുപടി ഇതാണ്: ഭൂമിയിൽ സ്വകാര്യ ഉടമസ്ഥത നിലനിന്നിരുന്ന കാലത്ത്, ജനങ്ങൾ തമ്മിൽ സമത്വമില്ലാതിരുന്ന കാലത്ത്, സ്വന്തമായി മൂലധനമുള്ളയാൾ യജമാനനും അയാൾക്കുവേണ്ടി പണിയെടുത്തിരുന്ന മറ്റുള്ളവർ അയാളുടെ കൂലിയടിമകളുമായിരുന്ന കാലത്ത്, നിലവിൽ വന്ന കോൺസ്റ്റിറ്റുവന്റ് അസംബ്ലിക്കും ജനാധിപത്യത്തിനും ഞങ്ങൾ യാതൊരു വിലയും കല്പിക്കുന്നതില്ല. ഏറ്റവും പുരോഗമിച്ച രാജ്യങ്ങളിൽപോലും അത്തരം ജനാധിപത്യം അടിമത്തത്തിനുള്ള മറയായിരുന്നു. ജനാധിപത്യം അദ്ധ്വാനിക്കുന്നവരും മർദ്ദിതരുമായ ജനങ്ങളുടെ സ്ഥിതി മെച്ചപ്പെടുത്തുമെങ്കിൽ അത്രത്തോളം മാത്രം അതിനെ അനുകൂലിക്കുന്നവരാണ് സോഷ്യലിസ്റ്റുകാരായ ഞങ്ങൾ. മനുഷ്യൻ മനുഷ്യന്റെ മേൽ നടത്തുന്ന സർവ്വവിധ ചൂഷണത്തേയും എതിർക്കുകയെന്നതാണ് ലോകമാസകലം സോഷ്യലിസം മുന്നോട്ടു വച്ചിരിക്കുന്ന കടമ. ചൂഷിതർക്കും അവകാശരഹിതർക്കും ഗുണം ചെയ്യുന്ന ജനാധിപത്യത്തിനു മാത്രമേ ഞങ്ങൾ വില കല്പിക്കുന്നുള്ളു. പണിയെടുക്കാത്തവർക്ക് വോട്ടവകാശം നിഷേധിക്കുകയാണെങ്കിൽ ജനങ്ങൾ തമ്മിൽ യഥാർത്ഥ സമത്വം നടപ്പാക്കലായിരിക്കും അത്. പണിയെടുക്കാത്തവർക്കു ഭക്ഷണമില്ല.

വിവിധരാജ്യങ്ങളിൽ ജനാധിപത്യം എങ്ങിനെ നടപ്പാക്കുന്നു? പ്രശ്നം അവതരിപ്പിക്കേണ്ടത് ഇങ്ങനെയാണെന്ന് ഈ ആരോപണങ്ങൾക്കു മറുപടിയായി ഞങ്ങൾ പറയുന്നു. എല്ലാ ജനാധിപത്യ റിപ്പബ്ലിക്കുകളിലും സമത്വം പ്രഖ്യാപിക്കപ്പെട്ടിട്ടുള്ളതായി നമുക്കു കാണാം. പക്ഷെ സിവിൽ നിയമങ്ങളിലും സ്ത്രീകളുടെ അവകാശങ്ങളെ സംബന്ധിക്കുന്ന - കുടുംബത്തിലെ അവരുടെ പദവിയേയും വിവാഹമോചനത്തേയും സംബന്ധിക്കുന്ന - നിയമങ്ങളിലും അസമത്വമാണ്, സ്ത്രീകളോടുള്ള അവഹേളനമാണ്, ഓരോ ചുവടിലും കാണുന്നത്. മർദ്ദിതരെ സംബന്ധിച്ചിടത്തോളം ഇതു ജനാധിപത്യലംഘനമാണെന്നു നാം പറയുന്നു. ഏറ്റവും പുരോഗമിച്ച മറ്റേതു രാജ്യത്തേക്കാളും ഏറെ ജനാധിപത്യം സോവിയറ്റധികാരം നടപ്പാക്കിയിട്ടുണ്ട്. കാരണം, സ്ത്രീകളുടെ അസമത്വത്തിന്റെ ഒരു ലാഞ്ഛനപോലും അതിന്റെ നിയമങ്ങളിൽ അവശേഷിക്കുന്നില്ല. സോവിയറ്റധികാരം നിലവിൽ വന്ന ശേഷമുള്ള ആദ്യത്തെ മാസങ്ങളിൽ അതു ചെയ്തിട്ടുള്ളതിന്റെ പകുതിപോലും മറ്റൊരു സ്റ്റേറ്റും മറ്റൊരു നിയമവും സ്ത്രീകൾക്കുവേണ്ടി ചെയ്തിട്ടില്ലെന്നു ഞാൻ വീണ്ടും പറയുന്നു.

തീർച്ചയായും നിയമങ്ങൾ പാസ്സാക്കിയാൽ മാത്രം പോരാ. വെറും

കല്പനകൾകൊണ്ടു ഞങ്ങൾ തൃപ്തിപ്പെടുന്നുമില്ല. എങ്കിലും നിയമനിർമ്മാണത്തെ സംബന്ധിച്ചിടത്തോളം സ്ത്രീകൾക്കു സമത്വം ഉറപ്പു നൽകാനാവശ്യമായ സർവ്വതും ഞങ്ങൾ ചെയ്തുകഴിഞ്ഞു. അതിൽ അഭിമാനം കൊള്ളാൻ ഞങ്ങൾക്ക് അവകാശവുമുണ്ട്. ഏറ്റവും പുരോഗമിച്ച രാജ്യങ്ങളിലെ സ്ത്രീകളുടെ സ്ഥിതി വച്ചു നോക്കുമ്പോൾ സോവിയറ്റ് റിപ്പബ്ലിക്കിൽ ഇന്ന് അവരുടെ സ്ഥിതി മാതൃകാപരമാണ്. എങ്കിലും തീർച്ചയായും ഇതു തുടക്കം മാത്രമാണെന്ന് ഞങ്ങൾ ഓർമ്മിക്കുന്നുണ്ട്.

വീട്ടുജോലികാരണം സ്ത്രീകളുടെ സ്ഥിതി ഇപ്പോഴും കഷ്ടമാണ്. അവരുടെ പരിപൂർണ്ണമായ മോചനം സാദ്ധ്യമാക്കുകയും അവരെ പുരുഷന്മാരോടു യഥാർത്ഥത്തിൽ തുല്യമാക്കുകയും ചെയ്യണമെങ്കിൽ ദേശീയസമ്പദ്‌വ്യവസ്ഥയെ സമൂഹവൽക്കരിക്കുകയും സ്ത്രീകൾ ഉല്പാദനക്ഷമമായ പൊതു അദ്ധ്വാനത്തിൽ പങ്കെടുക്കുകയും ചെയ്യേണ്ടതാവശ്യമാണ്. അപ്പോൾ പുരുഷന്മാരോടു തുല്യമായ പദവി സ്ത്രീകൾക്കു ലഭിക്കും.

അദ്ധ്വാനത്തിന്റെ ഉല്പാദനക്ഷമത, ചെയ്തുതീർക്കുന്ന പണി, തൊഴിൽദിവസത്തിന്റെ ദൈർഘ്യം, തൊഴിൽ സാഹചര്യങ്ങൾ തുടങ്ങിയ കാര്യങ്ങളെ സംബന്ധിച്ചിടത്തോളം സ്ത്രീകളെ പുരുഷന്മാരോടൊപ്പമാക്കുന്നതിനെപ്പറ്റിയല്ല നാമിവിടെ പറയുന്നത്. കുടുംബത്തിലുള്ള അവരുടെ സ്ഥാനം കാരണം സ്ത്രീകൾ പുരുഷന്മാരിൽനിന്നും വ്യത്യസ്തമായി മർദ്ദനം അനുഭവിക്കാൻ പാടില്ലെന്നാണു നാമുദ്ദേശിക്കുന്നത്. അവകാശങ്ങൾ പൂർണ്ണമായുമുള്ളപ്പോൾപ്പോലും വീട്ടുവേല മുഴുവനും ചെയ്യേണ്ടതുകൊണ്ട് സ്ത്രീകൾ ഫലത്തിൽ മർദ്ദിതരായിക്കഴിയുന്നുവെന്ന കാര്യം നിങ്ങൾക്കറിയാമല്ലോ. ഒരു സ്ത്രീക്കു ചെയ്യാവുന്നതിൽ വച്ച് ഏറ്റവും ക്ലേശകരവും ക്രൂരവും അല്പംപോലും ഉല്പാദനക്ഷമമല്ലാത്തതുമായ ജോലിയാണ് വീട്ടുവേല. അങ്ങേയറ്റം നിസ്സാരമായ ജോലിയാണത്. സ്ത്രീകളുടെ വളർച്ചയെ ഏതെങ്കിലും വിധത്തിൽ സഹായിക്കുന്ന യാതൊന്നും അതിൽ അടങ്ങിയിട്ടില്ല.

സോഷ്യലിസ്റ്റ് ആദർശം മുന്നിൽ വച്ചിട്ടുള്ള നമ്മൾ സോഷ്യലിസം പരിപൂർണ്ണമായി നടപ്പാക്കാൻവേണ്ടി സമരം ചെയ്യാൻ ആഗ്രഹിക്കുന്നു. ഇവിടെ അദ്ധ്വാനത്തിന്റെ രംഗത്ത് വിപുലമായ സാദ്ധ്യതകളാണ് സ്ത്രീകളുടെ മുമ്പിൽ തുറന്നുകിടക്കുന്നത്. നാമിപ്പോൾ സോഷ്യലിസത്തിന്റെ നിർമ്മാണത്തിനുള്ള കളമൊരുക്കുന്നതിനുവേണ്ടി ഗൗരവമായി തയ്യാറെടുത്തുവരികയാണ്. എന്നാൽ പരിപൂർണ്ണമായ സ്ത്രീസമത്വം നേടിക്കഴിയുകയും അന്തസ്സാരവിഹീനവും മനസ്സു മുരടിപ്പിക്കുന്നതും

ഉല്പാദനക്ഷമമല്ലാത്തതുമായ ജോലികളിൽനിന്ന മോചനം ലഭിച്ച സ്ത്രീകളോടൊപ്പം നാം പുതിയ പ്രവർത്തനത്തിലിറങ്ങുകയും ചെയ്യുമ്പോൾ മാത്രമേ സോഷ്യലിസത്തിന്റെ നിർമ്മാണം ആരംഭിക്കുകയുള്ളൂ. വളരെ വളരെ കൊല്ലങ്ങൾ വേണ്ടിവരുന്ന ഒരു ജോലിയാണിത്.

ഈ പ്രവർത്തനത്തിൽനിന്നും ഉടനടി ഫലമൊന്നും കാണുകയില്ല. വർണ്ണോജ്ജ്വലമായ പ്രഭാവമൊന്നും അതിൽനിന്ന പ്രതീക്ഷിക്കേണ്ട.

സ്ത്രീകൾക്കു വീട്ടുവേലയിൽനിന്ന വിടുതി നൽകുന്ന മാതൃകാസ്ഥാപനങ്ങളും ഭോജനശാലകളും നഴ്സറികളും നമ്മൾ തുറന്നുവരികയാണ്. ഈ സ്ഥാപനങ്ങളെല്ലാം സംഘടിപ്പിക്കുകയെന്ന ജോലി പ്രധാനമായും ചെയ്യേണ്ടത് സ്ത്രീകളാണ്. വീട്ടടിമത്തത്തിൽനിന്ന കരകയറാൻ സ്ത്രീകളെ സഹായിക്കുന്ന സ്ഥാപനങ്ങൾ ഇന്ന് റഷ്യയിൽ വളരെ വിരളമാണെന്ന സമ്മതിക്കേണ്ടിയിരിക്കുന്നു. അവ വളരെക്കുറച്ചേയുള്ളൂ. സോവിയറ്റ് റിപ്പബ്ലിക്കിൽ ഇപ്പോൾ നിലവിലുള്ള സാഹചര്യങ്ങൾ, യുദ്ധവും ഭക്ഷ്യസ്ഥിതിയും - അതെപ്പറ്റിയെല്ലാം സഖാക്കൾ നിങ്ങളോട് വിശദമായി സംസാരിച്ചിട്ടുണ്ടല്ലോ - ഈ പ്രവർത്തനത്തെ തടസ്സപ്പെടുത്തുന്നുണ്ട്. എങ്കിൽപ്പോലും വീട്ടടിമകളെന്ന നിലയിൽനിന്ന സ്ത്രീകൾക്കു മോചനം നല്കുന്ന ഈ സ്ഥാപനങ്ങൾ സാദ്ധ്യമായിട്ടുള്ളിടത്തെല്ലാം ഉയർന്നുവരുന്നുണ്ടെന്ന പറഞ്ഞേതീരൂ.

തൊഴിലാളികളുടെ വിമോചനം അവർതന്നെ നേടിയെടുക്കേണ്ടതാണെന്ന പറയാറുണ്ടല്ലോ. അതേപോലെതന്നെ പണിയെടുക്കുന്ന സ്ത്രീകളുടെ മോചനം അവർ തന്നെ നേടിയെടുക്കണം. പണിയെടുക്കുന്ന സ്ത്രീകൾതന്നെയാണ് ഇത്തരം സ്ഥാപനങ്ങൾ വളർന്നുവരുന്നുവെന്നതിന് ഉറപ്പുവരുത്തേണ്ടത്. ഈ പ്രവർത്തനം പഴയ മുതലാളിത്ത സമുദായത്തിൻ കീഴിലുണ്ടായിരുന്നതിനെ അപേക്ഷിച്ച് അവരുടെ സ്ഥിതിയിൽ സമൂലമായ മാറ്റം വരുത്തും.

പഴയ മുതലാളിത്ത ഭരണത്തിൻകീഴിൽ രാഷ്ട്രീയത്തിൽ സജീവമായി പങ്കെടുക്കാൻ പ്രത്യേക പരിശീലനം ആവശ്യമായിരുന്നു. അതുകൊണ്ട് ഏറ്റവും പുരോഗമിച്ച സ്വതന്ത്ര മുതലാളിത്ത രാജ്യങ്ങളിൽപ്പോലും സ്ത്രീകൾക്ക് രാഷ്ട്രീയത്തിൽ വളരെ നിസ്സാരമായ പങ്കേ ഉണ്ടായിരുന്നുള്ളൂ. പണിയെടുക്കുന്ന ഓരോ സ്ത്രീക്കും രാഷ്ട്രീയത്തിൽ പങ്കെടുക്കാനുള്ള സാദ്ധ്യതയുളവാക്കുകയെന്നതാണ് നമ്മുടെ കടമ. ഭൂമിയിലും ഫാക്ടറികളിലും സ്വകാര്യ ഉടമസ്ഥത അവസാനിപ്പിക്കുകയും ഭൂവുടമകളുടേയും മുതലാളിമാരുടേയും അധികാരത്തെ അട്ടിമറിക്കുകയും ചെയ്ത നാൾതൊട്ട് രാഷ്ട്രീയത്തിന്റെ കടമകൾ ലളിതമായിട്ടുണ്ട്; അവ പണിയെടുക്കുന്ന

സ്ത്രീകളടക്കം മുഴുവൻ പണിയാളർക്കും വ്യക്തവും സുഗ്രാഹ്യവുമായിട്ടുണ്ട്. മുതലാളിത്തത്തിൻകീഴിൽ സ്ത്രീകൾക്കു രാഷ്ട്രീയത്തിലുള്ള പങ്ക് പുരുഷന്മാർക്കുള്ളതിന്റെ നിസ്സാരമായ ഒരംശം മാത്രമേ വരൂ. അത്രമാത്രം അസമത്വത്തിലാണ് അവർ കഴിയുന്നത്. ഈ സ്ഥിതിക്ക് ഒരു മാറ്റം വരണമെങ്കിൽ അധികാരം പണിയെടുക്കുന്നവരുടെ കൈകളിലായിരിക്കണം. കാരണം, അപ്പോൾ പണിയെടുക്കുന്നവരുടെതന്നെ ഭാഗധേയത്തെ നേരിട്ടു ബാധിക്കുന്ന കാര്യങ്ങളായിരിക്കും രാഷ്ട്രീയത്തിന്റെ മുഖ്യകടമകളായിത്തീരുന്നത്.

ഇവിടെയും പണിയെടുക്കുന്ന സ്ത്രീകളുടെ - പാർട്ടി അംഗങ്ങളുടേയും രാഷ്ട്രീയബോധമുള്ളവരുടേയും മാത്രമല്ല പാർട്ടിയിൽ പെടാത്ത സ്ത്രീകളുടേയും രാഷ്ട്രീയബോധം തീരെയില്ലാത്തവരുടേയും കൂടി - പങ്കാളിത്തം അത്യന്താപേക്ഷിതമാണ്. ഇവിടെ പണിയെടുക്കുന്ന സ്ത്രീകൾക്ക് വിപുലമായ ഒരു പ്രവർത്തനരംഗമാണ് സോവിയറ്റധികാരം തുറന്നുകൊടുത്തിരിക്കുന്നത്.

സോവിയറ്റ് റഷ്യയെ ആക്രമിച്ചിട്ടുള്ള അതിന്റെ ശത്രുക്കൾക്കെതിരായ സമരത്തിൽ നാം വളരെയേറെ ക്ലേശങ്ങൾ സഹിച്ചിട്ടുണ്ട്. അദ്ധ്വാനിക്കുന്ന ജനങ്ങളുടെ അധികാരത്തിനെതിരായി യുദ്ധത്തിനിറങ്ങിയ ശത്രുക്കളുമായുള്ള പടക്കളത്തിലെ പോരാട്ടം വിഷമകരമായിരുന്നു. അതുപോലെതന്നെ ഭക്ഷ്യവിതരണത്തിന്റെ രംഗത്ത് കൊള്ളലാഭക്കാർക്കെതിരായ സമരവും വിഷമകരമായിരുന്നു. കാരണം, ജനങ്ങളിൽ, അദ്ധ്വാനിക്കുന്ന ജനങ്ങളിൽ, വളരെക്കുറച്ചു പേരേ സേവനസന്നദ്ധരായി സർവ്വാത്മനാ നമ്മുടെ സഹായത്തിനെത്തിയുള്ളൂ. ഇവിടെയും പാർട്ടിയിൽ പെടാത്ത സാമാന്യ സ്ത്രീജനങ്ങൾ നൽകുന്ന സഹായത്തെ സോവിയറ്റധികാരം അത്യന്തം വിലമതിക്കുന്നതായിരിക്കും. പഴയ ബൂർഷ്വാസമുദായത്തിൽ രാഷ്ട്രീയത്തിൽ പങ്കെടുക്കാൻ സമഗ്രമായ ഒരു പരിശീലനം ആവശ്യമായിരുന്നുവെന്നും അത് സ്ത്രീകൾക്കു ലഭ്യമായിരുന്നില്ലെന്നും അവർ മനസ്സിലാക്കണം. ഭൂവുടമകൾക്കും മുതലാളിമാർക്കുമെതിരായ സമരമാണ്, ചൂഷണമില്ലാതാക്കാനുള്ള സമരമാണ്, സോവിയറ്റ് റിപ്പബ്ലിക്കിന്റെ മുഖ്യമായ രാഷ്ട്രീയപ്രവർത്തനം. അതുകൊണ്ട് സോവിയറ്റ് റിപ്പബ്ലിക്കിൽ, പണിയെടുക്കുന്ന സ്ത്രീകൾക്ക് രാഷ്ട്രീയപ്രവർത്തനത്തിൽ പങ്കെടുക്കാവുന്നതാണ്. പണിയെടുക്കുന്ന സ്ത്രീകൾ തങ്ങളുടെ സംഘടനാവൈഭവം ഉപയോഗിച്ച് പണിയെടുക്കുന്ന പുരുഷന്മാരെ സഹായിക്കുകയെന്നതാണ് ആ പ്രവർത്തനം.

ദശലക്ഷങ്ങളെ ഉൾക്കൊള്ളുന്ന സംഘടനാപ്രവർത്തനം മാത്രമല്ല

നമുക്കാവശ്യം. ഏറ്റവും ചെറിയ തോതിലുള്ള സംഘടനാപ്രവർത്തന വും ആവശ്യമാണ്. ഇവിടെ സ്ത്രീകൾക്കും പ്രവർത്തിക്കാൻ കഴിയും. പട്ടാളത്തെ സഹായിക്കുന്നതിലും പട്ടാളത്തിനിടയിൽ പ്രക്ഷോഭം നടത്തുന്നതിലും അവർക്കു പങ്കെടുക്കാവുന്നതാണ്. ഇതിലെല്ലാംതന്നെ സ്ത്രീകൾ സജീവമായി പങ്കെടുക്കണം. മറ്റുള്ളവർ തങ്ങളുടെ കാര്യങ്ങൾ അന്വേഷിക്കുന്നുണ്ടെന്നും തങ്ങളുടെ ക്ഷേമത്തിൽ ഉത്സുകരാണെന്നും ചുവപ്പുസേനയിലുള്ളവർക്കു മനസ്സിലാകണം. ഭക്ഷണവിതരണത്തിന്റെ രംഗത്തും പൊതുഭക്ഷണസൗകര്യങ്ങൾ മെച്ചപ്പെടുത്തുന്ന കാര്യത്തിലും സ്ത്രീകൾക്കു പ്രവർത്തിക്കാവുന്നതാണ്. പെട്രോഗ്രാഡിൽ വളരെയേറെ യുള്ളതുപോലുള്ള ഭോജനശാലകൾ എല്ലായിടത്തും തുറക്കാവുന്നതാണ്.

ഈ രംഗങ്ങളിലാണ് പണിയെടുക്കുന്ന സ്ത്രീകളുടെ പ്രവർത്തനങ്ങൾ അങ്ങേയറ്റത്തെ സംഘടനാപ്രാധാന്യം കൈക്കൊള്ളുന്നത്. വലിയ പരീക്ഷണകൃഷിയിടങ്ങൾ സംഘടിപ്പിച്ച് നടത്തിക്കൊണ്ടുപോകുന്ന തിലും പണിയെടുക്കുന്ന സ്ത്രീകൾ പങ്കെടുക്കേണ്ടത് അത്യന്താപേക്ഷി തമാണ്. ഇത് അവിടവിടെ ഒറ്റപ്പെട്ട ഇടങ്ങളിൽ മാത്രം നടന്നാൽ പോരാ. പണിയെടുക്കുന്ന വളരെയേറെ സ്ത്രീകൾ പങ്കെടുക്കാതെ നടത്തിക്കൊണ്ടുപോകാൻ സാദ്ധ്യമല്ലാത്ത ഒന്നാണിത്. ഭക്ഷ്യസാമ ഗ്രികളുടെ വിതരണത്തിന്റെ മേൽനോട്ടം വഹിക്കുക, ഭക്ഷ്യോല്പന്നങ്ങൾ കൂടുതൽ എളുപ്പത്തിൽ ലഭ്യമാക്കുക, എന്നിങ്ങനെ ഈ രംഗത്ത് പ്രയോ ജനപ്രദമായ പലതും പണിയെടുക്കുന്ന സ്ത്രീകൾക്കു ചെയ്യാൻ കഴിയും. പാർട്ടിയിൽപ്പെടാത്ത തൊഴിലാളിസ്ത്രീകൾക്കു ഭംഗിയായി ചെയ്യാവുന്ന ജോലിയാണിത്. അതിന്റെ നിർവ്വഹണം മറ്റെന്തിനേക്കാളും സോഷ്യ ലിസ്റ്റ് സമുദായത്തെ ശക്തിപ്പെടുത്തുന്നതിൽ ഉപകരിക്കും.

നമ്മൾ ഭൂമിയിലുള്ള സ്വകാര്യ ഉടമസ്ഥത അവസാനിപ്പിച്ചുകഴി ഞ്ഞു. ഫാക്ടറികളുടെ സ്വകാര്യ ഉടമസ്ഥത ഏതാണ്ടു പൂർണ്ണമായും അവസാനിപ്പിച്ചുകഴിഞ്ഞു. അദ്ധ്വാനിക്കുന്ന മുഴുവൻ ജനങ്ങളും - പാർട്ടി അംഗങ്ങളും പാർട്ടിയിൽ പെടാത്തവരും, പുരുഷന്മാരും സ്ത്രീകളും - ഈ സാമ്പത്തികവികാസത്തിൽ പങ്കെടുക്കുമെന്ന് ഉറപ്പുവരുത്താൻ സോവി യറ്റധികാരം ഇപ്പോൾ ശ്രമിച്ചുകൊണ്ടിരിക്കുകയാണ്. നൂറുകണക്കിനല്ല, റഷ്യയിലൊട്ടാകെയുള്ള ലക്ഷക്കണക്കിനു സ്ത്രീകൾ പങ്കെടുത്താൽ മാത്രമേ സോവിയറ്റധികാരം ആരംഭിച്ചിട്ടുള്ള ഈ പ്രവർത്തനം പുരോ ഗമിക്കുകയുള്ളൂ. അപ്പോൾ സോഷ്യലിസ്റ്റ് വികാസമെന്ന ലക്ഷ്യം ഭദ്രമാ യിത്തീരുമെന്ന് ഞങ്ങൾക്കുറപ്പുണ്ട്. ഭൂവുടമകളുടേയും മുതലാളിമാരുടേ യും സഹായമില്ലാതെ ജീവിക്കാനും തങ്ങളുടെ രാജ്യത്തിന്റെ ഭരണം

നടത്തിക്കൊണ്ടുപോകാനും തങ്ങൾക്കു കഴിയുമെന്ന് അദ്ധ്വാനിക്കുന്ന ജനങ്ങൾ അപ്പോൾ കാണിച്ചുകൊടുക്കുന്നതാണ്. അന്യരാജ്യങ്ങളിലുള്ള വിദേശശത്രുക്കളിൽ നിന്നും റഷ്യയ്ക്കകത്തുള്ള ഒരുത്തരിൽ നിന്നും സോവിയറ്റ് റിപ്പബ്ലിക്കിന് അപകടമുണ്ടാകാത്ത തരത്തിൽ റഷ്യയിൽ അപ്പോൾ സോഷ്യലിസ്റ്റ് നിർമ്മാണം അത്ര ഭദ്രമായി അടിയുറച്ചുകഴിഞ്ഞിരിക്കും.

സോവിയറ്റധികാരവും സ്ത്രീകളുടെ പദവിയും

സോവിയറ്റധികാരത്തിന്റെ രണ്ടാം വാർഷികം, ഈ കാലയളവിനുള്ളിൽ നേടിയ കാര്യങ്ങൾ വിലയിരുത്താനും നാം നിർവ്വഹിച്ച വിപ്ലവത്തിന്റെ പ്രാധാന്യത്തേയും ലക്ഷ്യങ്ങളേയും കുറിച്ച ചിന്തിക്കാനുമുള്ള ഒരവസരമാണ്.

നാം ജനാധിപത്യത്തെ ലംഘിക്കുന്നുവെന്ന് ബൂർഷ്വാസിയും അതിന്റെ അനുകൂലികളും നമ്മെ കുറ്റപ്പെടുത്തുന്നു. നേരേമറിച്ച് സോവിയറ്റ് വിപ്ലവം ആഴത്തിലും പരപ്പിലും ജനാധിപത്യത്തിന്റെ വളർച്ചയ്ക്ക് അഭ്രുതപൂർവ്വമായ ഉത്തേജനം നൽകിയിട്ടുണ്ടെന്നു നാം ഉറപ്പിച്ചു പറയുന്നു. ജനാധിപത്യമെന്നതുകൊണ്ടു നാം വിവക്ഷിക്കുന്നത് മുതലാളിത്തം മർദ്ദിച്ചൊതുക്കിയ പണിയെടുക്കുന്ന ജനങ്ങൾക്കുവേണ്ടിയുള്ള ജനാധിപത്യം എന്നാണ്, ബഹുഭൂരിപക്ഷം ജനങ്ങൾക്കും വേണ്ടിയുള്ള ജനാധിപത്യം എന്നാണ്, ബൂർഷ്വാ ജനാധിപത്യത്തിൽനിന്നു (ചൂഷകർക്കും മുതലാളിമാർക്കും പണക്കാർക്കും വേണ്ടിയുള്ളത്) വിഭിന്നമായി സോഷ്യലിസ്റ്റ് ജനാധിപത്യം (പണിയെടുക്കുന്നവർക്കായിട്ടുള്ളത്) എന്നാണ്.

ആരു പറയുന്നതാണു ശരി?

ഈ ചോദ്യത്തെപ്പറ്റി വേണ്ടതുപോലെ ചിന്തിച്ചുറച്ച ഒരു ധാരണയിലെത്തണമെന്നുണ്ടെങ്കിൽ, ഈ കഴിഞ്ഞ രണ്ടുവർഷത്തെ അനുഭവത്തെ നാം വിലയിരുത്തുകയും ഭാവിവികാസത്തിനു കൂടുതൽ നല്ലവണ്ണം തയ്യാറെടുക്കുകയും വേണം.

ബൂർഷ്വാജനാധിപത്യവും സോഷ്യലിസ്റ്റ് ജനാധിപത്യവും തമ്മിലുള്ള വ്യത്യാസത്തെ ഏറ്റവും പ്രകടമായ വിധത്തിൽ വ്യക്തമാക്കുകയും

മുകളിലുന്നയിച്ച ചോദ്യത്തിന് ഏറ്റവും ഫലപ്രദമായ മറുപടി നൽകുകയും ചെയ്യുന്ന ഒന്നാണ് സ്ത്രീകളുടെ പദവി.

ലോകത്തൊരിടത്തും, കൂടുതൽ പുരോഗമിച്ച ഒരൊറ്റ രാജ്യത്തുപോലും, ഒരു ബൂർഷ്വാറിപ്പബ്ലിക്കിൽ (അതായത്, ഭൂമിയുടേയും ഫാക്ടറികളുടേയും ഓഹരികളുടേയും മറ്റും സ്വകാര്യ ഉടമസ്ഥത നിലനിൽക്കുന്നിടത്ത്), അതേറ്റവും ജനാധിപത്യപരമായ റിപ്പബ്ലിക്കായാലും ശരി, സ്ത്രീകൾക്കൊരിക്കലും പുരുഷന്മാരോടു തികച്ചും തുല്യമായ അവകാശങ്ങൾ ലഭിച്ചിട്ടില്ല. മഹത്തായ ഫ്രഞ്ച് (ബൂർഷ്വാജനാധിപത്യ) വിപ്ലവം നടന്നിട്ട് 125 വർഷത്തിലധികം കാലം കഴിഞ്ഞിട്ടും ഇതാണ സ്ഥിതി[26].

ബൂർഷ്വാജനാധിപത്യം വാക്കിൽ സമത്വവും സ്വാതന്ത്ര്യവും വാഗ്ദാനം ചെയ്യുന്നുണ്ട്. പക്ഷെ, പ്രവൃത്തിയിൽ, ഏറ്റവും പുരോഗമിച്ചതുൾപ്പെടെ ഒരൊറ്റ ബൂർഷ്വാറിപ്പബ്ലിക്ക് പോലും സ്ത്രീകൾക്ക് (മനുഷ്യരാശിയുടെ പകുതി ഭാഗത്തിന്) പുരുഷന്മാരോടൊപ്പം നിയമദൃഷ്ടിയിൽ പൂർണ്ണ സമത്വം നൽകുകയോ സ്ത്രീകളെ പുരുഷന്മാരുടെ മേലുള്ള ആശ്രിതത്വത്തിൽനിന്നും അവരുടെ മർദ്ദനത്തിൽനിന്നും മോചിപ്പിക്കുകയോ ചെയ്തിട്ടില്ല.

സ്വാതന്ത്ര്യത്തേയും സമത്വത്തേയും കുറിച്ചുള്ള നെടുനെടുങ്കൻ പ്രസംഗങ്ങളുടേയും ഘനഗംഭീരമായ പദങ്ങളുടേയും വാചാലമായ വാഗ്ദാനങ്ങളുടേയും ശബ്ദായമാനമായ മുദ്രാവാക്യങ്ങളുടേയും ജനാധിപത്യമാണ ബൂർഷ്വാജനാധിപത്യം. പക്ഷെ യഥാർത്ഥത്തിൽ ഇവയെല്ലാം സ്ത്രീകളുടെ അസ്വാതന്ത്ര്യത്തേയും അസമത്വത്തേയും, പണിയെടുക്കുന്നവരും ചൂഷിതരുമായ ജനങ്ങളുടെ അസ്വാതന്ത്ര്യത്തേയും അസമത്വത്തേയും, മറച്ചുപിടിക്കുകയാണ ചെയ്യുന്നത്.

സോവിയറ്റ് അഥവാ സോഷ്യലിസ്റ്റ് ജനാധിപത്യം കപടമായ ഈ നെടുനെടുങ്കൻ വാക്കുകളെ തുത്തെറിയുകയും ഈ 'ജനാധിപത്യവാദികളുടെ' - ഭൂവുടമകളുടേയും മുതലാളിമാരുടേയും, പട്ടിണി കിടക്കുന്ന തൊഴിലാളികൾക്ക് അമിതമായ വിലയ്ക്ക് മിച്ചധാന്യം വിറ്റു പണം സമ്പാദിക്കുന്ന കുറ്റൻ കൃഷിക്കാരുടേയും - കാപട്യത്തിന്റെ നേരെ നിർദ്ദാക്ഷിണ്യമായ യുദ്ധം പ്രഖ്യാപിക്കുകയും ചെയ്യുന്നു.

ഈ നീചമായ നുണ തുലയട്ടെ! മർദ്ദിതനും മർദ്ദകനും തമ്മിൽ, ചൂഷിതനും ചൂഷകനും തമ്മിൽ, 'സമത്വ'മില്ല, അതു സാദ്ധ്യവുമല്ല. നിയമദൃഷ്ടിയിൽ പുരുഷന്മാർക്കുള്ള വിശേഷാധികാരങ്ങൾ സ്ത്രീകൾക്കു പ്രതിബന്ധങ്ങൾ സൃഷ്ടിക്കുന്നിടത്തോളം കാലം, തൊഴിലാളിക്ക് മൂലധനനുകത്തിൽനിന്നു സ്വാതന്ത്ര്യമില്ലാത്തിടത്തോളം കാലം, പണിയെടുക്കുന്ന

കർഷകന് മുതലാളിയുടേയും ഭൂവുടമയുടേയും വ്യാപാരിയുടേയും നുക ത്തിൽനിന്നു സ്വാതന്ത്ര്യം ലഭിക്കാത്തിടത്തോളം കാലം, യഥാർത്ഥ 'സ്വാതന്ത്ര്യം' എന്നൊന്നില്ല, അതു സാദ്ധ്യവുമല്ല.

പൊതുവിൽ സ്വാതന്ത്ര്യത്തേയും സമത്വത്തേയും ജനാധിപത്യത്തേ യും പറ്റി സംസാരിച്ചുകൊണ്ടു ജനങ്ങളെ വഞ്ചിക്കാൻ നുണയന്മാരും തട്ടിപ്പുകാരും, മന്ദബുദ്ധികളും അന്ധന്മാരും, ബൂർഷ്വാകളും അവരുടെ അനുകൂലികളും ശ്രമിച്ചുകൊള്ളട്ടെ.

നാം തൊഴിലാളികളോടും കർഷകരോടും പറയുന്നു - ഈ നുണയ ന്മാരുടെ പൊയ്മുഖം പിച്ചിച്ചീന്തി ദൂരെയെറിയുക! അന്ധമാരുടെ കണ്ണു തുറപ്പിക്കുക. അവരോടു ചോദിക്കു:

ഏതു ജാതികളുടെ സമത്വം?

ഏതു രാഷ്ട്രങ്ങളുടെ സമത്വം?

ഏതു വർഗ്ഗങ്ങളുടെ സമത്വം?

ഏതു നുകത്തിൽനിന്നുമാണ്, അഥവാ ഏതു വർഗ്ഗത്തിന്റെ നുക ത്തിൽനിന്നുമാണ്, സ്വാതന്ത്ര്യം വേണ്ടത്? ഏതു വർഗ്ഗത്തിനാണ് സ്വാതന്ത്ര്യം വേണ്ടത്?

ഈ ചോദ്യങ്ങളുന്നയിക്കാതെയും അവയ്ക്കു മുൻഗണന നൽകാതെയും അവ ഒതുക്കിത്തീർക്കുന്നതിനും മൂടിവയ്ക്കുന്നതിനും അവയുടെ മൂർച്ച കുറയ്ക്കു ന്നതിനുമെതിരായി പൊരുതാതെയും രാഷ്ട്രീയത്തെക്കുറിച്ചും ജനാധിപ ത്യം, സ്വാതന്ത്ര്യം, സമത്വം, സോഷ്യലിസം എന്നിവയെക്കുറിച്ചുമെല്ലാം പ്രസംഗിക്കുന്നയാൾ പണിയെടുക്കുന്നവരുടെ ഏറ്റവും കൊടിയ ശത്രുവും ആട്ടിൻതുകലിട്ട ചെന്നായും തൊഴിലാളികളുടേയും കർഷകരുടേയും കടുത്ത എതിരാളിയും ഭൂവുടമകളുടേയും സാർചക്രവർത്തിമാരുടേയും മുതലാളിമാരുടേയും പാദസേവകനുമാണ്.

ലോകത്തിലെ പുരോഗമിച്ചതും പ്രബുദ്ധവും 'ജനാധിപത്യപര'വുമായ എല്ലാ റിപ്പബ്ലിക്കുകളും കൂടി കഴിഞ്ഞ 130 വർഷങ്ങൾക്കിടയിൽ ചെയ്തിട്ടുള്ളതിലും കൂടുതൽ കാര്യങ്ങൾ സ്ത്രീകളെ വിമോചിപ്പിക്കാനും അവരെ 'പ്രബലജാതി'യായ പുരുഷന്മോരോടു തുല്യമാക്കാനും വേണ്ടി യൂറോപ്പിലെ ഏറ്റവും പിന്നണിയിൽക്കിടക്കുന്ന രാജ്യങ്ങളിലൊന്നിൽ സോവിയറ്റധികാരം രണ്ടു വർഷംകൊണ്ടു ചെയ്തിട്ടുണ്ട്.

ലോകത്തിലെ എല്ലാ മുതലാളിത്തബൂർഷ്വാറിപ്പബ്ലിക്കുകളിലും വിദ്യാഭ്യാസം, സംസ്കാരം, നാഗരികത, സ്വാതന്ത്ര്യം എന്നെല്ലാ മുള്ള ശബ്ദാഡംബരപൂർണ്ണമായ വാക്കുകളെത്തുടർന്നു വരുന്നത്

അവിശ്വസനീയമാംവിധം നികൃഷ്ടവും ഗർഹണീയമാംവിധം നീചവും മൃഗീയമാംവിധം അപരിഷ്കൃതവുമായ ചില നിയമങ്ങളാണ്. അവ വിവാഹത്തിന്റേയും വിവാഹമോചനത്തിന്റേയും കാര്യത്തിൽ സ്ത്രീകൾക്കു സമത്വം നിഷേധിക്കുന്നു, വിവാഹബന്ധത്തിലൂടെയല്ലാതെ ജനിക്കുന്ന കുട്ടികളേയും 'നിയമപരമായി ജനിക്കുന്ന' കുട്ടികളേയും ഒരുപോലെ കാണാതിരിക്കുന്നു, പുരുഷന്മാർക്കു വിശേഷാധികാരങ്ങൾ നൽകുന്നു, സ്ത്രീകളെ നിന്ദിക്കുകയും നിസ്സാരമാക്കുകയും ചെയ്യുന്നു.

മൂലധനനുകം, 'പാവനമായ സ്വകാര്യസ്വത്തിന്റെ' മർദ്ദനം, ഫിലിസ്റ്റൈൻ ജാഡ്യത്തിന്റെ നിരങ്കുശവാഴ്ച, ചെറുകിടസ്വത്തുടമയുടെ സ്വാർത്ഥത - ഇവയാണ് ഏറ്റവും ജനാധിപത്യപരമായ ബൂർഷ്വാറിപ്പബ്ലിക്കുകൾ നികൃഷ്ടവും നീചവുമായ ഈ നിയമങ്ങൾ റദ്ദാക്കുന്നതിനു തടസ്സമായി നിന്നത്.

സോവിയറ്റ് റിപ്പബ്ലിക്ക്, തൊഴിലാളികളുടേയും കർഷകരുടേയും റിപ്പബ്ലിക്ക്, ഈ നിയമങ്ങളെ ഒറ്റയടിക്കു തുടച്ചുനീക്കി. ബൂർഷ്വാനുണകളുടേയും ബൂർഷ്വാകാപട്യത്തിന്റേയും സൗധത്തിലെ ഒരൊറ്റക്കല്ലുപോലും അതു ബാക്കിവച്ചില്ല.

ഈ നുണ തുലയട്ടെ! ഒരു മർദ്ദിതജാതിയും മർദ്ദകവർഗ്ഗങ്ങളും മൂലധനത്തിന്റേയും ഓഹരികളുടേയും സ്വകാര്യഉടമസ്ഥതയും നിലവറകൾ മുഴുവൻ ധാന്യം നിറച്ച് മിച്ചംകൊണ്ട് വിശന്നുപൊരിയുന്നവരെ അടിമപ്പെടുത്തിവയ്ക്കുന്നവരും ഉള്ളപ്പോൾ എല്ലാവർക്കും സ്വാതന്ത്ര്യവും സമത്വവുമുണ്ടെന്നു തട്ടിവിടുന്ന നുണയന്മാർ തുലയട്ടെ! എല്ലാവർക്കും സ്വാതന്ത്ര്യത്തിനും എല്ലാവർക്കും സമത്വത്തിനും പകരം, മർദ്ദകർക്കും ചൂഷകർക്കുമെതിരായി സമരം നടക്കട്ടെ: മർദ്ദിക്കാനും ചൂഷണം ചെയ്യാനുമുള്ള അവസരം ഇല്ലാതാക്കട്ടെ. അതാണു നമ്മുടെ മുദ്രാവാക്യം!

മർദ്ദിത ജാതിക്ക് - സ്ത്രീകൾക്ക് - സ്വാതന്ത്ര്യവും സമത്വവും!

തൊഴിലാളികൾക്കും പണിയെടുക്കുന്ന കർഷകർക്കും സ്വാതന്ത്ര്യവും സമത്വവും!

മർദ്ദകർക്കെതിരായി സമരം! മുതലാളിമാർക്കെതിരായി സമരം! കൊള്ളലാഭക്കാരായ കുലാക്കുകൾക്കതിരായി സമരം!

ഇതാണു നമ്മുടെ സമരമുദ്രാവാക്യം. ഇതാണു നമ്മുടെ തൊഴിലാളിവർഗ്ഗസത്യം, മൂലധനത്തിനെതിരായ സമരത്തിന്റെ സത്യം. പൊതുവിൽ സ്വാതന്ത്ര്യത്തേയും സമത്വത്തേയും പറ്റി, എല്ലാവർക്കുമുള്ള സ്വാതന്ത്ര്യത്തേയും സമത്വത്തേയും പറ്റി, മധുരമായും കപടമായും

ശബ്ദാഡംബരപൂർണ്ണമായും സംസാരിക്കുന്ന മൂലധനലോകത്തിന്റെ മുഖത്തു നാമെടുത്തെറിഞ്ഞത് ഈ സത്യമാണ്.

ഈ കാപട്യം നാം തുറന്നുകാട്ടിയതുകൊണ്ടാണ്, മർദ്ദകർക്കും മുതലാളിമാർക്കും കുലാക്കുകൾക്കുമെതിരായി, പണിയെടുക്കുന്ന മർദ്ദിതർക്ക് സ്വാതന്ത്ര്യവും പരിപൂർണ്ണാവകാശങ്ങളും നാം ഉറപ്പുനൽകുന്നതുകൊണ്ടാണ് - ഇതുകൊണ്ടു മാത്രമാണ് സോവിയറ്റ് ഭരണം ലോകമൊട്ടുക്കുള്ള തൊഴിലാളികൾക്ക് ഇത്രയേറെ പ്രിയപ്പെട്ടതായിത്തീർന്നിട്ടുള്ളത്.

ഇതുകൊണ്ടാണ് സോവിയറ്റ് ഭരണത്തിന്റെ ഈ രണ്ടാം വാർഷികത്തിൽ, ലോകത്തിലെല്ലാ രാജ്യത്തുമുള്ള പണിയെടുക്കുന്ന ബഹുജനങ്ങൾ, മർദ്ദിതരും ചൂഷിതരുമായവർ, നമ്മോടനുഭാവം പ്രകടിപ്പിക്കുന്നത്.

ഇക്കാരണത്താൽ, പട്ടിണിയും കൊടുംശൈത്യവും നടമാടുന്നുണ്ടെങ്കിലും, റഷ്യൻ സോവിയറ്റ് റിപ്പബ്ലിക്കിനെ സാമ്രാജ്യവാദികൾ ആക്രമിച്ചതിന്റെ ഫലമായി എന്തെല്ലാം കെടുതികളുണ്ടായിട്ടുണ്ടെങ്കിലും, സോവിയറ്റ് ഭരണത്തിന്റെ രണ്ടാം വാർഷികത്തിൽ നമ്മുടെ ലക്ഷ്യം ന്യായമാണെന്നും സോവിയറ്റധികാരം ലോകവ്യാപകമായ തോതിൽ അനിവാര്യമായി വിജയിക്കുമെന്നും നമുക്കു പൂർണ്ണബോധ്യമുണ്ട്.

'പ്രാവ്ദ', ലക്കം 249

നവംബർ 6, 1919

പെട്രോഗ്രാഡ് ഗുബേർണിയയിലെ വനിതാകോൺഗ്രസ്സിന്റെ ബ്യൂറോയ്ക്ക്

സഖാക്കളെ, നിങ്ങളുടെ കോൺഗ്രസ്സിൽ നേരിട്ടു സംബന്ധിക്കാൻ നിർവ്വാഹമില്ലാത്തതിനാൽ എന്റെ അഭിവാദനങ്ങളും വിജയാശംസകളും നിങ്ങളെ രേഖാമൂലം അറിയിക്കാൻ ഞാനാഗ്രഹിക്കുന്നു.

നാമിപ്പോൾ ഭാഗ്യവശാൽ ആഭ്യന്തരയുദ്ധത്തിനു വിരാമമിടുകയാണ്. ചൂഷകരുടെ മേൽ നേടിയ വിജയങ്ങളിലൂടെ സോവിയറ്റ് റിപ്പബ്ലിക്കിന്റെ കരുത്തു വർദ്ധിച്ചുവരികയാണ്. സോവിയറ്റ് റിപ്പബ്ലിക്കിന് ഇനി അതിന്റെ ശക്തികളെ കൂടുതൽ പ്രധാനപ്പെട്ട ഒരു കടമയിൽ - നമുക്കെല്ലാവർക്കും, പണിയെടുക്കുന്ന മുഴുവൻ ജനങ്ങൾക്കും, കൂടുതൽ പ്രിയപ്പെട്ടതും വേണ്ടപ്പെട്ടതുമായ ഒരു കടമയിൽ - കേന്ദ്രീകരിക്കാൻ കഴിയും, കഴിയണം. രക്തരഹിതമായ ഒരു യുദ്ധം നടത്തുക, പട്ടിണിയേയും തണുപ്പിനേയും സാമ്പത്തികത്തകർച്ചയേയും കീഴടക്കാനുള്ള യുദ്ധം നടത്തുക, എന്നതാണത്. ഈ രക്തരഹിതയുദ്ധത്തിൽ തൊഴിലാളിസ്ത്രീകളും കർഷകസ്ത്രീകളും വിശേഷിച്ചും വലിയൊരു പങ്കു വഹിക്കേണ്ടിയിരിക്കുന്നു.

ഈ രക്തരഹിതയുദ്ധത്തിൽ, സോവിയറ്റധികാരത്തിനു കൂടുതൽവമ്പിച്ച വിജയങ്ങൾ കൈവരുത്തേണ്ടതും കൈവരുത്തുന്നതുമായ ഈ യുദ്ധത്തിൽ, പണിയെടുക്കുന്ന സ്ത്രീജനങ്ങളുടേതായ ഒരു സൈന്യത്തെ സ്ഥാപിക്കാനും ഉറപ്പിക്കാനും സംഘടിപ്പിക്കാനും പെട്രോഗ്രാഡ് ഗുബേർണിയയിലെ വനിതാകോൺഗ്രസ്സ് സഹായകമായിത്തീരട്ടെ.

കമ്മ്യൂണിസ്റ്റ് അഭിവാദനങ്ങളോടെ,

വി. ഉല്യാനൊവ് (ലെനിൻ).

പണിയെടുക്കുന്ന സ്ത്രീകളോട്

സഖാക്കളെ, തൊഴിലാളിവർഗ്ഗത്തിനിടയിൽ കമ്മ്യൂണിസ്റ്റ് പാർട്ടി ശക്തിപ്പെട്ടുവരുന്നുണ്ടെന്നാണ് മോസ്ക്കോ സോവിയറ്റിലേക്കു നടന്ന തിരഞ്ഞെടുപ്പു കാണിക്കുന്നത്.

പണിയെടുക്കുന്ന സ്ത്രീകൾ തിരഞ്ഞെടുപ്പിൽ കൂടുതൽ പങ്കെടുക്കേണ്ടിയിരിക്കുന്നു. സ്ത്രീകളെ പുരുഷന്മാരോടു തുല്യമല്ലാത്ത നിലയിൽ നിർത്തുകയും ദാമ്പത്യാവകാശങ്ങളുടേയും കുട്ടികളുടേയും കാര്യത്തിൽ പുരുഷന്മാർക്കു വിശേഷാവകാശങ്ങൾ നൽകുകയും ചെയ്ത ഗർഹണീയമായ പഴയ ബൂർഷ്വാനിയമങ്ങളെ മുഴുവനും പാടേ തുടച്ചുനീക്കിയിട്ടുള്ള ലോകത്തിലെ ആദ്യത്തെ ഭരണം, ഒരേയൊരു ഭരണം, സോവിയറ്റ് ഭരണമാണ്. സ്വത്തിനെ സംബന്ധിച്ച പ്രശ്നങ്ങളിൽ പുരുഷന്മാർക്കുണ്ടായിരുന്ന എല്ലാ വിശേഷാവകാശങ്ങളും ഇല്ലാതാക്കിയിട്ടുള്ള ലോകത്തിലെ ആദ്യത്തെ ഭരണം, ഒരേയൊരു ഭരണം, സോവിയറ്റ് ഭരണമാണ്, പണിയെടുക്കുന്ന ജനങ്ങളുടെ ഭരണമാണ്. എല്ലാ ബൂർഷ്വാ റിപ്പബ്ലിക്കുകളിലും, ഏറ്റവും ജനാധിപത്യപരമായവയിൽപോലും, വിവാഹത്തേയും കുടുംബത്തേയും സംബന്ധിച്ച നിയമങ്ങളിൻ ഈ വിശേഷാവകാശങ്ങളെ ഇന്നും നിലനിർത്തിയിട്ടുണ്ട്.

ജന്മിമാരും മുതലാളിമാരും കച്ചവടക്കാരും എവിടെയുണ്ടോ, അവിടെ സ്ത്രീകൾക്കു നിയമത്തിന്റെ മുമ്പിൽപോലും പുരുഷന്മാരോടു തുല്യരാകാൻ സാദ്ധ്യമല്ല.

ജന്മിമാരും മുതലാളിമാരും കച്ചവടക്കാരുമില്ലാത്തത് എവിടെയാണോ, പണിയെടുക്കുന്ന ജനങ്ങളുടെ ഭരണം ഈ ചൂഷകരെക്കൂടാതുള്ള പുതിയൊരു ജീവിതം കെട്ടിപ്പടുക്കുന്നതെവിടെയാണോ, അവിടെ സ്ത്രീകൾ നിയമത്തിന്റെ മുമ്പിൽ പുരുഷന്മാരോടു തുല്യരായിരിക്കും.

എന്നാൽ അതുകൊണ്ടായില്ല.

നിയമത്തിന്റെ മുമ്പിൽ സമത്വമുണ്ടെന്നുവച്ച് യഥാർത്ഥത്തിൽ സമത്വമുണ്ടായിരിക്കണമെന്നില്ല.

നിയമത്തിന്റെ മുമ്പിൽ മാത്രമല്ല, യഥാർത്ഥത്തിലും സ്ത്രീത്തൊഴിലാളികൾ പുരുഷന്മാരായ തൊഴിലാളികളോടു തുല്യരായിരിക്കണമെന്നതാണു നമുക്കാവശ്യം. അതിനു സ്ത്രീത്തൊഴിലാളികൾ സമൂഹവൽകൃത സ്ഥാപനങ്ങളുടെ നടത്തിപ്പിലും രാജ്യത്തിന്റെ ഭരണനിർവ്വഹണത്തിലും കൂടുതൽകൂടുതൽ പങ്കെടുക്കണം.

ഭരണനിർവ്വഹണത്തിൽ പങ്കെടുക്കുന്നതിലൂടെ സ്ത്രീകൾ വേഗം പഠിക്കുകയും പുരുഷന്മാരോടൊപ്പമെത്തുകയും ചെയ്യും.

പണിയെടുക്കുന്ന കൂടുതൽ സ്ത്രീകളെ സോവിയറ്റിലേക്കു തിരഞ്ഞെടുക്കുക - കമ്മ്യൂണിസ്റ്റുകാരികളേയും പാർട്ടിയിൽ പെടാത്തവരേയും. നേരും നെറിയുമുള്ള സ്ത്രീകളാണെങ്കിൽ, തങ്ങളുടെ ജോലി ബുദ്ധിപൂർവ്വമായും ആത്മാർത്ഥമായും നിറവേറ്റാൻ കഴിവുള്ളവരാണെങ്കിൽ, അവർ പാർട്ടിയിലുള്ളവരല്ലെങ്കിലും വേണ്ടില്ല - അവരെ മോസ്ക്കോ സോവിയറ്റിലേക്കു തിരഞ്ഞെടുക്കുക!

പണിയെടുക്കുന്ന കൂടുതൽ സ്ത്രീകൾ മോസ്ക്കോ സോവിയറ്റിൽ വരട്ടെ! വിജയം വരെ പൊരുതുന്നതിനുവേണ്ടി, പഴയ അസമത്വത്തിനെതിരായി - സ്ത്രീകളുടെ നേർക്കുള്ള പഴയ ബൂർഷ്വാ അപമാനത്തിനെതിരായി - പൊരുതുന്നതിനുവേണ്ടി, തങ്ങൾ സർവ്വതും ചെയ്യാൻ തയ്യാറാണെന്ന്, സർവ്വതും ചെയ്യുന്നുണ്ടെന്ന്, മോസ്ക്കോയിലെ തൊഴിലാളിവർഗ്ഗം കാണിച്ചുകൊടുക്കട്ടെ!

സ്ത്രീകൾക്കു പരിപൂർണ്ണസ്വാതന്ത്ര്യം കൈവരുത്താതെ തൊഴിലാളിവർഗ്ഗത്തിനു പരിപൂർണ്ണസ്വാതന്ത്ര്യം നേടാനാവില്ല.

എൻ. ലെനിൻ

ഫെബ്രുവരി 21, 1920

പണിയെടുക്കുന്ന സ്ത്രീകളുടെ സാർവ്വ ദേശീയദിനം സംബന്ധിച്ച്[27]

മുതലാളിത്തം ഔപചാരികമായ സമത്വത്തെ സാമ്പത്തികവും തദ്വാരാ സാമൂഹ്യവുമായ അസമത്വവുമായി സംയോജിപ്പിക്കുന്നു. മുതലാളിത്തത്തിന്റെ മുഖ്യസവിശേഷതകളിലൊന്നായ ഇക്കാര്യം ബൂർഷ്വാസിയെ പിന്താങ്ങുന്ന ലിബറലുകൾ മനപ്പൂർവ്വം മറച്ചുവയ്ക്കുന്നു. പെറ്റിബൂർഷ്വാ ജനാധിപത്യവാദികൾ അതു മനസ്സിലാക്കുന്നുമില്ല. മുതലാളിത്തത്തിന്റെ ഈയൊരു സവിശേഷതമൂലം നമുക്ക് സാമ്പത്തിക സമത്വത്തിനു വേണ്ടിയുള്ള നമ്മുടെ വാശിയേറിയ സമരത്തിനിടയിൽ മുതലാളിത്ത അസമത്വമുണ്ടെന്ന കാര്യം തുറന്ന് അംഗീകരിക്കുകയും, അസമത്വമുണ്ടെന്ന ഈ തുറന്ന അംഗീകരണത്തെ ചിലപ്പോൾ തൊഴിലാളിവർഗ്ഗസ്റ്റേറ്റ് അസ്തിത്വത്തിന്റെ (സോവിയറ്റ് ഭരണഘടനയുടെ) അടിസ്ഥാനമാക്കുകപോലും ചെയ്യേണ്ടിവരുന്നുണ്ടെന്നുകൂടി കൂട്ടത്തിൽ പറയട്ടെ.

എന്നാൽ ഔപചാരികസമത്വത്തിന്റെ (നിയമദൃഷ്ടിയിലുള്ള സമത്വത്തിന്റെ, വയർനിറയെ ഭക്ഷണം കഴിച്ചവനും വിശന്നുപൊരിയുന്നവനും തമ്മിലുള്ള, സ്വത്തുള്ളവനും ഇല്ലാത്തവനും തമ്മിലുള്ള, 'സമത്വ'ത്തിന്റെ) കാര്യത്തിൽപോലും മുതലാളിത്തത്തിനു സ്ഥിരത പാലിക്കാൻ സാദ്ധ്യമല്ല. ഈ സ്ഥിരതയില്ലായ്മയുടെ ഏറ്റവും ലജ്ജാവഹമായ പ്രകടനങ്ങളിലൊന്നാണ് സ്ത്രീയും പുരുഷനും തമ്മിലുള്ള അസമത്വം. ഏറ്റവും പുരോഗമനപരവും റിപ്പബ്ലിക്കനും ജനാധിപത്യപരവുമായ ബൂർഷ്വാ സ്റ്റേറ്റുകൾ പോലും പരിപൂർണ്ണ സമത്വം അനുവദിച്ചിട്ടില്ല.

നേരേമറിച്ച് സോവിയറ്റ് റഷ്യൻ റിപ്പബ്ലിക്കാവട്ടെ, സ്ത്രീകളുടെ അസമത്വത്തിന്റെ നിയമനിർമ്മാണപരമായ എല്ലാ ലാഞ്ഛനകളും ഒന്നൊഴിയാതെ തൽക്ഷണം തന്നെ ഉറപ്പുനൽകി.

സാംസ്ക്കാരികനിലവാരത്തിന്റെ ഏറ്റവും നല്ല മാനദണ്ഡം സ്ത്രീകളുടെ പദവിയാണെന്നു പറയാറുണ്ട്. ഈ പറച്ചിലിൽ അഗാധമായൊരു സത്യത്തിന്റെ ബീജമുണ്ട്. ഇക്കാര്യത്തിൽ തൊഴിലാളിവർഗ്ഗസർവ്വാധിപത്യത്തിനു മാത്രമേ, സോഷ്യലിസ്റ്റ് സ്റ്റേറ്റിനു മാത്രമേ, ഏറ്റവും ഉയർന്ന സാംസ്ക്കാരികനിലവാരമാർജ്ജിക്കാൻ കഴിയുകയുള്ളൂ, കഴിഞ്ഞിട്ടുള്ളൂ.

അതുകൊണ്ട് പണിയെടുക്കുന്ന സ്ത്രീകളുടെ പ്രസ്ഥാനത്തിനു പുതുതായി ലഭിച്ചിട്ടുള്ള ഊറ്റമേറിയ, അന്യാദൃശമായ ഉത്തേജനം പ്രഥമസോവിയറ്റ് റിപ്പബ്ലിക്കിന്റെ സ്ഥാപനത്തോടും (ദൃഢീകരണത്തോടും) - അതിനു പുറമെയും അതോടനുബന്ധിച്ചും കമ്മ്യൂണിസ്റ്റ് ഇന്റർനാഷനലി[28]നോടും - അനിവാര്യമായും ബന്ധപ്പെട്ടുകിടക്കുന്നു.

മുതലാളിത്തം പ്രത്യക്ഷമായോ പരോക്ഷമായോ, പൂർണ്ണമായോ ഭാഗികമായോ, ആരെയൊക്കെ മർദ്ദിക്കുന്നുണ്ടെന്നു പരിശോധിക്കുന്ന നിമിഷത്തിൽത്തന്നെ സോവിയറ്റ് വ്യവസ്ഥയാണ്, സോവിയറ്റ് വ്യവസ്ഥ മാത്രമാണ്, ജനാധിപത്യത്തിന് ഉറപ്പു നൽകുന്നതെന്നു കാണാൻ കഴിയും. തൊഴിലാളിവർഗ്ഗത്തിന്റേയും പാവപ്പെട്ട കൃഷിക്കാരുടേയും സ്ഥിതി നോക്കിയാൽ ഇത് വ്യക്തമായി കാണാം. സ്ത്രീജനങ്ങളുടെ സ്ഥിതി നോക്കിയാൽ ഇത് വ്യക്തമായി കാണാം.

എന്നാൽ വർഗ്ഗങ്ങളുടെ ഉച്ചാടനത്തിനുവേണ്ടിയുള്ള, സാമ്പത്തിക-സാമൂഹ്യസമത്വത്തിനു വേണ്ടിയുള്ള, അവസാനത്തെ നിർണ്ണായകസമരമാണ് സോവിയറ്റ് വ്യവസ്ഥ. ജനാധിപത്യം - മർദ്ദിതജാതിയുൾപ്പെടെ മുതലാളിത്തത്തിന്റെ മർദ്ദനത്തിനിരയായിരുന്നവർക്കു വേണ്ടിയുള്ള ജനാധിപത്യം പോലും - നമുക്കു പോരാ.

സ്ത്രീകൾക്ക് ഔപചാരികസമത്വത്തിനുവേണ്ടി മാത്രമല്ലാതെ സാമ്പത്തിക-സാമൂഹ്യസമത്വത്തിനുവേണ്ടി പൊരുതുകയെന്നതാണ് പണിയെടുക്കുന്ന സ്ത്രീകളുടെ പ്രസ്ഥാനത്തിന്റെ മുഖ്യകടമ. സ്ത്രീകളെ സാമൂഹ്യമായി ഉല്പാദനക്ഷമമായ അദ്ധ്വാനത്തിൽ പങ്കെടുപ്പിക്കുക, അവരെ 'വീട്ടടിമത്ത'ത്തിൽ നിന്നു മോചിപ്പിക്കുക, മനസ്സു മുരടിക്കുമാറ്, നാണംകെടുമാറ്, ഒരിക്കലും തീരാത്ത അടുക്കളപ്പണിക്കും കുഞ്ഞുങ്ങളെ നോക്കലിനും കീഴ്വഴങ്ങിക്കൊണ്ടുള്ള അവസ്ഥയിൽനിന്നും അവരെ മോചിപ്പിക്കുക - ഇതാണ് മുഖ്യകടമ.

ഇതൊരു നീണ്ട സമരമായിരിക്കും. സാമൂഹ്യസങ്കേതങ്ങളുടേയും സദാചാരബോധങ്ങളുടേയും സമൂലമായ അഴിച്ചുപണി അതിനാവശ്യമായി വരും. എങ്കിലും ഈ സമരം കമ്മ്യൂണിസത്തിന്റെ പരിപൂർണ്ണവിജയത്തിൽത്തന്നെ കലാശിക്കുന്നതാണ്.

ഗുബേർണിയ വനിതാവകുപ്പുകളുടെ അഖിലറഷ്യാസമ്മേളനത്തിനുള്ള ആശംസകൾ

ഗുബേർണിയാവനിതാവകുപ്പ മേധാവികളുടെ (6.XII.1920)
അഖിലറഷ്യാസമ്മേളനത്തിന്റെ
അദ്ധ്യക്ഷസമിതിക്ക്

സഖാക്കളേ! നിങ്ങളുടെ സമ്മേളനത്തിൽ സംബന്ധിക്കാൻ കഴിയാത്തതിൽ ഞാൻ അതിയായി ഖേദിക്കുന്നു. പ്രതിനിധികളായി പങ്കെടുക്കുന്ന എല്ലാ സ്ത്രീകളേയും പുരുഷന്മാരേയും എന്റെ ഹൃദയംഗമമായ അഭിവാദനങ്ങളും മംഗളാശംസകളും ദയവായി അറിയിക്കുക.

യുദ്ധം അവസാനിക്കുകയും സമാധാനപരമായ സംഘടനാപ്രവർത്തനം - നീണ്ടൊരു കാലത്തേക്കെന്ന് ആശിക്കട്ടെ - മുൻപന്തിയിലേക്കു വരികയും ചെയ്തിട്ടുള്ള ഈ സന്ദർഭത്തിൽ സ്ത്രീകൾ പാർട്ടിയുടേയും സോവിയറ്റുകളുടേയും പ്രവർത്തനങ്ങളിൽ പങ്കെടുക്കുന്നതിന് അതിബൃഹത്തായ പ്രാധാന്യം കൈവന്നിരിക്കുന്നു. ഈ പ്രവർത്തനങ്ങളിൽസ്ത്രീകൾ പ്രമുഖമായ പങ്കു വഹിക്കണം, തീർച്ചയായും വഹിക്കുകയും ചെയ്യും.

വി. ഉല്യാനൊവ് (ലെനിൻ)
ജനകീയകമ്മിസാർമാരുടെ
കൗൺസിലിന്റെ അദ്ധ്യക്ഷൻ

പണിയെടുക്കുന്ന സ്ത്രീകളുടെ സാർവ്വദേശീയദിനം

മുതലാളിത്തത്തിൻകീഴിൽ ഏറ്റവുമധികം മർദ്ദനമനുഭവിച്ചിരുന്നവരെത്തന്നെ രാഷ്ട്രീയത്തിൽ കൊണ്ടുവരികയെന്നതാണ് ബോൾഷെവിസത്തേയും റഷ്യയിലെ ഒക്ടോബർ വിപ്ലവത്തേയും സംബന്ധിച്ച മുഖ്യസംഗതി. രാജവാഴ്ചയിൻകീഴിലായാലും ബൂർഷ്വാ ജനാധിപത്യറിപ്പബ്ലിക്കുകളിലായാലും മുതലാളിമാർ അവരെ ചവുട്ടി ഞെരിച്ചു, കബളിപ്പിച്ചു, കൊള്ളയടിച്ചു. ഭൂമിയും ഫാക്ടറികളും സ്വകാര്യഉടമസ്ഥതയിലായിരുന്ന കാലത്തോളം ഈ മർദ്ദനവും ഈ വഞ്ചനയും മുതലാളിമാർ ജനങ്ങളുടെ അദ്ധ്വാനത്തെ ഇത്തരത്തിൽ കൊള്ളയടിക്കുകയെന്നതും അനിവാര്യമായിരുന്നു.

ബൂർഷ്വാ ജനാധിപത്യത്തിന്റെ കള്ളത്തരവും കാപട്യവും തുറന്നുകാട്ടുക, ഭൂമിയുടേയും ഫാക്ടറികളുടേയും സ്വകാര്യ ഉടമസ്ഥത അവസാനിപ്പിക്കുക, പണിയെടുക്കുന്നവരും ചൂഷിതരുമായ ബഹുജനങ്ങളുടെ കൈകളിൽ മുഴുവൻ ഭരണാധികാരവും കേന്ദ്രീകരിക്കുക, എന്നതിലാണ് ബോൾഷെവിസത്തിന്റേയും സോവിയറ്റ് അധികാരത്തിന്റേയും സാരാംശം സ്ഥിതി ചെയ്യുന്നത്. ഇവർ, ഈ ബഹുജനങ്ങൾ, രാഷ്ട്രീയത്തെ, അതായത് പുതിയൊരു സമുദായം കെട്ടിപ്പടുക്കുകയെന്ന പണിയെ, സ്വന്തം കയ്യിലെടുക്കുന്നു. ഇത് എളുപ്പമല്ല. ബഹുജനങ്ങൾ മുതലാളിത്തത്തിന്റെ ചവിട്ടടിയിലും മർദ്ദനത്തിലും കഴിയുന്നവരാണ്. എന്നാൽ കൂലിയടിമത്തത്തിൽനിന്നും മുതലാളിത്തത്തിന്റെ ബന്ധനത്തിൽനിന്നും പുറത്തുകടക്കാൻ വേറെ വഴിയില്ല, ഉണ്ടാകാൻ തരവുമില്ല.

എന്നാൽ സ്ത്രീകളെക്കൂടി രാഷ്ട്രീയത്തിൽ കൊണ്ടുവരാതെ ബഹുജനങ്ങളെ രാഷ്ട്രീയത്തിൽ കൊണ്ടുവരാൻ സാദ്ധ്യമല്ല. കാരണം,

മനുഷ്യരാശിയിൽ സ്ത്രീകളാകുന്ന പകുതി മുതലാളിത്തത്തിൻകീഴിൽ ഇരട്ടമർദ്ദനമനുഭവിക്കുന്നുണ്ട്. തൊഴിലാളിസ്ത്രീയും മൂലധനത്താൽ മർദ്ദിക്കപ്പെടുന്നുണ്ട്. എന്നാൽ അതിനും പുറമെ, ഏറ്റവും ജനാധിപത്യപരമായ ബൂർഷ്വാ റിപ്പബ്ലിക്കുകളിൽപോലും ഒന്നാമത് അവർക്കു ചില അവകാശങ്ങൾ നിഷേധിക്കപ്പെട്ടിരിക്കയാണ്. കാരണം, നിയമം അവർക്കു പുരുഷന്മാരോടു തുല്യമായ പദവി നൽകുന്നില്ല. രണ്ടാമത് - ഇതാണ് പ്രധാനം - അവർ 'വീട്ടടിമത്ത'ത്തിൽത്തന്നെ തുടരുന്നു, 'വീട്ടടിമ' കളായിത്തന്നെ കഴിയുന്നു. കാരണം, അടുക്കളയിലേയും പൊതുവിൽ പറഞ്ഞാൽ പ്രത്യേകം പ്രത്യേകം കുടുംബങ്ങളായിക്കഴിയുന്ന വീടുകളിലേയും ഏറ്റവും നിസ്സാരമായ, ഏറ്റവും വൃത്തികെട്ട, ഏറ്റവും കഠിനമായ, ഏറ്റവും മുരടിപ്പിക്കുന്ന, ജോലി അവരെ ഞെരിച്ചമർത്തുന്നു.

ബോൾഷെവിക്കുകളുടെ സോവിയറ്റ് വിപ്ലവം ചെയ്യുന്നതുപോലെ സ്ത്രീകളനുഭവിക്കുന്ന മർദ്ദനത്തിന്റേയും അസമത്വത്തിന്റെയും കടയ്ക്കൽതന്നെ ഇത്ര ആഴത്തിൽ കത്തിവയ്ക്കാൻ ലോകത്തിലെ ഒരു പാർട്ടിയും ഒരു വിപ്ലവവും സ്വപ്നേപി വിചാരിച്ചിട്ടില്ല. ഇവിടെ, സോവിയറ്റ് റഷ്യയിൽ, നിയമത്തിന്റെ മുമ്പിൽ സ്ത്രീപുരുഷ അസമത്വത്തിന്റെ യാതൊരു ലാഞ്ഛനയും അവശേഷിക്കുന്നില്ല. വൈവാഹികവും കുടുംബപരവുമായ അവകാശങ്ങളെ സംബന്ധിച്ചുണ്ടായിരുന്ന വിശേഷിച്ചും ഗർഹണീയവും നികൃഷ്ടവും കാപട്യപൂർണ്ണവുമായ അസമത്വത്തേയും കുട്ടികളുടെ കാര്യത്തിലുള്ള അസമത്വത്തേയും സോവിയറ്റധികാരം പാടേ തുടച്ചുനീക്കിക്കഴിഞ്ഞു.

സ്ത്രീകളെ വിമോചിപ്പിക്കുന്നതിലുള്ള ആദ്യത്തെ ചുവടു മാത്രമാണിത്. എന്നാൽ ഏറ്റവും ജനാധിപത്യപരമായവയുൾപ്പെടെ ഒരൊറ്റ ബൂർഷ്വാ റിപ്പബ്ലിക്കും ഈ ആദ്യത്തെ ചുവടു വയ്ക്കാൻ പോലും ധൈര്യപ്പെട്ടിട്ടില്ല. 'പാവനമായ സ്വകാര്യ സ്വത്തുടമസ്ഥത'യോടുള്ള ഭയമാണ് അതിനു കാരണം.

രണ്ടാമത്തേതും മുഖ്യവുമായ ചുവട് ഭൂമിയുടേയും ഫാക്ടറികളുടേയും സ്വകാര്യഉടമസ്ഥത അവസാനിപ്പിക്കുകയെന്നതാണ്. സ്ത്രീകളുടെ പരിപൂർണ്ണവും യഥാർത്ഥവുമായ വിമോചനത്തിന്, ഓരോ കുടുംബവും പ്രത്യേകം പ്രത്യേകമായി നടത്തുന്ന നിസ്സാരവീട്ടുജോലികളിൽനിന്നു വൻതോതിൽ കൂട്ടായി നടത്തുന്ന വീട്ടുജോലികളിലേക്കു കടന്നുകൊണ്ട് സ്ത്രീകളെ 'വീട്ടടിമത്ത'ത്തിൽ നിന്നു മോചിപ്പിക്കുന്നതിന്, ഇതാണ് ഒരേയൊരു വഴി.

ഈ പരിവർത്തനം വിഷമകരമായിരിക്കും. കാരണം, ഏറ്റവും ആഴത്തിൽ വേരൂന്നിയിട്ടുള്ള, ശീലമായിക്കഴിഞ്ഞിട്ടുള്ള, കട്ടപ്പമുള്ള, മുരടിച്ച 'ക്രമ'ത്തെ (വഷളത്തത്തേയും കാടത്തത്തേയുമെന്നു പറയുന്നതാവും കൂടുതൽ ശരി) ഉടച്ചുവാർക്കുന്ന കാര്യമാണിത്. എങ്കിലും ഈ പരിവർത്തനം ആരംഭിച്ചുകഴിഞ്ഞു. കാര്യം നീങ്ങിത്തുടങ്ങി. നമ്മൾ പുതിയ പാതയിലേക്കിറങ്ങിക്കഴിഞ്ഞു.

അന്യാദൃശവും അവിശ്വസനീയമാംവണ്ണം വിഷമകരവും എന്നാലതേസമയം മഹത്തരവുമായ, ലോകവ്യാപകമായിത്തന്നെ മഹത്തരവും യഥാർത്ഥത്തിൽ വിമോചനപരവുമായ, ഈ കടമ ആദ്യമായി കൈകാര്യം ചെയ്ത സോവിയറ്റ് റഷ്യയിലേക്ക് പണിയെടുക്കുന്ന സ്ത്രീകളുടേതായ ഈ സാർവ്വദേശീയദിനത്തിൽ ലോകത്തുള്ള എല്ലാ രാജ്യങ്ങളിലേയും പണിയാളസ്ത്രീകൾ അസംഖ്യം യോഗങ്ങളിൽ വച്ച് അഭിവാദനങ്ങളയയ്ക്കുന്നതാണ്. രൂക്ഷവും പലപ്പോഴും കിരാതവുമായ ബൂർഷ്വാ പിന്തിരിപ്പത്തത്തിന്റെ മുമ്പിൽ നിരാശരാവരുതെന്ന ഉശിരൻ ആഹ്വാനങ്ങളുയരും. ഒരു ബൂർഷ്വാരാജ്യം എത്രകണ്ടു കൂടുതൽ 'സ്വതന്ത്ര'വും 'ജനാധിപത്യപര'വുമാണോ, അത്ര കണ്ട് കൂടുതൽ നിഷ്ഠുരവും മൃഗീയവുമായിട്ടായിരിക്കും അവിടത്തെ മുതലാളിമാരുടെ സംഘം തൊഴിലാളിവിപ്ലവത്തോടു പെരുമാറുന്നത്. വടക്കെ അമേരിക്കയിലെ യുണൈറ്റഡ് സ്റ്റേറ്റ്സ് എന്ന ജനാധിപത്യറിപ്പബ്ലിക്ക് ഇതിനൊരു ഉദാഹരണമാണ്. എങ്കിലും തൊഴിലാളിബഹുജനങ്ങൾ ഉണർന്നുകഴിഞ്ഞു. അമേരിക്കയിലും യൂറോപ്പിലും പിന്നണിയിൽ കിടക്കുന്ന ഏഷ്യയിൽപോലും, മയങ്ങി, പാതിയുറങ്ങി, നിഷ്ക്രിയരായിക്കിടന്നിരുന്ന ബഹുജനങ്ങളെ സാമ്രാജ്യത്വയുദ്ധം അവസാനം തട്ടിയുണർത്തി.

ലോകത്തിന്റെ എല്ലാകോണുകളിലും സ്തംഭനം അവസാനിച്ചിരിക്കുന്നു.

സാമ്രാജ്യത്വനുകത്തിൽനിന്നു ജനതകളുടെ മോചനവും മൂലധനനുകത്തിൽനിന്നു പണിയെടുക്കുന്ന സ്ത്രീകളുടേയും പുരുഷന്മാരുടേയും മോചനവും അപ്രതീക്ഷിതമായി അടിച്ചുകയറുകയാണ്. നഗരങ്ങളിലേയും നാട്ടിൻപുറങ്ങളിലേയും ലക്ഷക്കണക്കിനും കോടിക്കണക്കിനുമുള്ള പണിയാളരായ സ്ത്രീകളും പുരുഷന്മാരും ഈ ലക്ഷ്യത്തെ മുന്നോട്ടുകൊണ്ടുപോവുകയാണ്. അതുകൊണ്ട് മൂലധനനുകത്തിൽനിന്ന് അദ്ധ്വാനത്തെ മോചിപ്പിക്കുകയെന്ന ഈ ലക്ഷ്യം ലോകമെമ്പാടും വിജയിക്കുകതന്നെ ചെയ്യും.

മാർച്ച് 4, 1921

പൗരസ്ത്യദേശത്തെ സോവിയറ്റ് പ്രദേശങ്ങളിലേയും റിപ്പബ്ലിക്കുകളിലേയും ജനതകളുടെ വനിതാവകുപ്പുകളുടെ പ്രതിനിധിസമ്മേളനത്തിനയച്ച അഭിവാദനസന്ദേശം

ജോലിത്തിരക്കു മൂലം നിങ്ങളുടെ സമ്മേളനത്തിൽ സംബന്ധിക്കാൻ കഴിയാത്തതിൽ അത്യന്തം ഖേദിക്കുന്നു. എന്റെ ഹാർദ്ദമായ അഭിവാദനങ്ങളും വിജയാശംസകളും സ്വീകരിക്കുക. വിശേഷിച്ച്, വരാൻ പോകുന്ന പൗരസ്ത്യദേശവനിതകളുടെ ആദ്യത്തെ അഖിലറഷ്യാ പാർട്ടിരഹിത കോൺഗ്രസ്സിനുള്ള സജ്ജീകരണപ്രവർത്തനങ്ങൾക്ക് ഞാൻ സർവ്വവിജയങ്ങളും നേരുന്നു. ശരിയായി തയ്യാറെടുത്ത് നടത്തുന്നപക്ഷം ആ കോൺഗ്രസ്സ് പൗരസ്ത്യദേശത്തെ സ്ത്രീകളെ തട്ടിയുണർത്തുന്നതിലും അവരെ സംഘടനാപരമായി ഏകോപിപ്പിക്കുന്നതിലും വമ്പിച്ച പങ്കു വഹിക്കുമെന്ന കാര്യത്തിൽ സംശയമില്ല.

'പ്രാവ്ദ', ലക്കം 77, ലെനിൻ

ഏപ്രിൽ 10, 1921

'ഒക്ടോബർ വിപ്ലവത്തിന്റെ നാലാം വാർഷികം' എന്ന ലേഖനത്തിൽനിന്ന്

റഷ്യയിൽ 1917 വരെ അടിയായ്മയുടെ ഏറ്റവും പ്രധാനപ്പെട്ട പ്രകടിതരൂപങ്ങൾ, ശേഷിപ്പുകൾ, അവശിഷ്ടങ്ങൾ, ഏതെല്ലാമായിരുന്നു? രാജവാഴ്ച, സാമൂഹ്യശ്രേണികളുടെ സമ്പ്രദായം, ഭൂവുടമസ്ഥതയും ഭൂനടത്തിപ്പും, സ്ത്രീകളുടെ പദവി, മതം, ദേശീയമർദ്ദനം. ഈ 'ഓജിയൻ തൊഴുത്തുകളിൽ'[30] ഏതു വേണമെങ്കിലും എടുത്തുനോക്കൂ. കൂടുതൽ പുരോഗമിച്ച സ്റ്റേറ്റുകൾ നൂറ്റിരുപത്തഞ്ചും ഇരുന്നൂറ്റമ്പതും അതിലേറെയും വർഷങ്ങൾക്കുമുമ്പ് (ഇംഗ്ലണ്ടിൽ 1649-ൽ) തങ്ങളുടെ ബൂർഷ്വാജനാധിപത്യവിപ്ലവങ്ങൾ നടത്തിയപ്പോൾ അവയെ ഒട്ടുമുക്കാലും വെടിപ്പാക്കാതെ ഇട്ടിരുന്നുവെന്നു ചുരുക്കത്തിൽ പറയട്ടെ. ഈ ഓജിയൻ തൊഴുത്തുകളിൽ ഏതെടുത്താലും നമ്മൾ അവയെ തീർത്തും വെടിപ്പാക്കിക്കഴിഞ്ഞിരിക്കുന്നുവെന്നു കാണാൻ കഴിയും. ബൂർഷ്വാ ജനാധിപത്യവാദികളും ലിബറലുകളും (കാഡറ്റുകൾ) പെറ്റിബൂർഷ്വാ ജനാധിപത്യവാദികളും (മെൻഷെവിക്കുകളും സോഷ്യലിസ്റ്റ് റവല്യൂഷണറികളും) അവരുടെ എട്ടുമാസത്തെ ഭരണത്തിനിടയ്ക്കു ചെയ്തതിന്റെ ആയിരമിരട്ടി 1917 ഒക്ടോബർ 25 (നവംബർ 7) തൊട്ട് കോൺസ്റ്റിറ്റ്യുവന്റ് അസംബ്ലി പിരിച്ചുവിട്ട 1918 ജനുവരി 5 വരെയുള്ള പത്താഴ്ചകൊണ്ട് നാം ഇക്കാര്യത്തിൽ ചെയ്തുതീർക്കുകയുണ്ടായി.

ആ ഭീരുക്കളും വായാടികളും ആത്മപ്രശംസകരമായ നാഴ്സിസസ്സുകളും ക്ഷുദ്രഹാംലറ്റുകളും കടലാസുവാളെടുത്തു വീശി. പക്ഷെ അവർ രാജവാഴ്ചയെപ്പോലും നശിപ്പിച്ചില്ല! ഇതേവരെ മറ്റാരും ചെയ്യാത്തവണ്ണം നമ്മൾ രാജവാഴ്ചയാകുന്ന മാലിന്യം മുഴുവനും തൂത്തുമാറ്റി.

സാമൂഹ്യശ്രേണികളെന്ന പുരാതനസൗധത്തിന്റെ ഒരു കല്ലു പോലും, ഒരു ഇഷ്ടികപോലും, നമ്മൾ ബാക്കിവച്ചിട്ടില്ല (ബ്രിട്ടനേയും ഫ്രാൻസിനേയും ജർമ്മനിയേയും പോലുള്ള ഏറ്റവും പുരോഗമിച്ച രാജ്യങ്ങൾപോലും ആ സമ്പ്രദായത്തിന്റെ അവശിഷ്ടങ്ങളെ ഇതേവരെ പാടേ നീക്കം ചെയ്തിട്ടില്ല!). സാമൂഹ്യശ്രേണികളെന്ന സമ്പ്രദായത്തിന്റെ ആഴമേറിയ അടിവേരുകളെ - അതായത് ഭൂവുടമസ്ഥതയിലുള്ള ഫ്യൂഡലിസത്തിന്റേയും അടിയായ്മയുടേയും അവശിഷ്ടങ്ങളെ - നമ്മൾ നിശ്ശേഷം കടപുഴക്കിയെറിഞ്ഞു. മഹത്തായ ഒക്ടോബർ വിപ്ലവം നടപ്പാക്കിയ കാർഷികപരിഷ്ക്കരണത്തിന്റെ 'ദീർഘകാല' ഭവിഷത്തുകളെന്തായിരിക്കുമെന്നതിനെപ്പറ്റി 'തർക്കിക്കാൻ കഴിയും' (ഇത്തരം തർക്കങ്ങളിലേർപ്പെടുന്ന കൂലിയെഴുത്തുകാരും കാഡറ്റുകളും മെൻഷെവിക്കുകളും സോഷ്യലിസ്റ്റ് റവലൂഷണറികളും വിദേശത്ത് വേണ്ടിടത്തോളമുണ്ട്.) ഇത്തരം തർക്കങ്ങളിലേർപ്പെട്ട് സമയം കളയാൻ നമുക്കിപ്പോൾ അശേഷം ആഗ്രഹമില്ല. കാരണം, ഇതും ഇതിനോടു ബന്ധപ്പെട്ട മറ്റെല്ലാ തർക്കങ്ങളും നമ്മൾ സമരത്തിലൂടെ പരിഹരിച്ചുവരികയാണ്. എങ്കിലും പെറ്റിബൂർഷ്വാ ജനാധിപത്യവാദികൾ അടിയായ്മയുടെ പാരമ്പര്യങ്ങളുടെ സംരക്ഷകരായ ഭൂവുടമകളുമായി എട്ടുമാസക്കാലത്തേക്ക് 'സന്ധിചെയ്തപ്പോൾ' നമ്മൾ ഏതാനും ആഴ്ചകൾകൊണ്ട് ഭൂവുടമകളേയും അവരുടെ എല്ലാ പാരമ്പര്യങ്ങളേയും റഷ്യൻ മണ്ണിൽനിന്നു നിശ്ശേഷം തുത്തെറിഞ്ഞുവെന്ന വസ്തുത നിഷേധിക്കാവുന്നതല്ല.

മതമോ സ്ത്രീകളുടെ അവകാശരാഹിത്യമോ, റഷ്യക്കാരല്ലാത്ത ദേശീയജനവിഭാഗങ്ങളനുഭവിക്കുന്ന മർദ്ദനത്തിന്റേയും അസമത്വത്തിന്റേയും കാര്യമോ ഏതു വേണമെങ്കിലും എടുത്തോളൂ. ഇവയെല്ലാം തന്നെ ബൂർഷ്വാ ജനാധിപത്യവിപ്ലവത്തിന്റെ പ്രശ്നങ്ങളാണ്. കഴമ്പില്ലാത്ത പെറ്റിബൂർഷ്വാജനാധിപത്യവാദികൾ എട്ടുമാസം മുഴുവനും അവയെപ്പറ്റി ചിലച്ചുകൊണ്ടിരുന്നു. ലോകത്തെ ഏറ്റവും പുരോഗമിച്ച രാജ്യങ്ങളിലൊന്നിൽപോലും ഈ പ്രശ്നങ്ങൾ ബൂർഷ്വാ ജനാധിപത്യ രീതിയിൽ പൂർണ്ണമായും പരിഹരിക്കപ്പെട്ടിട്ടില്ല. നമ്മുടെ രാജ്യത്താവട്ടെ, ഒക്ടോബർ വിപ്ലവത്തിന്റെ നിയമനിർമ്മാണം വഴി അവ പൂർണ്ണമായും പരിഹരിച്ചു കഴിഞ്ഞു. നാം മതത്തോട് കാര്യമായി പൊരുതിയിട്ടുണ്ട്, പൊരുതിക്കൊണ്ടിരിക്കുകയുമാണ്. നാം റഷ്യാക്കാരല്ലാത്ത എല്ലാ ദേശീയജനവിഭാഗങ്ങൾക്കും അവരുടെ സ്വന്തം റിപ്പബ്ലിക്കുകളോ സ്വയംഭരണപ്രദേശങ്ങളോ നൽകിക്കഴിഞ്ഞു. സ്ത്രീകളുടെ അവകാശരാഹിത്യമോ അപൂർണ്ണാവകാശമോപോലുള്ള അല്പത്തവും നീചത്തവും

നികൃഷ്ടതയും നമ്മുടെ റഷ്യയിൽ ഇല്ല. ഒന്നൊഴിയാതെ ലോകത്തുള്ള മറ്റെല്ലാ രാജ്യങ്ങളിലും ദുരപൂരണ്ട ബൂർഷ്വാസിയും മന്ദബുദ്ധികളും ഭയവിഹ്വലരുമായ പെറ്റിബൂർഷ്വാസിയും ഫ്യൂഡലിസത്തിന്റേയും മദ്ധ്യകാലികത്വത്തിന്റേയും ആ ഗർഹണീയാവശിഷ്ടത്തെ പുതുക്കിയെടുക്കുകയാണ്.

ഇതെല്ലാംതന്നെയാണ് ബൂർഷ്വാ ജനാധിപത്യവിപ്ലവത്തിന്റെ ഉള്ളടക്കം. മദ്ധ്യകാലികവിശേഷാവകാശങ്ങളിൽ നിന്ന്, സ്ത്രീപുരുഷ അസമത്വത്തിൽനിന്ന്, ഏതെങ്കിലുമൊരു മതത്തിന് (അഥവാ 'മതചിന്താഗതി'ക്ക് പൊതുവിൽ 'മതവിശ്വാസ'ത്തിന്) സ്റ്റേറ്റിൽ മുൻഗണന നൽകുന്നതിൽനിന്ന്, ദേശീയാസമത്വത്തിൽനിന്ന്, മനുഷ്യരാശിയെ മോചിപ്പിക്കാമെന്ന് നൂറ്റമ്പതും ഇരുന്നൂറ്റമ്പതും വർഷങ്ങൾക്കു മുമ്പ് ആ വിപ്ലവത്തിന്റെ (ഒരൊറ്റ സാമാന്യരൂപത്തിന്റെ ഓരോ ദേശീയവകഭേദങ്ങളെന്ന നിലയ്ക്കെടുത്താൽ ആ വിപ്ലവങ്ങളുടെ) പുരോഗമനവാദികളായ നേതാക്കൾ വാഗ്ദാനം ചെയ്തിരുന്നു. അവർ വാഗ്ദാനം ചെയ്തു, പക്ഷെ ആ വാഗ്ദാനങ്ങൾ നിറവേറ്റിയില്ല. 'പാവനമായ സ്വകാര്യസ്വത്തവകാശ' ത്തോടുള്ള 'ബഹുമാനം' തടസ്സമായി നിന്നതുകൊണ്ടാണ് അവർക്ക് അവ നിറവേറ്റൻ കഴിയാതെ പോയത്. ശപിക്കപ്പെട്ട മദ്ധ്യകാലികത്വത്തോടും ഈ 'പാവനമായ സ്വകാര്യസ്വത്തവകാശ'ത്തോടുമുള്ള ശപിക്കപ്പെട്ട 'ബഹുമാനം' നമ്മുടെ തൊഴിലാളിവർഗ്ഗവിപ്ലവത്തെ തൊട്ടുതീണ്ടിയില്ല.

1921 ഒക്ടോബർ 14-ാം ന എഴുതിയത്.

'ഉശിരൻ ഭൗതികവാദത്തിന്റെ പ്രാധാന്യത്തെപ്പറ്റി' എന്ന ലേഖനത്തിൽനിന്ന്

ഉപസംഹാരമായി ഞാനൊരു ഉദാഹരണം പറയാം. തത്വശാസ്ത്രവുമായി ബന്ധമൊന്നുമില്ലെങ്കിലും സാമൂഹ്യപ്രശ്നങ്ങളുമായി ബന്ധമുള്ള ഒന്നാണത്. 'പൊദ് സ്നാമ്യെന്യെം മാർക്സിസ്മ'[31] എന്ന പത്രികയും ആ പ്രശ്നങ്ങളിൽ ശ്രദ്ധചെലുത്താൻ ആഗ്രഹിക്കുന്നുണ്ടല്ലൊ.

ആധുനികകപടശാസ്ത്രം ഏറ്റവും നഗ്നവും നികൃഷ്ടവുമായ പിന്തിരിപ്പൻ വീക്ഷണങ്ങളുടെ വാഹിയായി എങ്ങിനെ പ്രവർത്തിക്കുന്നുവെന്നതിന്റെ ഉദാഹരണങ്ങളിലൊന്നാണത്.

റഷ്യൻ സാങ്കേതികവിജ്ഞാനസമാജത്തിന്റെ 11-ാം വകുപ്പ് പ്രസിദ്ധീകരിക്കുന്ന 'എക്കണോമിസ്റ്റ്'[32] എന്ന പത്രികയുടെ (ലക്കം 1,1922) ഒരു പ്രതി എനിക്ക് ഈയിടെ അയച്ചുതരികയുണ്ടായി. എനിക്ക് ആ പത്രിക അയച്ചുതന്നെ യുവകമ്മ്യൂണിസ്റ്റുകാരൻ (അതു വായിച്ചുനോക്കാൻ അയാൾക്കൊരുപക്ഷെ സമയം കിട്ടിയിരിക്കയില്ല) അതിൽ പറഞ്ഞിട്ടുള്ള കാര്യങ്ങളുമായി ഒട്ടുവളരെ യോജിപ്പു പ്രകടിപ്പിക്കാൻ തിടുക്കം കാണിച്ചിരിക്കുന്നു. വാസ്തവത്തിൽ ആ പത്രിക - എത്രകണ്ട് ബോധപൂർവ്വമാണെന്നറിഞ്ഞുകൂടാ - ആധുനികഫ്യൂഡലിസ്റ്റുകളുടെ മുഖപത്രമാണ്. അത് ശാസ്ത്രത്തിന്റേയും ജനാധിപത്യത്തിന്റേയും മറ്റും പ്രച്ഛന്നവേഷമണിഞ്ഞിട്ടുണ്ടെന്നു പറയേണ്ടതില്ലല്ലൊ.

ഏതോ ഒരു മിസ്റ്റർ പി. എ. സൊറോക്കിൻ 'യുദ്ധത്തിന്റെ സ്വാധീന'ത്തെക്കുറിച്ച് 'സാമൂഹ്യശാസ്ത്രപര'മെന്നവകാശപ്പെടുന്ന വിശദമായൊരു ഗവേഷണലേഖനം ആ പത്രികയിൽ പ്രസിദ്ധപ്പെടുത്തിയിട്ടുണ്ട്.

പാണ്ഡിത്യം തുളുമ്പുന്ന ആ ലേഖനത്തിൽ ലേഖകന്റേയും വിദേശത്തുള്ള അയാളുടെ നിരവധി ഗുരുനാഥന്മാരുടേയും സഹപ്രവർത്തകരുടേയും 'സാമൂഹ്യശാസ്ത്ര' കൃതികളെക്കുറിച്ച് പാണ്ഡിത്യം തുളുമ്പുന്ന പരാമർശങ്ങൾ ധാരാളമുണ്ട്. അയാളുടെ പാണ്ഡിത്യത്തിന്റെ ഒരു ഉദാഹരണമിതാ:

83-ാം പേജിൽ ഞാൻ വായിച്ചു:

'പതിനായിരം വിവാഹങ്ങൾക്ക് 92.2 വിവാഹമോചനങ്ങളാണ് ഇപ്പോൾ പെട്രോഗ്രാഡിൽ നടക്കുന്നത് - ഒരു ഭീമസംഖ്യ തന്നെ. ബന്ധം വേർപെടുത്തിയ വിവാഹങ്ങളിൽ നൂറ്റുക്ക് 51.1 എണ്ണം ഒരു വർഷത്തിനു താഴെയും, 11 ശതമാനം ഒരു മാസത്തിനു താഴെയും, 22 ശതമാനം രണ്ടു മാസത്തിനു താഴെയും, 41 ശതമാനം 3-6 മാസത്തിനു താഴെയും, 26 ശതമാനം മാത്രം ആറു മാസത്തിലേറെയും കാലം നീണ്ടുനിന്നു. ഫലത്തിൽ വിവാഹേതരലൈംഗികവേഴ്ചയായിട്ടുള്ളതിനെ മറച്ചുപിടിക്കുന്നതും 'സ്ട്രാബെറി' പ്രേമികൾക്കു 'നിയമപരമായ' വഴിക്ക് വിശപ്പടക്കാൻ അവസരം നൽകുന്നതുമായ ഒരു രൂപമാണ് ഇന്നത്തെ നിയമവിധേയവിവാഹമെന്ന് ഈ കണക്കുകൾ തെളിയിക്കുന്നു.' ('എക്കണോമിസ്റ്റ്", ലക്കം 1, പേജ് 83)

ഈ മാന്യനും, ഈ പത്രിക പ്രസിദ്ധീകരിക്കുകയും ഈവക വാദമുഖങ്ങൾക്ക് ഇടം നൽകുകയും ചെയ്യുന്ന റഷ്യൻ സാങ്കേതിക വിജ്ഞാനസമാജവും ജനാധിപത്യപ്രേമികളായിട്ടാണ് സ്വയം കരുതുന്നതെന്നതിൽ സംശയമില്ല. അവർ വാസ്തവത്തിൽ ആരോണോ, ആ പേര് പറഞ്ഞ് അവരെ വിളിച്ചാൽ - ഫ്യൂഡലിസ്റ്റുകളെന്നും പിന്തിരിപ്പന്മാരെന്നും 'ബിരുദമെടുത്ത പൗരോഹിത്യവൈതാളികന്മാ'രെന്നും അവരെ വിളിച്ചാൽ - അവരത് വലിയൊരു അധിക്ഷേപമായിട്ടെടുക്കുമെന്നതിലും സംശയമില്ല.

വിവാഹം, വിവാഹമോചനം, വിവാഹബന്ധത്തിലല്ലാതെ പിറക്കുന്ന കുട്ടികൾ, എന്നിവയെക്കുറിച്ച് ബൂർഷ്വാരാജ്യങ്ങളിൽ നിലവിലുള്ള നിയമങ്ങളേയും അതു സംബന്ധിച്ച യഥാർത്ഥസ്ഥിതിഗതികളേയും കുറച്ചെങ്കിലും മനസ്സിലാക്കിയിട്ടുണ്ടെങ്കിൽ, ഈ വിഷയത്തിൽ താല്പര്യമുള്ള ഏതൊരാൾക്കും ഒരു കാര്യം ബോദ്ധ്യപ്പെടും. സ്ത്രീകളോടും വിവാഹബന്ധത്തിലല്ലാതെ പിറക്കുന്ന കുട്ടികളോടും തനി ഫ്യൂഡൽ മനോഭാവമാണ് ആധുനിക ബൂർഷ്വാ ജനാധിപത്യം - ഏറ്റവും ജനാധിപത്യപരമായ ബൂർഷ്വാറിപ്പബ്ലിക്കുകളിൽ പോലും - കൈക്കൊള്ളുന്നത് എന്നതാണത്.

എന്നുവച്ച് ജനാധിപത്യത്തെക്കുറിച്ചും ബോൾഷെവിക്കുകൾ അതു ലംഘിക്കുന്നതിനെക്കുറിച്ചും മെൻഷെവിക്കുകളും സോഷ്യലിസ്റ്റ് റവല്യൂഷണറികളും അരാജകവാദികളുടെ ഒരു വിഭാഗവും പടിഞ്ഞാറൻ രാജ്യങ്ങളിലെ അത്തരം പാർട്ടികളും വിളിച്ചുകൂവുന്നതിന് ഇതൊരു തടസ്സമല്ല. എന്നാൽ വിവാഹം, വിവാഹമോചനം, വിവാഹബന്ധത്തിലല്ലാതെ പിറക്കുന്ന കുട്ടികൾ, എന്നിവയെപ്പോലുള്ള പ്രശ്നങ്ങളെ സംബന്ധിച്ചിടത്തോളം നീക്കുപോക്കില്ലാതെ ജനാധിപത്യപരമായിട്ടുള്ള ഒരേയൊരു വിപ്ലവം ബോൾഷെവിക് വിപ്ലവം മാത്രമാണെന്നതാണ് വാസ്തവം. ഏതു രാജ്യമെടുത്താലും ജനസംഖ്യയിലെ പകുതിയിലധികം പേരുടെ താല്പര്യങ്ങളെ നേരിട്ടു ബാധിക്കുന്ന കാര്യമാണിത്. ജനാധിപത്യവിപ്ലവങ്ങളെന്നു സ്വയം അവകാശപ്പെട്ട അനവധി ബൂർഷ്വാ വിപ്ലവങ്ങൾ മുമ്പു നടന്നെങ്കിലും, ഇക്കാര്യത്തിൽ പിന്തിരിപ്പത്തത്തിനും ഫ്യൂഡലിസത്തിനുമെതിരായിട്ടെന്നപോലെതന്നെ ഭരണാധികാരിവർഗ്ഗങ്ങളും സ്വത്തുടമവർഗ്ഗങ്ങളും സാധാരണ കാണിക്കാറുള്ള കാപട്യത്തിനെതിരായും ആദ്യമായി വാശിയോടെ സമരം ചെയ്തത് ബോൾഷെവിക് വിപ്ലവം മാത്രമാണ്.

പതിനായിരം വിവാഹങ്ങളിൽ 92 വിവാഹമോചനങ്ങൾ എന്നത് ഒരു ഭീമസംഖ്യയായി മി. സൊറോക്കിനു തോന്നുന്നുണ്ടെങ്കിൽ രണ്ടിലൊന്നേ അനുമാനിക്കാനാവൂ. ഒന്നുകിൽ ലേഖകൻ ജീവിച്ചതും വളർന്നുവന്നതും ജീവിതത്തിൽ നിന്നു പാടേ കൊട്ടിയടയ്ക്കപ്പെട്ട ഒരു മഠത്തിലാണ്. അങ്ങിനെയൊരു മഠമുണ്ടായിരുന്നുവെന്നുതന്നെ ആർക്കും വിശ്വസിക്കാനാവില്ല. അല്ലെങ്കിൽ പിന്തിരിപ്പത്തത്തിന്റേയും ബൂർഷ്വാസിയുടേയും താല്പര്യാർത്ഥം അദ്ദേഹം സത്യത്തെ വളച്ചൊടിക്കുകയാണ്. ബൂർഷ്വാരാജ്യങ്ങളിലെവിടെയും (തീർച്ചയായും പള്ളിയുടേയും നിയമത്തിന്റേയും അനുമതി ലഭിക്കാത്ത) യഥാർത്ഥ വിവാഹമോചനങ്ങളുടെ യഥാർത്ഥസംഖ്യ ഇതിലുമെത്രയോ അധികമാണെന്ന് ആ രാജ്യങ്ങളിലെ സാമൂഹ്യപരിതസ്ഥിതികളെക്കുറിച്ച് അല്പമെങ്കിലും വിവരമുള്ള ഏതൊരാൾക്കും അറിയാവുന്നതാണ്. നമ്മുടെ നിയമങ്ങൾ കാപട്യത്തിനും സ്ത്രീകളും അവരുടെ കുട്ടികളും അനുഭവിക്കുന്ന അവകാശരാഹിത്യത്തിനും പവിത്രത കല്പിക്കുന്നില്ല, നേരേമറിച്ച്, സർവ്വവിധകാപട്യങ്ങൾക്കും അവകാശരാഹിത്യത്തിനുമെതിരായി പരസ്യമായും ഗവൺമെന്റിന്റെ പേരിലും ഇടതടവില്ലാതെ യുദ്ധം പ്രഖ്യാപിക്കുന്നുവെന്നതാണ് ഇക്കാര്യത്തിൽ റഷ്യയും മറ്റു രാജ്യങ്ങളും തമ്മിലുള്ള ഒരേയൊരു വ്യത്യാസം.

'അഭ്യസ്തവിദ്യരായ' ഈ ആധുനിക ഫ്യൂഡലിസ്റ്റുകൾക്കെതിരായും മാർക്സിസ്റ്റ് പത്രികയ്ക്കു പടവെട്ടേണ്ടിയിരിക്കുന്നു. അവരിൽ വളരെപ്പേർ സർക്കാരിന്റെ പണം പറ്റുന്നവരും നമ്മുടെ കുട്ടികളെ പഠിപ്പിക്കാൻ നമ്മുടെ സർക്കാർ നിയോഗിച്ചിട്ടുള്ളവരുമാകാനിടയുണ്ട്. അവരതിനു തീരെ യോഗ്യരല്ല. ബാലപാഠശാലകളുടെ സൂപ്രണ്ടന്മാരായി നിയോഗിക്കപ്പെടാൻ കുപ്രസിദ്ധരായ വിടന്മാർക്കുള്ളതിൽ കവിഞ്ഞ ഒരു അർഹത അവർക്ക് ഇക്കാര്യത്തിലില്ല.

റഷ്യയിലെ തൊഴിലാളിവർഗ്ഗത്തിന് അധികാരം പിടിച്ചെടുക്കാൻ കഴിഞ്ഞു. എന്നാൽ അത് ഉപയോഗപ്പെടുത്താൻ അവർ ഇനിയും പഠിച്ചിട്ടില്ല. പഠിച്ചിരുന്നെങ്കിൽ അവർ ഇത്തരം അദ്ധ്യാപകന്മാരേയും പണ്ഡിതസംഘങ്ങളിലെ അംഗങ്ങളേയും എത്രയോ മുമ്പ് ബൂർഷ്വാ 'ജനാധിപത്യ'രാജ്യങ്ങളിലേക്ക് വളരെ മര്യാദയോടെ പറഞ്ഞയയ്ക്കുമായിരുന്നു. ഇത്തരം ഫ്യൂഡലിസ്റ്റുകൾക്കു പറ്റിയ ഇടം അതാണ്.

എങ്കിലും അവരതു പഠിക്കും. പഠിക്കാനുള്ള മനസ്സു വേണമെന്നു മാത്രം.

മാർച്ച് 12, 1922.

മോസ്ക്കോ നഗരത്തിലേയും മോസ്ക്കോ ഗുബേർണിയയിലേയും തൊഴിലാളി - കർഷകസ്ത്രീകളുടെ പാർട്ടിരഹിതസമ്മേളനത്തിന്[33]

പ്രിയ സഖാക്കളെ,

നിങ്ങളുടെ ആശംസകൾക്കും അഭിവാദനങ്ങൾക്കും ഞാൻ ഹൃദയംഗമമായി നന്ദിപറയുന്നു. നേരിട്ടു സംബന്ധിക്കാൻ കഴിയാത്തതിൽ എനിക്ക് അതിയായ ഖേദമുണ്ട്.

വിപ്ലവത്തിന്റെ അഞ്ചാം വാർഷികവേളയിൽ എന്റെ അനുമോദനങ്ങൾ. നിങ്ങളുടെ സമ്മേളനത്തിന് ഞാൻ സർവ്വഭാവുകങ്ങളും നേരുന്നു.

നിങ്ങളുടെ ലെനിൻ,

നവംബർ 6, 1922.

ലെനിനെക്കുറിച്ചുള്ള എന്റെ ഓർമ്മകൾ

ക്ലാര സെത്ക്കിൻ

എന്റെ ഓർമ്മക്കുറിപ്പുകളിൽ നിന്ന്

സ്ത്രീകളുടെ അവകാശങ്ങളെപ്പറ്റി സഖാവ് ലെനിൻ എന്നോട് പലതവണ ചർച്ച ചെയ്തിട്ടുണ്ട്. വനിതാപ്രസ്ഥാനത്തിന് അദ്ദേഹം വമ്പിച്ച പ്രാധാന്യം കല്പിച്ചിരുന്നുവെന്നു സ്പഷ്ടമായിരുന്നു. കാരണം, പൊതുവിലുള്ള ബഹുജനപ്രസ്ഥാനത്തിന്റെ അനുപേക്ഷ ണീയവും ചിലപ്പോൾ നിർണ്ണായകമായിത്തീർന്നേക്കാവുന്നതുമായ ഒരു ഘടകമായിട്ടാണ് അദ്ദേഹം അതിനെ കണ്ടത്. ഒരു കമ്മ്യൂണിസ്റ്റിനെ സംബന്ധിച്ചിടത്തോളം സ്ത്രീകളുടെ പരിപൂർണ്ണമായ സാമൂഹ്യസമത്വം മൗലികവും അവിതർക്കിതവുമാണെന്ന് അദ്ദേഹം കരുതി.

1929-ലെ ശരൽക്കാലത്ത്, ക്രെംലിനിലുള്ള ലെനിന്റെ വലിയ പഠനമുറിയിൽവെച്ചാണ് ഈ വിഷയത്തെപ്പറ്റി ഞങ്ങൾ തമ്മിലുള്ള ആദ്യത്തെ ദീർഘമായ സംഭാഷണം നടന്നത്. ലെനിന്റെ മേശ പുസ്ത കങ്ങളും പത്രങ്ങളുംകൊണ്ട് മൂടിയിരുന്നു. പഠിക്കാനും പ്രവർത്തിക്കാനു മുള്ള അദ്ദേഹത്തിന്റെ ഒടുങ്ങാത്ത ദാഹത്തിന്റെ തെളിവുകളായിരുന്നു അവ. എങ്കിലും ഒരു പ്രതിഭാശാലിയിൽ സാധാരണ കാണാറുള്ള ചിട്ടക്കുറവ് അവിടെ ദൃശ്യമായിരുന്നില്ല.

'വ്യക്തവും ഖണ്ഡിതവുമായ ഒരു താത്വികാടിത്തറയിന്മേൽ നാം തീർച്ചയായും സുശക്തമായ ഒരു സാർവ്വദേശീയ വനിതാപ്രസ്ഥാനം കെട്ടിപ്പടുക്കേണ്ടതാണ്,' അഭിവാദ്യങ്ങൾക്കുശേഷം അദ്ദേഹം പറഞ്ഞു തുടങ്ങി. 'മാർക്സിസ്റ്റ് സിദ്ധാന്തമില്ലാതെ നല്ലവണ്ണം പ്രവർത്തിക്കാൻ സാദ്ധ്യമല്ല. അതു വ്യക്തമാണ്. കമ്മ്യൂണിസ്റ്റുകാരായ നമുക്ക് ഈ പ്രശ്നത്തെ സംബന്ധിച്ചും അങ്ങേയറ്റത്തെ താത്വികവ്യക്തത ആവശ്യ മാണ്. നമ്മെ മറ്റെല്ലാ പാർട്ടികളിൽനിന്നും ശരിക്കും വേർതിരിച്ചു കാണണം. നിർഭാഗ്യവശാൽ നമ്മുടെ ഇന്റർനാഷനലിന്റെ രണ്ടാം കോൺഗ്രസ്സിന്[84] സ്ത്രീകളുടെ പ്രശ്നത്തെക്കുറിച്ചു ചർച്ച ചെയ്യാൻ കഴി ഞ്ഞില്ലെന്നതു വാസ്തവമാണ്. പ്രശ്നം ഉന്നയിച്ചെങ്കിലും വ്യക്തമായ ഒരു നിലപാടെടുക്കാൻ അതിനു സമയം കിട്ടിയില്ല. കാര്യം കമ്മിറ്റിയുടെ

ഘട്ടത്തിൽനിന്നു മുന്നോട്ടു നീങ്ങിയില്ല. ആ കമ്മിറ്റി ഒരു പ്രമേയവും തീസിസ്സുകളും ഖണ്ഡിതമായ ഒരു നയവും ആവിഷ്കരിക്കേണ്ടതാണ്. പക്ഷെ ഇതേവരെ കാര്യമായ പുരോഗതിയുണ്ടായിട്ടില്ല. നിങ്ങൾ ഇക്കാര്യത്തിൽ അതിനെ സഹായിക്കണം.'

ലെനിൻ എന്നോട് ഇപ്പോൾ പറഞ്ഞ കാര്യങ്ങൾ ഞാൻ ഇതിനുമുമ്പ് മറ്റാളുകളിൽനിന്നു കേട്ടിട്ടുള്ളതാണ്. ഞാൻ അത്ഭുതം പ്രകടിപ്പിച്ചു. റഷ്യൻ സ്ത്രീകൾ വിപ്ലവത്തിനിടയ്ക്കു ചെയ്തതും ഇപ്പോൾ അതിനെ സംരക്ഷിക്കാനും കൂടുതൽ മുന്നോട്ടുകൊണ്ടുപോകാനും വേണ്ടി ചെയ്തുകൊണ്ടിരിക്കുന്നതുമായ സർവ്വതും എന്നെ വളരെയേറെ ഉത്സാഹഭരിതയാക്കി. ബോൾഷെവിക് പാർട്ടിക്കകത്തെ സ്ത്രീസഖാക്കളുടെ പദവിയേയും പ്രവർത്തനത്തേയും സംബന്ധിച്ചിടത്തോളം അതു തികച്ചും ഒരു മാതൃകാപാർട്ടിയാണെന്നാണ് എനിക്കു തോന്നിയത്. പരിശീലനവും അനുഭവജ്ഞാനവും സിദ്ധിച്ച വിലപ്പെട്ട ശക്തികളെ സാർവ്വദേശീയകമ്മ്യൂണിസ്റ്റ് വനിതാപ്രസ്ഥാനത്തിന് നൽകിയതും അതോടൊപ്പം ചരിത്രത്തിന് മഹത്തായൊരു മാതൃക കാട്ടിക്കൊടുത്തതും അതു മാത്രമാണ്.

'ശരിയാണ്, വളരെ ശരിയാണ്,' നേരിയൊരു പുഞ്ചിരിയോടെ ലെനിൻ പറഞ്ഞു. പെട്രോഗ്രാഡിലും ഇവിടെ മോസ്ക്കോയിലും അവയിൽനിന്ന് എത്രയോ അകലെക്കിടക്കുന്ന മറ്റു നഗരങ്ങളിലും വ്യവസായകേന്ദ്രങ്ങളിലും വിപ്ലവത്തിനിടയ്ക്ക് തൊഴിലാളിസ്ത്രീകളുടെ പെരുമാറ്റം ഉജ്ജ്വലമായിരുന്നു. അവരെക്കൂടാതെ ജയിക്കാൻ ഞങ്ങൾക്കു കഴിയുമായിരുന്നില്ല, അഥവാ കഴിയുന്ന കാര്യം സംശയമായിരുന്നു. ഇതാണ് എന്റെ അഭിപ്രായം. എന്തൊരു ധൈര്യമാണ് അവർ പ്രകടിപ്പിച്ചതും ഇപ്പോൾ പ്രകടിപ്പിച്ചുകൊണ്ടിരിക്കുന്നതും! അവർ സഹിക്കുന്ന കഷ്ടപ്പാടുകളും കെടുതികളും ഒന്നാലോചിച്ചുനോക്കൂ! എന്നിട്ടും അവർ പിടിച്ചുനിൽക്കുകയാണ്. കാരണം, സോവിയറ്റുകളെ നിലനിർത്താൻ അവർ ആഗ്രഹിക്കുന്നു; സ്വാതന്ത്ര്യവും കമ്മ്യൂണിസവും അവർ കാംക്ഷിക്കുന്നു. അതെ, ഞങ്ങളുടെ പണിയെടുക്കുന്ന സ്ത്രീകൾ ഒന്നാംതരം ആളുകളാണ്. വർഗ്ഗബോധമുള്ള പോരാളികളാണവർ. നമ്മുടെ സ്നേഹാദരങ്ങൾ അവർ തികച്ചും അർഹിക്കുന്നുണ്ട്. ഞങ്ങളുമായുള്ള പോരാട്ടത്തിൽ പെട്രോഗ്രാഡിലെ കോൺസ്റ്റിറ്റിയൂഷനൽ ഡെമോക്രാറ്റുകാരിൽ പെട്ട മാന്യ മഹിളകൾപോലും സൈനികകേഡറ്റുകളേക്കാൾ ധൈര്യം പ്രദർശിപ്പിച്ചുവെന്ന് പൊതുവിൽ അംഗീകരിച്ചേ തീരൂ.

'ക്ഷീണമെന്തെന്നറിയാത്ത, വിശ്വസ്തരായ, ബുദ്ധിയുള്ള സ്ത്രീകൾ ഞങ്ങളുടെ പാർട്ടിയിലുണ്ടെന്നതു നേരാണ്. സോവിയറ്റുകളിലും

നിർവ്വാഹകസമിതികളിലും ജനകീയകമ്മിസാറിയറ്റുകളിലും സർക്കാരാഫീസുകളിലും ഉത്തരവാദപ്പെട്ട സ്ഥാനങ്ങൾ വഹിക്കാൻ അവർക്കു കഴിയുന്നു. അവരിൽ പലരും പാർട്ടിയിലോ തൊഴിലാളി-കർഷകബഹുജനങ്ങൾക്കിടയിലോ ചുവപ്പുസേനയിലോ രാപകൽ പണിയെടുക്കുന്നുണ്ട്. ഇത് ഞങ്ങൾക്ക് അത്യന്തം പ്രയോജനപ്രദമാണ്. ലോകമാസകലമുള്ള സ്ത്രീകൾക്കും ഇതു പ്രധാനമാണ്. കാരണം, സ്ത്രീകൾക്ക് എത്രമാത്രം കഴിവുണ്ടെന്നതിന്റെ, എത്രമാത്രം വിലപ്പെട്ട പ്രവർത്തനമാണ് അവർ സമുദായത്തിനുവേണ്ടി ചെയ്യുന്നതെന്നതിന്റെ, തെളിവാണത്. ആദ്യത്തെ തൊഴിലാളിവർഗ്ഗസർവ്വാധിപത്യം യഥാർത്ഥത്തിൽ സ്ത്രീകളുടെ പരിപൂർണ്ണമായ സാമൂഹ്യസമത്വത്തിലേക്കു വഴിതെളിക്കുകയാണു ചെയ്യുന്നത്. സ്ത്രീസ്വാതന്ത്ര്യത്തെക്കുറിച്ച് കെട്ടുകണക്കിനുള്ള സാഹിത്യത്തേക്കാൾ കൂടുതൽ അത് മുൻവിധികളെ ദൂരീകരിക്കുന്നു. എന്നാൽ ഇത്രയൊക്കെയായിട്ടും നമുക്കിനിയും ഒരു സാർവ്വദേശീയ കമ്മ്യൂണിസ്റ്റ് വനിതാപ്രസ്ഥാനം ഉണ്ടായിട്ടില്ല. എന്തുവില കൊടുത്തും അതുണ്ടാക്കിയേ തീരൂ. അത്തരമൊരു പ്രസ്ഥാനം ആരംഭിക്കാൻ നാം ഉടനടി നീങ്ങണം. അത്തരമൊരു പ്രസ്ഥാനമില്ലാതെ നമ്മുടെ ഇന്റർനാഷനലിന്റേയും അതിലെ പാർട്ടികളുടേയും പ്രവർത്തനം അപൂർണ്ണമായിരിക്കും, അതൊരിക്കലും പൂർണ്ണമാവുകയില്ലതാനും. നമ്മുടെ വിപ്ലവ പ്രവർത്തനമാകട്ടെ പൂർണ്ണമായി നിറവേറ്റുകയാണു വേണ്ടത്. മറുനാട്ടുകളിൽ കമ്മ്യൂണിസ്റ്റ് പ്രവർത്തനം എങ്ങിനെ നടക്കുന്നുവെന്നു പറയൂ.'

കൊമിന്റേണുമായി അഫിലിയേറ്റു ചെയ്തിരുന്ന പാർട്ടികൾ തമ്മിലുള്ള ബന്ധങ്ങൾ അക്കാലത്ത് ദുർബ്ബലവും ക്രമരഹിതവുമായിരുന്നു. അതുകൊണ്ട് ആ സ്ഥിതിയിൽ എനിക്കു ശേഖരിക്കാൻ കഴിഞ്ഞിടത്തോളം വിവരങ്ങൾ ഞാൻ അദ്ദേഹത്തെ അറിയിച്ചു. ഞാൻ പറഞ്ഞതെല്ലാം അല്പം മുന്നോട്ടു കുനിഞ്ഞിരുന്നുകൊണ്ട് ലെനിൻ ശ്രദ്ധാപൂർവ്വം കേട്ടു. മുഷിവോ അക്ഷമയോ ക്ഷീണമോ അദ്ദേഹം പ്രകടിപ്പിച്ചില്ല. താരതമ്യേന അപ്രധാനങ്ങളായ വിശദാംശങ്ങൾപോലും അദ്ദേഹം നിഷ്ക്കർഷയോടെ ശ്രദ്ധിക്കുന്നുണ്ടായിരുന്നു. ലെനിനേക്കാൾ നല്ലൊരു ശ്രോതാവിനെ - സംസാരത്തിന്റെ മുഖ്യഗതി ഗ്രഹിച്ച് കാര്യകാരണബന്ധങ്ങൾ കണ്ടെത്താൻ അദ്ദേഹത്തേക്കാൾ എളുപ്പം കഴിയുന്ന ഒരാളെ - ഞാൻ കണ്ടിട്ടില്ല. ഞാൻ പറഞ്ഞുകൊണ്ടിരുന്ന കാര്യങ്ങളെപ്പറ്റി അദ്ദേഹം ഇടയ്ക്കിടെ എടുത്തിട്ട ചെറുതും എപ്പോഴും അങ്ങേയറ്റം കാര്യമാത്രപ്രസക്തവുമായിരുന്ന ചോദ്യങ്ങളിൽനിന്നെന്ന

പോലെതന്നെ എന്റെ സംസാരത്തിന്റെ ഏതെങ്കിലുമൊരു വിശദാംശത്തിലേക്ക് അദ്ദേഹം പിന്നീട് തിരിച്ചുവന്നതിൽനിന്നും ഇതു സ്പഷ്ടമായിരുന്നു. പിന്നീട് ലെനിൻ ചില ചെറിയ കുറിപ്പുകൾ എഴുതി.

സ്വാഭാവികമായും ഞാൻ ഏറ്റവും വിശദമായി സംസാരിച്ചത് ജർമ്മനിയിലെ സ്ഥിതിഗതികളെക്കുറിച്ചായിരുന്നു. സ്ത്രീകളുടെ ഏറ്റവും വിപുലമായ വിഭാഗങ്ങളെ വിപ്ലവസമരത്തിൽ കൊണ്ടുവരുന്നതിനു റോസ ലുക്സംബർഗ്ഗ് വളരെയേറെ പ്രാധാന്യം കല്പിക്കുന്നുണ്ടെന്ന് ഞാൻ അദ്ദേഹത്തോടു പറഞ്ഞു. കമ്മ്യൂണിസ്റ്റ് പാർട്ടി സ്ഥാപിച്ചപ്പോൾ വനിതാപ്രസ്ഥാനത്തെ സംബന്ധിക്കുന്ന ഒരു പത്രം ഇറക്കണമെന്ന് റോസ ശഠിക്കുകയുണ്ടായി. കൊല ചെയ്യപ്പെടുന്നതിന് ഒന്നര ദിവസം മുമ്പ് ലെയൊ യോഗിഹെസ് പാർട്ടിയുടെ പ്രവർത്തനപദ്ധതിയെക്കുറിച്ച് എന്നോട് ചർച്ച ചെയ്തു. ഞങ്ങൾ തമ്മിൽ അവസാനമായി കണ്ടത് അപ്പോഴാണ്. എന്നെ അദ്ദേഹം പല ജോലികളും ഏല്പിച്ചു. പണിയെടുക്കുന്ന സ്ത്രീകൾക്കിടയിൽ സംഘടനാപ്രവർത്തനം നടത്തുന്നതിനുള്ള ഒരു പ്ലാനും അക്കൂട്ടത്തിൽ പെട്ടിരുന്നു. ഒളിവിൽ കൂടിയ ആദ്യത്തെ സമ്മേളനത്തിൽത്തന്നെ പാർട്ടി ഈ പ്രശ്നം ചർച്ച ചെയ്തു. തഴക്കവും പഴക്കവുമുള്ള, യുദ്ധകാലത്തും അതിനു മുമ്പും പേരെടുത്തുകഴിഞ്ഞിരുന്ന വനിതാപ്രക്ഷോഭകാരികളിലും നേതാക്കളിലും ഏതാണ്ടെല്ലാവരും തന്നെ ഇരുഛായകളിലുമുള്ള സോഷ്യൽഡെമോക്രാറ്റിക് പാർട്ടികളിൽ തുടരുകയും പണിയെടുക്കുന്ന സ്ത്രീകളുടെ അസ്വസ്ഥസമൂഹത്തെ തങ്ങളുടെ സ്വാധീനത്തിൽ നിർത്തുകയും ചെയ്തുപോന്നു. എങ്കിലും സ്ത്രീകൾക്കിടയിലും ചുറുചുറുക്കോടെ ഉള്ളഴിഞ്ഞു പ്രവർത്തിക്കുന്ന സഖാക്കളുടെ ചെറിയൊരു ബീജകേന്ദ്രം രൂപീകരിച്ചിട്ടുണ്ടെന്നും അവർ ഞങ്ങളുടെ പാർട്ടിയുടെ എല്ലാ പ്രവർത്തനങ്ങളിലും സമരത്തിലും പങ്കെടുക്കുന്നുണ്ടെന്നും ഞാൻ പറഞ്ഞു. മറുവശത്ത്, പാർട്ടിതന്നെ, പണിയെടുക്കുന്ന സ്ത്രീകൾക്കിടയിൽ ആസൂത്രിതപ്രവർത്തനം സംഘടിപ്പിക്കാൻ തുടങ്ങിക്കഴിഞ്ഞിരിക്കുന്നു. തീർച്ചയായും ഇതൊക്കെ ഒരു തുടക്കം മാത്രമാണ്. എങ്കിലും നല്ലൊരു തുടക്കമാണത്.

'മോശമില്ല, ഒട്ടും മോശമില്ല,' ലെനിൻ പറഞ്ഞു. 'കമ്മ്യൂണിസ്റ്റ് സ്ത്രീകൾക്കിടയിൽ പലപ്പോഴും കണ്ടുവരാറുള്ള ചുറുചുറുക്കും ആത്മത്യാഗസന്നദ്ധതയും ആവേശവും നിയമവിരുദ്ധവും അർദ്ധനിയമവിധേയവുമായ കാലഘട്ടങ്ങളിൽ അവർ പ്രകടിപ്പിക്കുന്ന ധൈര്യവും വിവേകവും നമ്മുടെ പ്രവർത്തനം മുന്നോട്ടു കൊണ്ടുപോകാൻ കഴിയുമെന്നതിന്റെ ഒരു ശുഭലക്ഷണമാണ്. ബഹുജനങ്ങളെ നമ്മുടെ ഭാഗത്തേക്കു

കൊണ്ടുവരലും സമരങ്ങൾ സംഘടിപ്പിക്കലും പാർട്ടിയെ വളർത്താനും അതിന്റെ ശക്തി വർദ്ധിപ്പിക്കാനും വിലയേറിയ ഘടകങ്ങളാണ്. പക്ഷെ ഈ പ്രശ്നത്തിന്റെ അടിസ്ഥാന പ്രമാണങ്ങളെപ്പറ്റി വ്യക്തമായൊരു ധാരണ ലഭിക്കുന്ന കാര്യത്തിലും സഖാക്കളെ അവ പഠിപ്പിക്കുന്ന കാര്യത്തിലും നിങ്ങൾക്ക് എത്രത്തോളം പുരോഗതിയുണ്ടായിട്ടുണ്ട്? എന്തൊക്കെ പറഞ്ഞാലും, ബഹുജനപ്രവർത്തനത്തിൽ കാതലായിട്ടുള്ളത് അതാണല്ലോ, 'മഹൽകൃത്യങ്ങൾ ചെയ്യാൻ പ്രചോദനം ആവശ്യമാണ്' എന്ന് ആരോ പറഞ്ഞത് ഞാനോർക്കുന്നു. നമ്മളും ലോകമാസകലമുള്ള അദ്ധ്വാനിക്കുന്ന ജനങ്ങളും യഥാർത്ഥത്തിൽ മഹത്തരമായ കൃത്യങ്ങൾ ഇനിയും ചെയ്യേണ്ടതായിട്ടാണിരിക്കുന്നത്. അപ്പോൾ, നിങ്ങളുടെ സഖാക്കൾക്ക്, ജർമ്മനിയിലെ തൊഴിലാളി സ്ത്രീകൾക്ക്, പ്രചോദനം നൽകുന്നത് എന്താണ്? അവരുടെ തൊഴിലാളി വർഗ്ഗബോധത്തെപ്പറ്റി എന്തു പറയുന്നു? അവരുടെ താല്പര്യങ്ങളും പ്രവർത്തനങ്ങളും കേന്ദ്രീകരിച്ചിരിക്കുന്നത് ഇന്നത്തെ രാഷ്ട്രീയാവശ്യങ്ങളിലാണോ? അവർ പ്രധാനമായും ചിന്തിക്കുന്നത് എന്തിനെക്കുറിച്ചാണ്?

ഇതേ സംബന്ധിച്ച് റഷ്യയിലേയും ജർമ്മനിയിലേയും സഖാക്കളിൽനിന്ന് ഞാൻ വിചിത്രമായ ചിലതെല്ലാം കേട്ടു. അതെന്താണെന്നു ഞാൻ പറയാം. ഹാംബുർഗ്ഗിൽ പ്രഗത്ഭയായ ഒരു കമ്മ്യൂണിസ്റ്റുകാരി വേശ്യകൾക്കുവേണ്ടി ഒരു പത്രമിറക്കുന്നുണ്ടെന്നും അവരെ വിപ്ലവ സമരത്തിനുവേണ്ടി സംഘടിപ്പിക്കാൻ ശ്രമിക്കുകയാണെന്നുമാണ് ഞാൻ കേട്ടത്. ഒരു വേശ്യ അവളുടെ പരിതാപകരമായ തൊഴിലിനെ സംബന്ധിച്ച ഒരു പോലീസ് നിബന്ധന ലംഘിച്ചതിന് ജയിലിലടയ്ക്കപ്പെട്ടപ്പോൾ അവൾക്കുവേണ്ടി വാദിച്ചുകൊണ്ട് റോസ ഒരു ലേഖനമെഴുതുകയുണ്ടായി. ഒരു യഥാർത്ഥ കമ്മ്യൂണിസ്റ്റായ റോസയ്ക്ക് അങ്ങിനെ തോന്നിയതും അവരങ്ങിനെ പ്രവർത്തിച്ചതും തികച്ചും മനുഷ്യോചിതമായിരുന്നു. രണ്ടു തരത്തിൽ ബൂർഷ്വാ സമുദായത്തിന് ഇരകളായിട്ടുള്ള ഇക്കൂട്ടർ സ്വഹസമ്പ്രദായത്തിന്റേയും രണ്ടാമത് അതിന്റെ ശപിക്കപ്പെട്ട ധാർമ്മിക കാപട്യത്തിന്റേയും ഇരകളാണവർ. ഇതു വ്യക്തമാണ്. മനുഷ്യത്വമോ ദീർഘദൃഷ്ടിയോ ഇല്ലാത്ത ഒരാൾ മാത്രമേ അതു മറക്കൂ. എന്നാൽ ഇതു മനസ്സിലാക്കുന്നതും - ഞാൻ അതെങ്ങിനെ പറയാനാണ്? - വേശ്യകളെ ഒരു പ്രത്യേക വിപ്ലവസേനാവിഭാഗമായി സംഘടിപ്പിച്ച് അവർക്കുവേണ്ടി ഒരു ട്രേഡ് യൂണിയൻ പത്രം നടത്തുന്നതും രണ്ടും രണ്ടാണ്. സംഘടിപ്പിക്കേണ്ടവരും സ്വന്തം പത്രം ആവശ്യമുള്ളവരും നിങ്ങളുടെ സമരത്തിൽ പങ്കെടുപ്പിക്കേണ്ടവരുമായി

ജർമ്മനിയിൽ വ്യവസായത്തൊഴിലാളിസ്ത്രീകൾ ആരുംതന്നെ അവശേഷിക്കുന്നില്ലെന്നോ? അനാരോഗ്യകരമായ ഒരു പാളിച്ചയാണ് നാമിവിടെ കാണുന്നത്. ഓരോ വേശ്യയേയും ഒരു വിശുദ്ധകന്യാമറിയമാക്കുന്ന ഒരു കമ്പം സാഹിത്യത്തിലുണ്ടായിരുന്നത് ഞാൻ ഓർത്തുപോവുകയാണ്. അവിടെയും അടിയിലുള്ളത് നല്ല കാര്യമായിരുന്നു: സഹതാപവും ബൂർഷ്വാമാന്യന്മാരുടെ ധാർമ്മിക കാപട്യത്തിന്റെ നേരെയുള്ള രോഷവും. എന്നാൽ ഈ ആരോഗ്യകരമായ തത്വം ബൂർഷ്വാ സ്വാധീനത്താൽ ദുഷിപ്പിക്കപ്പെടുകയും അധഃപതിപ്പിക്കപ്പെടുകയും ചെയ്തു. ഞങ്ങളുടെ രാജ്യത്തുപോലും പൊതുവിൽ വ്യഭിചാരത്തെ നേരിടുന്നതിന്, നടപ്പാക്കാൻ പ്രയാസമുള്ള പല നടപടികളും ഇനിയും കൈക്കൊള്ളേണ്ടിയിരിക്കുന്നു. വേശ്യയെ ഉല്പാദനക്ഷമമായ പ്രവൃത്തിയിലേക്ക് തിരികെ കൊണ്ടുവരിക; സമൂഹത്തിന്റെ സമ്പദ്ഘടനയിൽ അവൾക്കൊരു സ്ഥാനം നൽകുക! ഇതാണ് അതിന്റെയൊക്കെ രത്നച്ചുരുക്കം. എന്നാൽ ഞങ്ങളുടെ സമ്പദ്വ്യവസ്ഥയുടെ ഇന്നത്തെ അവസ്ഥയും മറ്റെല്ലാ സാഹചര്യങ്ങളും കണക്കിലെടുക്കുമ്പോൾ ഇത് ബുദ്ധിമുട്ടുള്ള കുഴഞ്ഞ പ്രശ്നമാണെന്നു കാണാം. തൊഴിലാളിവർഗ്ഗം രാഷ്ട്രീയാധികാരം പിടിച്ചെടുത്തശേഷം, പരിഹാരമാവശ്യപ്പെട്ടുകൊണ്ട് അതിന്റെ മുഴുവൻ വലിപ്പത്തിലും ഞങ്ങളെ നേരിടുന്ന വനിതാപ്രശ്നത്തിന്റെ ഒരു ശകലമാണിത്. സോവിയറ്റ് റഷ്യയിലുള്ള ഞങ്ങൾക്ക് അത് ഇനിയും വളരെയേറെ ബുദ്ധിമുട്ടുണ്ടാക്കും.

'പക്ഷെ നമുക്ക് ജർമ്മനിയിലെ നിങ്ങളുടെ പ്രത്യേക പ്രശ്നത്തിലേക്കു മടങ്ങാം. പാർട്ടി യാതൊരു കാരണവശാലും അതിന്റെ അംഗങ്ങളുടെ ഇത്തരം അനാവശ്യപ്രവർത്തനങ്ങൾ കണ്ടുകൊണ്ട് കയ്യും കെട്ടി ഇരിക്കരുത്. അത് ആശയക്കുഴപ്പമുണ്ടാക്കും, നമ്മുടെ ശക്തികളെ ഛിന്നഭിന്നമാക്കും. ഇതു തടയാൻ വ്യക്തിപരമായി നിങ്ങളെന്താണു ചെയ്തിട്ടുള്ളത്?'

പക്ഷെ എനിക്കു മറുപടി പറയാൻ കഴിയുന്നതിനുമുമ്പ് ലെനിൻ തുടർന്നു:

ക്ലാര, നിങ്ങളുടെ പാപങ്ങളുടെ പട്ടിക മുഴുവനായില്ല. പണിയെടുക്കുന്ന സ്ത്രീകളുമായി നടത്തുന്ന പാരായണ-ചർച്ചാസായാഹ്നസമ്മേളനങ്ങളിൽ ലൈംഗികപ്രശ്നങ്ങൾക്കും ദാമ്പത്യപ്രശ്നങ്ങൾക്കുമാണു മുൻതൂക്കമെന്നു ഞാൻ കേട്ടു. നിങ്ങളുടെ രാഷ്ട്രീയബോധനത്തിലും വിദ്യാഭ്യാസപ്രവർത്തനത്തിലും ഈ വിഷയങ്ങളിലാണത്രെ മുഖ്യമായും ശ്രദ്ധ ചെലുത്തുന്നത്. ഞാനതു കേട്ടപ്പോൾ വിശ്വസിച്ചില്ല. തൊഴിലാളി

വർഗ്ഗസർവ്വാധിപത്യത്തിന്റേതായ ആദ്യത്തെ സ്റ്റേറ്റ് ലോകമൊട്ടുക്കുള്ള പ്രതി വിപ്ലവകാരികളോട് പൊരുതിക്കൊണ്ടിരിക്കുകയാണ്. പ്രതിവിപ്ല വത്തിന്റെ നിരന്തരം വർദ്ധിച്ചുകൊണ്ടിരിക്കുന്ന സമ്മർദ്ദത്തെ ചെറുക്കാൻ തൊഴിലാളിവർഗ്ഗ വിപ്ലവശക്തികളുടെ ഏറ്റവും സുദൃഢമായ ഐക്യം ഊട്ടിയുണ്ടാക്കുകയെന്നതാണ് ജർമ്മനയിൽത്തന്നെ ഇന്നുള്ള സ്ഥിതി ആവശ്യപ്പെടുന്നത്. ഇത്തരമൊരു സന്ദർഭത്തിലാണ് സജീവമായി പ്രവ ർത്തിക്കുന്ന കമ്മ്യൂണിസ്റ്റ് സ്ത്രീകൾ ലൈംഗിഗപ്രശ്നങ്ങളെക്കുറിച്ചും ഇന്ന ലത്തേയും ഇന്നത്തേയും നാളത്തേയും വിവാഹരൂപങ്ങളെക്കുറിച്ചും തല പുണ്ണാക്കുന്നത്! ഈ തുറയിലുള്ള പ്രശ്നങ്ങളെപ്പറ്റി പണിയെടുക്കുന്ന സ്ത്രീകളെ പ്രബുദ്ധരാക്കുകയാണ് തങ്ങളുടെ സർവ്വപ്രധാനമായ കടമയെ ന്ന് അവർ കരുതുന്നു. വിയന്നയിലെ ഒരു കമ്മ്യൂണിസ്റ്റുകാരി ലൈംഗിക പ്രശ്നത്തെക്കുറിച്ച് എഴുതിയിട്ടുള്ള ഒരു ലഘുലേഖയ്ക്ക് ഏറ്റവും വലിയ പ്രചാരം കിട്ടിയിട്ടുണ്ടെന്ന് കേൾക്കുന്നു. എന്തൊരു അസംബന്ധമാണ് ആ പുസ്തകത്തിലുള്ളത്! അതിൽ ശരിയായിട്ടെന്തെങ്കിലുമുണ്ടെങ്കിൽ അത് തൊഴിലാളികൾ പണ്ടേ ബെബലിന്റെ പുസ്തകത്തിൽ വായിച്ചിട്ടു ള്ളതാണ്. ഈ ലഘുലേഖയിലേതു പോലെ വിരസവും മുഷിപ്പനുമായ രീതിയിലല്ല, നേരേ മറിച്ച് ബൂർഷ്വാ സമുദായത്തെ അപലപിച്ചുകൊ ണ്ട്, മനസ്സിനെ പിടിച്ചുനിർത്തുന്ന പ്രക്ഷോഭ രൂപത്തിലാണതെന്നു മാത്രം. ലഘുലേഖയ്ക്ക് ഒരു ശാസ്ത്രീയ ഛായ നൽകുന്നതിനുവേണ്ടി അതിൽ ഫ്രോയ്ഡിന്റെ പരികല്പനെയക്കുറിച്ചു പ്രതിപാദിക്കുന്നുണ്ട്. പക്ഷെ പരിതാപകരമായ ഒരു ഏച്ചുകെട്ടുമാത്രമാണത്. ഫ്രോയ്ഡി ന്റെ സിദ്ധാന്തം ഇപ്പോൾ ഒരുതരം കമ്പമായിത്തീർന്നിരിക്കുകയാണ്. വിവിധ ലേഖനങ്ങളിലും ശാസ്ത്രീയപ്രബന്ധങ്ങളിലും ലഘുലേഖകളിലും മറ്റും - ചുരുക്കത്തിൽ ബൂർഷ്വാസമുദായത്തിന്റെ ചാണകക്കുനയിൽ സമൃദ്ധമായി കിളിർത്തുവന്നിട്ടുള്ള ആ പ്രത്യേക സാഹിത്യശാഖയിൽ - ഉന്നയിച്ചിട്ടുള്ള ലൈംഗിക സിദ്ധാന്തങ്ങളിൽ എനിക്കു വിശ്വാസമില്ല. ഒരു ഇന്ത്യൻ ഫക്കീർ തന്റെ നാഭിയെ ധ്യാനിക്കുന്നതുപോലെ ലൈംഗിക പ്രശ്നങ്ങളിൽ വ്യഗ്രതയോടെ സദാസമയം മുഴുകിയിരിക്കുന്ന ആളുകളെ എനിക്കു വിശ്വാസമില്ല. ഒട്ടുമുക്കാലും കേവലം പരികല്പനകൾ മാത്രമായ, പലപ്പോഴും ബോധിച്ചതുപോലെ ഉന്നയിക്കുന്ന, ഈ ലൈംഗികസിദ്ധാ ന്തങ്ങളുടെ അതിബാഹുല്യം വ്യക്തിപരമായ ആവശ്യങ്ങളിൽനിന്നാണ് ഉളവാകുന്നത് എന്നാണെനിക്കു തോന്നുന്നത്.അസ്വാഭാവികമോ അതിരു കടന്നതോ ആയ തന്റെ ലൈംഗിക ജീവിതത്തെ ബൂർഷ്വാ സന്മാർഗ്ഗബോധത്തിന്റെ മുമ്പിൽ ന്യായീകരിക്കാനും തന്നോടു സഹിഷ്ണുത കാട്ടണമെന്ന് അപേക്ഷിക്കാനുമുള്ള ഒരു വ്യഗ്രതയിൽ

നിന്നാണ് അതു ഉടലെടുക്കുന്നത്. ബൂർഷ്വാ സന്മാർഗ്ഗബോധത്തോടു ള്ള ഈ ശ്രദ്ധബഹുമാനം ലൈംഗികപ്രശ്നങ്ങളിൽ ആർത്തിയോടെ ആണ്ടിറങ്ങുന്നത്രതന്നെ അരോചകമാണെനിക്ക്. ഇങ്ങനെ ചെയ്യുന്നത് എതിർപ്പ പ്രകടിപ്പിക്കലും വിപ്ലവാത്മകവുമാണെന്ന് എത്രതന്നെ വരുത്തിത്തീർക്കാൻ ശ്രമിച്ചാലും ശരി, അവസാനവിശകലനത്തിൽ അത് അടിമുടി ബൂർഷ്വായാണ്. ബുദ്ധിജീവികൾക്കും അവരോടടുപ്പമുള്ള സാമൂഹ്യവിഭാഗങ്ങൾക്കും വിശേഷിച്ചും അഭികാമ്യമായിട്ടുള്ള ഒരു പ്രവൃ ത്തിയാണത്. പാർട്ടിയിൽ, വർഗ്ഗബോധമുള്ള തൊഴിലാളിവർഗ്ഗപോ രാളികൾക്കിടയിൽ, അതിന് ഇടമില്ല.

സ്വകാര്യസ്വത്തുടമസ്ഥതയും ബൂർഷ്വാസാമൂഹ്യക്രമവും നിലനി ൽക്കുന്നിടത്ത് ലൈംഗികവും വിവാഹസംബന്ധവുമായ പ്രശ്നങ്ങൾ സമുദായത്തിലെ എല്ലാ വർഗ്ഗങ്ങളിലും വിഭാഗങ്ങളിലും പെട്ട സ്ത്രീകളുടെ മുമ്പാകെ ബഹുവിധ കടമകളും സംഘട്ടനങ്ങളും കഷ്ടപ്പാടുകളും ഉന്ന യിക്കുന്നുണ്ടെന്നു ഞാൻ പറഞ്ഞു. സ്ത്രീകളെ സംബന്ധിച്ചിടത്തോളം യുദ്ധവും അതിന്റെ അനന്തരഫലങ്ങളും സ്ത്രീപുരുഷബന്ധങ്ങളിൽ മുമ്പുതന്നെ നിലനിന്നിരുന്ന സംഘട്ടനങ്ങളേയും കഷ്ടപ്പാടുകളേയും അസാധാരണമാംവണ്ണം മൂർച്ഛിപ്പിക്കുകയാണു ചെയ്തിട്ടുള്ളത്. മുമ്പ് സ്ത്രീകളിൽനിന്നു മറച്ചുവച്ചിരുന്ന പ്രശ്നങ്ങൾ ഇപ്പോൾ അനാവരണം ചെയ്യപ്പെട്ടിരിക്കുന്നു. അതിനും പുറമെ ആസന്നമായ വിപ്ലവത്തിന്റെ ഒരന്തരീക്ഷം നിലവിലുണ്ട്. പഴയ വികാരങ്ങളുടേയും വിചാരങ്ങളുടേയും ലോകം തകർന്നുതുടങ്ങി. പണ്ടത്തെ സാമൂഹ്യബന്ധങ്ങൾ ദുർബ്ബലമാ യിത്തീർന്ന് അറ്റുപൊയ്ക്കൊണ്ടിരിക്കുകയാണ്. മാനുഷികബന്ധങ്ങളെ സംബന്ധിച്ചിടത്തോളം പുതുതും ഇനിയും വ്യക്തമായ രൂപം കൊണ്ടിട്ടി ല്ലാത്തതുമായ ആശയപരമായ അടിത്തറകൾ ബീജരൂപത്തിൽ ആവി ർഭവിച്ചുകൊണ്ടിരിക്കുകയാണ്. നിലവിലുള്ള സ്ഥിതിഗതികളെപ്പറ്റി വ്യക്തമായ ധാരണ ലഭിക്കേണ്ടതും പുതിയൊരു വഴിക്കു തിരിയേണ്ടതും ആവശ്യമായതിനാലാണ് ഈ പ്രശ്നങ്ങളിൽ ആളുകൾ താല്പര്യമെടുക്കു ന്നത്. ബൂർഷ്വാസമുദായത്തിന്റെ വികൃതപ്പെടുത്തലുകൾക്കും വഞ്ചനക ൾക്കുമെതിരായ പ്രതികരണം കൂടിയാണിത്. ചരിത്രഗതിയിൽ മാറിമാറി വന്ന വിവാഹരൂപങ്ങളും കുടുംബരൂപങ്ങളും സാമ്പത്തികഘടനയുടെ മേലുള്ള അവയുടെ ആശ്രിതത്വവും ബൂർഷ്വാ സമുദായം നിതാന്തമാണെ ന്ന ധാരണയെ പണിയെടുക്കുന്ന സ്ത്രീകളുടെ മനസ്സിൽ നിന്ന് അകറ്റാൻ ഉപകരിക്കുന്നു. ബൂർഷ്വാവ്യവസ്ഥയെ ചരിത്രപരമായ നിലപാടിൽ നിന്നുകൊണ്ടു വിമർശിക്കുകയെന്ന മനോഭാവത്തിന്റെ സ്ഥാനത്ത്

ഇപ്പോൾ വരേണ്ടത് അതിനെ നിർദ്ദയം അറുത്തുമുറിക്കലാണ്, അതിന്റെ സാരാംശത്തേയും ലൈംഗികകാര്യങ്ങളെ സംബന്ധിച്ചിടത്തോളമുള്ള കപടമായ സന്മാർഗ്ഗബോധമുൾപ്പെടെ അതിൽനിന്നുളവാകുന്ന ഭവിഷ്യത്തുകളേയും തുറന്നുകാട്ടലാണ്. എല്ലാ പാതകളും റോമിലേക്കു നയിക്കുന്നു. സമൂഹത്തിന്റെ ആശയപരമായ ഉപരിഘടനയുടെ സുപ്രധാനമായ ഒരംശത്തെക്കുറിച്ചുള്ള, മുന്തിനിൽക്കുന്ന ഒരു സാമൂഹ്യ പ്രതിഭാസത്തെക്കുറിച്ചുള്ള, ഏതൊരു മാർക്സിസ്റ്റ് വിശകലനവും ചെന്നെത്തേണ്ടത് ബൂർഷ്വാവ്യവസ്ഥയേയും അതിന്റെ അടിത്തറയായ ഉല്പാദനോപാധികളുടെ സ്വകാര്യയുടമസ്ഥതയേയും കുറിച്ചുള്ള വിശകലനത്തിലാണ്. അങ്ങിനെയുള്ള ഓരോ വിശകലനത്തിൽനിന്നും എത്തിച്ചേരേണ്ട നിഗമനം ഒന്നുമാത്രമാണ്: കാർത്തേജിനെ നശിപ്പിച്ചേ തീരൂ.'

ലെനിൻ പുഞ്ചിരിച്ചുകൊണ്ട് തല കുലുക്കി.

'അതെ, അതങ്ങിനെയാണ്! നിങ്ങൾ നിങ്ങളുടെ സഖാക്കൾക്കും പാർട്ടിക്കും വേണ്ടി ഒരു വക്കീലിനെപ്പോലെയാണു വാദിക്കുന്നത്. തീർച്ചയായും നിങ്ങൾ പറയുന്നതു ശരിയാണ്. എങ്കിലും അത് ജർമ്മനിയിൽ വരുത്തിയ തെറ്റിനുള്ള ഒരു ഒഴികഴിവല്ലാതെ ഒരിക്കലും ഒരു ന്യായീകരണമല്ല. തെറ്റ് തെറ്റുതന്നെയാണ്. വായനയുടേയും ചർച്ചയുടേയും സമയത്ത് ലൈംഗികവും വിവാഹസംബന്ധവുമായ പ്രശ്നങ്ങളെ അചഞ്ചലവും ചൈതന്യമുറ്റതുമായ, ചരിത്രപരമായ ഭൗതികവാദത്തിന്റെ വീക്ഷണകോണിൽനിന്നാണു ചർച്ച ചെയ്യുന്നതെന്ന് നിങ്ങൾക്ക് ആത്മാർത്ഥമായി ഉറപ്പിച്ചു പറയാൻ കഴിയുമോ? അഗാധവും നാനാമുഖവുമായ അറിവും വളരെയേറെ കാര്യങ്ങളെക്കുറിച്ചുള്ള സൂക്ഷ്മമായ മാർക്സിസ്റ്റ് പരിജ്ഞാനവും ഇതിനാവശ്യമാണല്ലോ. അതിനായി നിങ്ങളുടെ പക്കൽ ഇന്നുള്ള ശക്തികളേതാണ്? ആ ശക്തികൾ നിങ്ങൾക്കുണ്ടായിരുന്നെങ്കിൽ നാമിപ്പോൾ പരാമർശിച്ചതുപോലുള്ള ഒരു ലഘുലേഖ പാരായണ-ചർച്ചാസായാഹ്നങ്ങളിൽ പഠിപ്പിക്കാനായി ഉപയോഗിക്കുകയില്ലായിരുന്നു. ആ ലഘുലേഖയെ വിമർശിക്കുന്നതിനു പകരം അതു പഠിക്കാൻ ശുപാർശചെയ്യുകയും പ്രചരിപ്പിക്കുകയുമാണു ചെയ്യുന്നത്. പ്രശ്നത്തെക്കുറിച്ചുള്ള അതൃപ്തികരവും മാർക്സിസ്റ്റേതരവുമായ ഈ ചർച്ച അവസാനം എവിടെ കൊണ്ടെത്തിക്കുമെന്നോ? ലൈംഗികവും വിവാഹസംബന്ധവുമായ പ്രശ്നങ്ങൾ മുഖ്യസാമൂഹ്യ പ്രശ്നത്തിന്റെ ഭാഗങ്ങൾ മാത്രമല്ലെന്ന സ്ഥിതിയിലേക്ക്. നേരേമറിച്ച്, വമ്പിച്ച സാമൂഹ്യപ്രശ്നത്തെത്തന്നെ ലൈംഗികപ്രശ്നത്തിന്റെ ഒരു ഭാഗവും അനുബന്ധവുമായി കരുതാൻ തുടങ്ങും. പ്രധാനകാര്യം

അപ്രധാനമായി പിൻതള്ളപ്പെടും. അതു പ്രശ്നത്തെ വ്യക്തമായി കാണുന്നതു തടസ്സപ്പെടുത്തുക മാത്രമല്ല, പൊതുവിൽ ചിന്താശക്തിയെത്തന്നെ മന്ദീഭവിപ്പിക്കുകയും പണിയെടുക്കുന്ന സ്ത്രീകളുടെ വർഗ്ഗബോധത്തെ നിഷ്ഫലമാക്കുകയും ചെയ്യും.

അധികപ്പറ്റാവാനിടയില്ലാത്ത ഒരഭിപ്രായം കൂടി പറഞ്ഞുകൊള്ളട്ടെ. എല്ലാറ്റിനും ഒരു സമയമുണ്ടെന്ന് വിവേകശാലിയായ സോളമൻ പറഞ്ഞിട്ടുണ്ട്. എങ്ങിനെ സ്നേഹിക്കണം അല്ലെങ്കിൽ സ്നേഹിക്കപ്പെടണം, എങ്ങിനെ പ്രേമിക്കണം അല്ലെങ്കിൽ പ്രേമിക്കപ്പെടണം, വിവിധ ജനതകൾക്കിടയിൽ അത് ഇതേവരെ എങ്ങിനെയായിരുന്നു, ഇന്നെങ്ങിനെയാണ്, നാളെ എങ്ങിനെയായിരിക്കും - ഇത്തരം കാര്യങ്ങളിൽ പണിയെടുക്കുന്ന സ്ത്രീകളുടെ ശ്രദ്ധയെ തുടർച്ചയായി മാസങ്ങളോളം വ്യാപരിപ്പിക്കാനുള്ള സമയം ഇതാണോ? ഇത് ചരിത്രപരമായ ഭൗതികവാദമാണെന്ന് അഭിമാനപൂർവ്വം അവകാശപ്പെടുന്നുമുണ്ട്. മറ്റു പലതിന്റേയും കൂട്ടത്തിൽ വിവാഹസാഹചര്യങ്ങളിലും സ്ത്രീപുരുഷബന്ധങ്ങളിലും യഥാർത്ഥത്തിൽ ഒരു മാറ്റത്തിനുള്ള അടിസ്ഥാനമിടുന്ന തൊഴിലാളി വർഗ്ഗ വിപ്ലവത്തിലാണ് പണിയെടുക്കുന്ന സ്ത്രീകളുടെ മുഴുവൻ ശ്രദ്ധയും ഇക്കാലത്ത് കേന്ദ്രീകരിക്കേണ്ടത്. ആസ്ത്രേലിയയിലെ നീഗ്രോകളുടെ വിവാഹരീതിയെപ്പറ്റിയും പ്രാകൃതസമുദായങ്ങളിൽ ഒരേ കുടുംബത്തിൽപ്പെട്ടവർ തന്നെ പരസ്പരം വിവാഹം കഴിച്ചിരുന്നതിനെപ്പറ്റിയുമല്ല ഇപ്പോൾ നാം അടിയന്തിരമായി ശ്രദ്ധിക്കേണ്ടത്. സോവിയറ്റുകളുടെ പ്രശ്നം, വെഴ്സയിൽ ഉടമ്പടി[36]യും സ്ത്രീജനങ്ങളുടെ ജീവിതത്തിൽ അതിനുള്ള സ്വാധീനവും, തൊഴിലില്ലായ്മ, കൂലിക്കുറവ്, കരം, എന്നിങ്ങനെയുള്ള പല പ്രശ്നങ്ങളും ഇതേവരെയെന്നപോലെ ചരിത്രം ജർമ്മനിയിലെ തൊഴിലാളിയുടെ മുമ്പിൽ കാഴ്ചവച്ചിരിക്കുകയാണ്. ചുരുക്കിപ്പറഞ്ഞാൽ രാഷ്ട്രീയവും സാമൂഹ്യവുമായ ഇത്തരത്തിലുള്ള വിദ്യാഭ്യാസം പണിയെടുക്കുന്ന സ്ത്രീകൾക്കു നൽകുന്നത് തെറ്റാണെന്നാണ്, പാടേ തെറ്റാണെന്നാണ്, എന്റെ അഭിപ്രായം. നിങ്ങൾക്ക് എങ്ങിനെ ഇതേപ്പറ്റി മൗനം ദീക്ഷിക്കാൻ കഴിയുന്നു? നിങ്ങൾക്കുള്ള സ്വാധീനം മുഴുവൻ അതിനെതിരായി പ്രയോഗിക്കേണ്ടതായിരുന്നു.

വിമർശിക്കാനും പ്രധാന സ്ത്രീ സഖാക്കളോട് എന്റെ എതിർപ്പു പ്രകടിപ്പിക്കാനും ഞാൻ ഒരു സന്ദർഭവും വിട്ടുകളഞ്ഞിട്ടില്ലെന്നും പല സ്ഥലങ്ങളിലും ഇമ്മാതിരിയുള്ള പ്രവർത്തനങ്ങൾക്കെതിരായി മുന്നോട്ടു വന്നിട്ടുണ്ടെന്നും, ചൂടോടെ വാദിച്ചുകൊണ്ടിരുന്ന എന്റെ സ്നേഹിതനോട് ഞാൻ വിശദമാക്കി. പക്ഷെ അദ്ദേഹത്തിനു

ഭംഗിയായി അറിയാവുന്നതുപോലെ ഒരു പ്രവാചകനേയും സ്വന്തം നാട്ടിലോ വീട്ടിലോ മാനിച്ചിട്ടില്ല. എന്റെ വിമർശനത്തിന്റെ ഫലമായി എന്റെ മനസ്സിൽ സോഷ്യൽഡെമോക്രാറ്റിക് ചിന്താഗതികളുടേയും പഴഞ്ചൻ ഫിലിസ്റ്റിനിസത്തിന്റേയും അവശിഷ്ടങ്ങൾ ഇപ്പോഴും വേരൂന്നിക്കിടക്കുന്നുണ്ടെന്ന സംശയത്തിനു പാത്രമായിരിക്കുകയാണു ഞാൻ. ഏതായാലും അവസാനം ഈ വിമർശനം കൊണ്ടു ഫലമുണ്ടായി. വൃത്തങ്ങളിലും ചർച്ചാസായാഹ്നങ്ങളിലും ലൈംഗികപ്രശ്നവും വിവാഹവുമല്ല ഇപ്പോൾ മുന്തിനിൽക്കുന്നത്.

ലെനിൻ തന്റെ ചിന്താതന്തു തുടർന്നു.

'അതെ, അതെ, എനിക്കറിയാം,' അദ്ദേഹം പറഞ്ഞു. 'അതേ കാരണത്താൽ ഞാനും ഫിലിസ്റ്റിനിസം വച്ചുപുലർത്തുന്നുണ്ടെന്നു ബലമായി സംശയിക്കപ്പെടുന്നുണ്ട്. പക്ഷെ ഞാൻ അതുകൊണ്ടൊന്നും കുലുങ്ങുന്നില്ല. ബൂർഷ്വാചായം പൂശിയ മുട്ടകളിൽനിന്ന് ഇപ്പോൾ മാത്രം വിരിഞ്ഞുവന്ന മഞ്ഞക്കൊക്കുള്ള പക്ഷിക്കുഞ്ഞുങ്ങൾക്ക് എന്തൊരു സാമർത്ഥ്യമാണെന്നോ. നമ്മൾ അതുമായി പൊരുത്തപ്പെട്ടു പോകേണ്ടിയിരിക്കുന്നു. പക്ഷെ തെറ്റു തിരുത്താൻ നമുക്കു യാതൊരു ഉദ്ദേശവുമില്ല. ലൈംഗിക പ്രശ്നത്തോടുള്ള ആധുനിക സമീപനത്തിന്റേയും അതിലുള്ള അതിരുകടന്ന താല്പര്യത്തിന്റേയും രോഗം യുവജനപ്രസ്ഥാനത്തേയും ബാധിച്ചിരിക്കുകയാണ്.'

പരിഹാസവും അധിക്ഷേപവും ദ്യോതിപ്പിക്കുന്ന ഒരു അംഗവിക്ഷേപത്തോടെ 'ആധുനിക'മെന്ന വാക്ക് ലെനിൻ ഊന്നുകയുണ്ടായി.

'നിങ്ങളുടെ യുജവജനസംഘടനകളിലും ലൈംഗികപ്രശ്നങ്ങൾ വളരെയേറെ പ്രിയങ്കരമായ ഒരു വിഷയമാണെന്നും അതേപ്പറ്റി പ്രസംഗിക്കാൻ വേണ്ടത്ര ആളെ കിട്ടുന്നില്ലെന്നും ഞാൻ കേട്ടല്ലൊ. യുവജനപ്രസ്ഥാനത്തിന് വിശേഷിച്ചും ഹാനികരവും അപകടകരവുമായ ഒരു ദ്രോഹമാണിത്. അത് വളരെ എളുപ്പത്തിൽ ലൈംഗികജീവിതത്തിന്റെ അമിതോത്തേജനത്തിലേക്കും അഴിഞ്ഞാട്ടത്തിലേക്കും യുവജനങ്ങളുടെ ആരോഗ്യവും ശക്തിയും ദുർവ്യയം ചെയ്യപ്പെടുന്നതിലേക്കും വഴിതെളിക്കാവുന്നതാണ്. അത്തരം നടപടികളേയും നിങ്ങൾ ചെറുക്കേണ്ടതാണ്. യുവജനപ്രസ്ഥാനത്തിനും വനിതാപ്രസ്ഥാനത്തിനും പൊതുവായി പലതുമുണ്ട്. നമ്മുടെ കമ്മ്യൂണിസ്റ്റ് സ്ത്രീകൾ എല്ലായിടത്തും യുവാക്കളോടൊന്നിച്ച് ആസൂത്രിതമായ പ്രവർത്തനം നടത്തേണ്ടതാണ്. അതവരെ വ്യക്തിപരമായ മാതൃത്വത്തിന്റെ ലോകത്തിൽനിന്ന് സാമൂഹ്യമായ മാതൃത്വത്തിന്റെ ലോകത്തേക്കുയർത്തുന്നു. തങ്ങളുടെ

വീടിനേയും കുടുംബത്തേയും കേന്ദ്രീകരിച്ചുകൊണ്ടുള്ള ഫിലിസ്റ്റൈൻ മനോഭാവത്തിന്റേയും വ്യക്തിമേധാവാദപരമായ മനോഗതിയുടേയും ഇടുങ്ങിയ പരിധികൾക്കപ്പുറം കടക്കാൻ കഴിയുമാറ് സ്ത്രീകൾക്കിടയിലുള്ള സാമൂഹ്യജീവിതത്തിന്റേയും സാമൂഹ്യപ്രവർത്തനത്തിന്റേയും ഓരോ ഉണർവ്വിനേയും പ്രോത്സാഹിപ്പിക്കേണ്ടതാണ്. പക്ഷെ ഇത് കൂട്ടത്തിൽ പറഞ്ഞെന്നേയുള്ളൂ.

'ഞങ്ങളുടെ രാജ്യത്തും യുവജനങ്ങളിൽ ഗണ്യമായ ഒരു വിഭാഗം ലൈംഗികപ്രശ്നത്തിലുള്ള 'ബൂർഷ്വാ ധാരണകളേയും സന്മാർഗ്ഗബോധത്തേയും തിരുത്തിയെഴുതുന്ന'തിൽ ഉത്സാഹപൂർവ്വം ഏർപ്പെട്ടിരിക്കുകയാണ്. ഞങ്ങളുടെ ഏറ്റവും നല്ല യുവതീയുവാക്കന്മാരുടെ, ഞങ്ങൾക്ക് ഏറ്റവുമധികം പ്രതീക്ഷയുള്ള യുവജനങ്ങളുടെ, ഗണ്യമായ ഒരു വിഭാഗമാണിതെന്നുകൂടി പറയേണ്ടിയിരിക്കുന്നു. നിങ്ങൾ ഇപ്പോൾ പറഞ്ഞതുപോലെതന്നെയാണ് കാര്യങ്ങളുടെ കിടപ്പ്. യുദ്ധാനന്തരസ്ഥിതിയും വിപ്ലവത്തിന്റെ തുടക്കവും ഉളവാക്കിയിട്ടുള്ള അന്തരീക്ഷത്തിൽ പഴയ ആശയമൂല്യങ്ങൾ നിയന്ത്രണശക്തി നഷ്ടപ്പെട്ട് നിലംപരിശാവുന്നു. പുതിയ മൂല്യങ്ങളാകട്ടെ, വളരെ സാവധാനത്തിൽ, സമരത്തിലൂടെ മാത്രമേ, രൂപംകൊള്ളൂ. മനുഷ്യനും മനുഷ്യനും തമ്മിലുള്ള ബന്ധങ്ങളെക്കുറിച്ചും സ്ത്രീപുരുഷബന്ധങ്ങളെക്കുറിച്ചുമുള്ള ധാരണകൾ സമൂലം മാറിവരികയാണ്. വികാരങ്ങളും വിചാരങ്ങളും സമൂലം മാറിവരികയാണ്. വ്യക്തിയുടെ അവകാശങ്ങളും സമൂഹത്തിന്റെ അവകാശങ്ങളും - അതായത്, വ്യക്തിയുടെ ചുമതലകളും - തമ്മിലുള്ള ബന്ധങ്ങൾ പുതുക്കിയെഴുതപ്പെടുകയാണ്. തിരോഭവിക്കലിന്റേയും ആവിർഭവിക്കലിന്റേയും സാവധാനത്തിലുള്ളതും പലപ്പോഴും വളരെ വേദനാകരവുമായ പ്രക്രിയയാണിത്. ലൈംഗികബന്ധങ്ങളുടേയും വിവാഹത്തിന്റേയും കുടുംബത്തിന്റേയും തുറയിലും ഇതൊക്കെ ബാധകമാണ്. വിവാഹമോചനത്തിനുള്ള ബുദ്ധിമുട്ട്, ഭർത്താവിനു സ്വാതന്ത്ര്യവും ഭാര്യയ്ക്കു ബന്ധനവും, ലൈംഗികസന്മാർഗ്ഗബോധത്തിന്റേയും ബന്ധങ്ങളുടേയും കാര്യത്തിലുള്ള ജുഗുപ്സാവഹമായ കാപട്യം - ഇതെല്ലാമടങ്ങുന്ന ചീഞ്ഞളിഞ്ഞ, അഴുകിനാറിയ ബൂർഷ്വാ വിവാഹസമ്പ്രദായം മനുഷ്യരാശിയുടെ ഏറ്റവും ഉൽകൃഷ്ടരായ പ്രതിനിധികളിൽ അങ്ങേയറ്റത്തെ വെറുപ്പാണുളവാക്കുന്നത്.

'വിവാഹത്തേയും കുടുംബത്തേയും സംബന്ധിച്ച് ബൂർഷ്വാസ്റ്റേറ്റിൽ നിലവിലുള്ള നിയമങ്ങൾ ഈ ദോഷം വർദ്ധിപ്പിക്കുകയും സംഘട്ടനങ്ങൾ ഗുരുതരമാക്കുകയും ചെയ്യുന്നു. പാവനമായ സ്വകാര്യ

സ്വത്തുടമസ്ഥതയുടെ നരകമാണത്. ഈ നികൃഷ്ടതയ്ക്കും നീചത്വത്തിനും വൃത്തികേടിനുമെല്ലാം അത് പരിപാവനത്വം കല്പിക്കുന്നു. 'മാന്യമായ' ബൂർഷ്വാസമുദായത്തിന്റെ സർവ്വസാധാരണമായ കാപട്യം ശേഷമുള്ളതു പൂർത്തിയാക്കുകയും ചെയ്യുന്നു. നിലവിലുള്ള ഗർഹണീയങ്ങളായ വൈകല്യങ്ങൾക്കും വൈകൃതങ്ങൾക്കുമെതിരായി ജനങ്ങൾ മുന്നോട്ടു വരുന്നു. കരുത്തുറ്റ രാഷ്ട്രങ്ങൾ നിലംപരിശാവുകയും പഴയ മേധാവിത്വ ബന്ധങ്ങൾ ഛിന്നഭിന്നമാവുകയും ഒരു സാമൂഹ്യലോകമാകെ നശിച്ചു തുടങ്ങുകയും ചെയ്യുന്ന ഈ കാലഘട്ടത്തിൽ വ്യക്തിയുടെ ഇന്ദ്രിയാനുഭൂതികൾക്കു പെട്ടെന്നു മാറ്റം സംഭവിക്കുന്നു. അനുഭവ വൈവിധ്യത്തിനു വേണ്ടിയുള്ള വികാരോദ്ദീപകമായ ദാഹം അപ്രതിരോധ്യമായിത്തീരുന്നു. ബൂർഷ്വാ അർത്ഥത്തിലുള്ള വിവാഹരൂപങ്ങളും ലൈംഗികബന്ധങ്ങളും തൃപ്തി നൽകാതാകുന്നു. തൊഴിലാളി വർഗ്ഗവിപ്ലവവുമായി പൊരുത്തപ്പെട്ടുകൊണ്ടുള്ള ഒരു വിപ്ലവം തന്നെ വിവാഹത്തിന്റേയും ലൈംഗികബന്ധങ്ങളുടേയും തുറയിൽ നടക്കാൻ പോവുകയാണ്. ഇങ്ങനെ മുൻപന്തിയിലേക്കു വന്നിട്ടുള്ള, അങ്ങേയറ്റം കുടിപ്പിണഞ്ഞു കിടക്കുന്ന പ്രശ്നങ്ങൾ സ്ത്രീകളുടേയും ചെറുപ്പക്കാരുടേയും അവഗാഢമായ ശ്രദ്ധയെ സ്വാഭാവികമായും ആകർഷിക്കുന്നു. ലൈംഗികബന്ധങ്ങളിലുള്ള അനിയതാവസ്ഥ രണ്ടു കൂട്ടരേയും വളരെയേറെ കഷ്ടപ്പെടുത്തുന്നുണ്ട്. സഹജമായ സാഹസികത്വത്തോടെ ചെറുപ്പക്കാർ അതിനെതിരായി മുന്നോട്ടു വരുന്നു. ഇതു മനസ്സിലാക്കാവുന്നതാണ്. ചെറുപ്പക്കാരോട് സന്യാസവും നികൃഷ്ടമായ ബൂർഷ്വാസന്മാർഗ്ഗബോധത്തിന്റെ പരിപാവനത്വവും ഉപദേശിക്കുന്നതിനേക്കാൾ കപടമായി മറ്റൊന്നില്ല. എങ്കിൽപ്പോലും, സ്വാഭാവിക കാരണങ്ങളാൽ ബലാൽക്കാരമായി മുൻപന്തിയിലേക്കു തള്ളപ്പെട്ടിട്ടുള്ള ലൈംഗികപ്രശ്നങ്ങൾ ഇക്കാലത്ത് യുവജനങ്ങളുടെ പ്രധാനചിന്താവിഷയമായിത്തീരുന്നത് ഒരു നല്ല കാര്യമാണെന്നു പറയാൻ വയ്യ. അതിന്റെ ഭവിഷ്യത്തുകൾ ചിലപ്പോൾ ആപത്കരം പോലുമായിരിക്കും.

'ലൈംഗികജീവിതത്തിന്റെ പ്രശ്നങ്ങളോടുള്ള യുവാക്കളുടെ മാറിയ മനോഭാവം തീർച്ചയായും 'തത്വത്തെ മുൻനിർത്തിയുള്ള'താണ്, 'സിദ്ധാന്തത്തിൽ അധിഷ്ഠിത'മാണ്. തങ്ങളുടെ നിലപാട് 'വിപ്ലവാത്മക'വും 'കമ്മ്യൂണിസ്റ്റു'മാണെന്നാണ് പലരും പറയുന്നത്. അതാണവരുടെ ആത്മാർത്ഥമായ വിശ്വാസം. വയസ്സനായ എനിക്ക് അതിൽ മതിപ്പു തോന്നുന്നില്ല. ഞാനൊരു വിരസനായ വൈരാഗിയല്ലെങ്കിൽപ്പോലും ചെറുപ്പക്കാരുടെ - പലപ്പോഴും പ്രായമായവരുടേയും - ഈ 'പുതിയ

ലൈംഗികജീവിത'മെന്ന പറയപ്പെടുന്നത് തികച്ചും ബൂർഷ്വായാണെന്നാണ്, പഴയ ബൂർഷ്വാ വേശ്യാലയത്തിന്റെ ഒരു വകഭേദം മാത്രമാണെന്നാണ്, എനിക്കു തോന്നുന്നത്. യഥേഷ്ടമായ പ്രേമമെന്നു കമ്മ്യൂണിസ്റ്റുകാരായ നമ്മൾ വിവക്ഷിക്കുന്നതുമായി ഇതിനൊന്നും നേരിയൊരു സാദൃശ്യംപോലുമില്ല. കമ്മ്യൂണിസ്റ്റ് സമുദായത്തിൽ ലൈംഗികാസക്തിയും പ്രേമത്തിനുവേണ്ടിയുള്ള ദാഹവും ശമിപ്പിക്കുന്നത് ഒരു ഗ്ലാസ് വെള്ളം കുടിക്കുന്നതുപോലെ എളുപ്പവും നിസ്സാരവുമാണെന്ന വിശ്രുതസിദ്ധാന്തം നിങ്ങൾ കേട്ടിരിക്കും. ഈ 'വെള്ളംകുടി സിദ്ധാന്തം' നമ്മുടെ ചെറുപ്പക്കാർക്കിടയിൽ ഒരു ഭ്രാന്തായിരിക്കുകയാണ്. പല യുവതീയുവാക്കന്മാർക്കും അതു വമ്പിച്ച വിന വരുത്തിയിട്ടുണ്ട്. അതൊരു മാർക്സിസ്റ്റ് സിദ്ധാന്തമാണെന്നാണ് അതിന്റെ പ്രണേതാക്കൾ അവകാശപ്പെടുന്നത്. സമുദായത്തിന്റെ ആശയപരമായ ഉപരിഘടനയിലുള്ള എല്ലാ പ്രതിഭാസങ്ങളും മാറ്റങ്ങളും സാമ്പത്തികാടിത്തറയിൽനിന്നു മാത്രം നേരിട്ടും നിശ്ശേഷമായും ഉളവാകുന്നുവെന്ന് അനുശാസിക്കുന്ന ഇത്തരം 'മാർക്സിസ'ത്തിനു നന്ദി. ഇത് അത്ര ലളിതമായ ഒരു കാര്യമേയല്ല. ചരിത്രപരമായ ഭൗതികവാദത്തെ സംബന്ധിക്കുന്ന ഈ പരമാർത്ഥം ഫ്രെഡറിക് എംഗൽസ് എന്നൊരാൾ പണ്ടേ സ്ഥാപിച്ചു കഴിഞ്ഞതാണ്.

'വിശ്രുതമായ 'വെള്ളംകുടി സിദ്ധാന്തം' മാർക്സിസ്റ്റല്ലെന്നു മാത്രമല്ല സാമൂഹ്യവിരുദ്ധം കൂടിയാണെന്നു ഞാൻ കരുതുന്നു. പ്രകൃതിസിദ്ധമായി കിട്ടുന്നതു മാത്രമല്ല, സംസ്ക്കാരത്തിൽനിന്നു സിദ്ധിക്കുന്ന - അതിന്റെ നിലവാരം ഉയർന്നതോ താണതോ ആയിക്കൊള്ളട്ടെ - ഒരു സങ്കലനം കൂടി ലൈംഗികജീവിതത്തിൽ പ്രകടമാണ്. ലളിതമായ ലൈംഗികാസക്തി സ്ത്രീപുരുഷന്മാർ തമ്മിലുള്ള വ്യക്തിപരമായ പ്രേമമായി മാറുകയും അങ്ങിനെയതു സംസ്ക്കരിക്കപ്പെടുകയും ചെയ്യുന്നത് എത്രമാത്രം പ്രധാനമാണെന്ന് 'കുടുംബത്തിന്റെ ഉത്ഭവം' എന്ന കൃതിയിൽ എംഗൽസ് ചൂണ്ടിക്കാട്ടിയിട്ടുണ്ട്. സ്ത്രീപുരുഷബന്ധമെന്നത് സമുദായത്തിന്റെ ധനശാസ്ത്രവും കായികാവശ്യവും തമ്മിലുള്ള ഒരു പകിടകളി മാത്രമല്ല. ഈ ബന്ധങ്ങളിലുള്ള മാറ്റത്തെ, പ്രത്യയശാസ്ത്രവുമായി മൊത്തത്തിൽ ബന്ധപ്പെടുത്താതെ, നേരിട്ടു സമുദായത്തിന്റെ സാമ്പത്തികാടിത്തറയിലേക്ക് ചുരുക്കിക്കൊണ്ടുവരുന്നത് മാർക്സിസമല്ല, യുക്തിവാദമാണ്. തീർച്ചയായും ദാഹം ശമിപ്പിക്കണം. പക്ഷെ സ്ഥിരബുദ്ധിയുള്ള ഒരാൾ സാധാരണനിലയിൽ ഓടയിൽ കിടന്ന് ചെളിവെള്ളം കുടിക്കുമോ? മറ്റനേകം പേരുടെ വായിൽ വച്ച ഗ്ലാസിൽനിന്നുപോലും കുടിക്കുമോ?

പക്ഷെ ഇതിന്റെ സാമൂഹ്യവശമാണ് ഏറ്റവും പ്രധാനം. വെള്ളം കുടിക്കുന്നത് ഒരു വ്യക്തിയുടെ കാര്യമാണ്. പക്ഷെ ലൈംഗികവേഴ്ചയിൽ രണ്ടുപേർ പങ്കെടുക്കുന്നു, മൂന്നാമതൊരു ജീവൻ പുതുതായി നാമ്പെടുക്കുന്നു. സമുദായത്തിനുകൂടി താല്പര്യമുള്ള ഒന്നാണത്. സമൂഹത്തോടുള്ള കടപ്പാടിന്റെ പ്രശ്നംകൂടി ഇവിടെ വരുന്നു.

'വിമുക്തപ്രേമ'മെന്ന സുന്ദരമായ ലേബലുണ്ടെങ്കിൽക്കൂടി ഈ 'വെള്ളംകുടി സിദ്ധാന്ത'ത്തെ ഒരു കമ്മ്യൂണിസ്റ്റെന്ന നിലയിൽ ഞാൻ അല്പംപോലും ഇഷ്ടപ്പെടുന്നില്ല. മാത്രമല്ല, അതു പുതുതുമല്ല, കമ്മ്യൂണിസ്റ്റുമല്ല. ഇതേ സിദ്ധാന്തം കഴിഞ്ഞ നൂറ്റാണ്ടിന്റെ മദ്ധ്യത്തിൽ 'ഹൃദയവിമോചന'മെന്ന പേരിൽ സാഹിത്യത്തിൽ പ്രചരിച്ചിരുന്നത് നിങ്ങൾ ഒരുപക്ഷെ ഓർക്കുന്നുണ്ടാവും. ബൂർഷ്വാ പ്രയോഗത്തിൽ വന്നപ്പോൾ അതിനെ ശാരീരികവിമോചനമാക്കി മാറ്റി. ഇപ്പോഴത്തേക്കാൾ വിദഗ്ധമായിട്ടാണ് അന്നത് പ്രചരിപ്പിച്ചിരുന്നത്. പ്രയോഗത്തിന്റെ കാര്യത്തിൽ എങ്ങിനെയാണെന്നു പറയാൻ ഞാൻ ആളല്ല.

എന്റെ ഈ വിമർശനം സർവ്വസംഗപരിത്യാഗത്തിലേക്കു വഴിതെളിക്കണമെന്നു ഞാൻ അശേഷം ആഗ്രഹിക്കുന്നില്ല. ഞാനങ്ങിനെ ആലോചിച്ചിട്ടേയില്ല. മറ്റു പലതുമെന്നപോലെ പ്രേമസമ്പന്നമായ ഒരു ജീവിതം പ്രദാനം ചെയ്യുന്ന ജീവിതാനന്ദവും ഉന്മേഷവുമാണ്, സർവ്വസംഗപരിത്യാഗമല്ല, കമ്മ്യൂണിസത്തോടൊപ്പം വരേണ്ടത്. എന്നാൽ ഇന്നു കാണുന്ന ഈ ലൈംഗിക ജീവിതത്തിന്റെ ആധിക്യം ജീവിതാനന്ദമോ ഉന്മേഷമോ കൈവരുത്തുന്നില്ല, നേരേമറിച്ച് അവ കുറയ്ക്കുകയാണെന്നാണ് എന്റെ അഭിപ്രായം. വിപ്ലവ കാലഘട്ടങ്ങളിൽ ഇത് തീർച്ചയായും നന്നല്ല, തീരെ നന്നല്ല.

ജീവിതാനന്ദവും ഉന്മേഷവും ചെറുപ്പക്കാർക്കു വിശേഷിച്ചും ആവശ്യമാണ്. കായികാഭ്യാസവും നീന്തലും ഉല്ലാസയാത്രകളും എല്ലാത്തരം വ്യായാമങ്ങളും അടങ്ങുന്ന ആരോഗ്യകരമായ കായികപരിശീലനം; പഠനവും അപഗ്രഥനവും ഗവേഷണവും അടങ്ങുന്ന നാനാമുഖമായ ബൗദ്ധികപ്രവർത്തനങ്ങൾ - ഇവയെല്ലാം കഴിയുന്നത്ര ഒന്നിച്ചുചേർന്നതാണ് അവർക്കാവശ്യം. അതായിരിക്കും ലൈംഗികപ്രശ്നങ്ങളെപ്പറ്റിയും 'ജീവിതം ഉപയോഗപ്പെടുത്തുന്നതിനെ'പ്പറ്റിയും നടത്തുന്ന അവിരാമമായ പ്രസംഗങ്ങളേക്കാളും ചർച്ചകളേക്കാളും ചെറുപ്പക്കാർക്ക് കൂടുതൽ പ്രയോജനപ്പെടുന്നത്. 'Mens sana in corpore sano' ('ദേഹസുഖമുണ്ടെങ്കിൽ മനോസുഖമുണ്ടാകും'). ഒരു സന്യാസിയോ ഡോൺ ജുവാനോ രണ്ടിനുമിടയ്ക്കുള്ള ജർമ്മൻ ഫിലിസ്റ്റൈനോ ആവരുത്.

സഖാവ് 'എക്സ് വൈ ഇസഡി'നെ അറിയാമല്ലോ. വളരെയേറെ കഴിവുള്ള ഒരു ഒന്നാന്തരം യുവാവ്. എങ്കിൽപ്പോലും അയാളെക്കൊണ്ട് എന്തെങ്കിലും ഗുണമുണ്ടാവുമെന്ന് എനിക്കു പ്രതീക്ഷയില്ല. അയാൾ ഒന്നിനു പുറകെ ഒന്നായി പ്രേമബന്ധങ്ങളിൽ ഏർപ്പെടുന്നു. രാഷ്ട്രീയസമരത്തിനോ വിപ്ലവത്തിനോ അതുകൊണ്ടു മെച്ചമുണ്ടാകാൻ പോകുന്നില്ല. തങ്ങളുടെ പ്രേമകാര്യങ്ങളും രാഷ്ട്രീയവും കൂട്ടിക്കലർത്തുന്ന സ്ത്രീകളും ഏതൊരു പെണ്ണിന്റേയും പുറകെ പാഞ്ഞെത്തുകയും നിരവധി പ്രേമബന്ധങ്ങളിലേർപ്പെടുകയും ചെയ്യുന്ന യുവാവ്. എങ്കിൽപ്പോലും അയാളെക്കൊണ്ട് എന്തെങ്കിലും ഗുണമുണ്ടാവുമെന്ന് എനിക്കു പ്രതീക്ഷയില്ല. അയാൾ ഒന്നിനുപുറകെ ഒന്നായി പ്രേമബന്ധങ്ങളിൽ ഏർപ്പെടുന്നു. രാഷ്ട്രീയസമരത്തിനോ വിപ്ലവത്തിനോ അതുകൊണ്ടു മെച്ചമുണ്ടാകാൻ പോകുന്നില്ല. തങ്ങളുടെ പ്രേമകാര്യങ്ങളും രാഷ്ട്രീയവും കൂട്ടിക്കലർത്തുന്ന സ്ത്രീകളും ഏതൊരു പെണ്ണിന്റേയും പുറകെ പാഞ്ഞെത്തുകയും നിരവധി പ്രേമബന്ധങ്ങളിലേർപ്പെടുകയും ചെയ്യുന്ന പുരുഷന്മാരും വിശ്വാസയോഗ്യരാണെന്നോ അവർ സമരത്തിലുറച്ചു നില്ക്കുമെന്നോ തീർത്തു പറയാൻ എനിക്കു സാദ്ധ്യമല്ല. ഇല്ല, ഇതൊന്നും വിപ്ലവവുമായി ഒരുമിച്ചു പോവുകയില്ല.'

മേശപ്പുറത്തിടിച്ചുകൊണ്ട് ലെനിൻ ചാടിയെഴുന്നേറ്റ് മുറിയിൽ ഏതാനും ചുവടുകൾ അങ്ങോട്ടുമിങ്ങോട്ടും നടന്നു.

'വിപ്ലവം ബഹുജനങ്ങളിൽനിന്നും വ്യക്തികളിൽനിന്നും ആവശ്യപ്പെടുന്നത് ഏകാഗ്രതയാണ്, കഠിനാദ്ധ്വാനമാണ്. ഡി അന്നൻത്സിയൊയുടെ ദുർവൃത്തരായ നായികാനായകന്മാർക്കു സഹജമായിരുന്ന കാമക്കൂത്തുകൾ അത് പൊറുക്കുകയില്ല. ലൈംഗികാരാജകത്വം ബൂർഷ്വായാണ്, അധഃപതനത്തിന്റെ ലക്ഷണമാണ്. ഉയർന്നുവരുന്ന ഒരു വർഗ്ഗമാണ് തൊഴിലാളിവർഗ്ഗം. മയക്കാനോ ഉത്തേജിപ്പിക്കാനോ ഒരു ലഹരിയുടെ ആവശ്യം അതിനില്ല. ലൈംഗികദുരാചാരത്തിന്റേയോ മദ്യത്തിന്റേയോ ലഹരി അതിനാവശ്യമില്ല. മുതലാളിത്തത്തിന്റെ നീചത്തരവും വൃത്തികേടും കാടത്തവും മറക്കാൻ അത് ആഗ്രഹിക്കുന്നില്ല, ആഗ്രഹിക്കരുതുതാനും. സമരത്തിനുള്ള ഏറ്റവും ഊറ്റമായ ഉത്തേജനം അതിനു ലഭിക്കുന്നത് അതിന്റെ വർഗ്ഗനിലപാടിൽനിന്നും കമ്മ്യൂണിസ്റ്റാദർശത്തിൽനിന്നുമാണ്, വ്യക്തത, വ്യക്തത, വീണ്ടും വ്യക്തത - ഇതാണ് അതിനാവശ്യം. അതുകൊണ്ട് ഞാൻ ആവർത്തിക്കുകയാണ്: തളരാൻ പാടില്ല. കഴിവ് പാഴാക്കുകയോ നശിപ്പിക്കുകയോ അരുത്. ആത്മസംയമനവും ആത്മനിയന്ത്രണവും അടിമത്തമല്ല. പ്രേമത്തിലും

ആവശ്യമാണത്. ക്ഷമിക്കണം, ക്ലാര, നമ്മൾ സംസാരിച്ചുതുടങ്ങിയ ഇടത്തുനിന്നും ഞാൻ വളരെയേറെ വ്യതിചലിച്ചുപോയി. എന്തുകൊണ്ട് എന്നെ അക്കാര്യം ഓർമ്മിപ്പിച്ചില്ല? ഉൽക്കണ്ഠയാണ് എന്നെ ഇതെല്ലാം പറയാൻ പ്രേരിപ്പിച്ചത്. ഞങ്ങളുടെ യുവാക്കളുടെ ഭാവിയെപ്പറ്റി ഞാൻ വളരെയേറെ ഉൽക്കണ്ഠാകുലനാണ്. വിപ്ലവത്തിന്റെ ഒരവിഭാജ്യഭാഗമാണവർ. ചില കളകളുടെ പടർന്നുകിടക്കുന്ന വേരുകളെപ്പോലെ ബൂർഷ്വാ സമുദായത്തിന്റെ ഹാനികരങ്ങളായ പ്രതിഭാസങ്ങൾ വിപ്ലവത്തിന്റെ ലോകത്തിലേക്കു വ്യാപിക്കാൻ തുടങ്ങുകയാണെങ്കിൽ അവയെ തക്ക സമയത്ത് അറുത്തുകളയുകയാണു നല്ലത്. മാത്രമല്ല, ഇപ്പോൾ പരാമർശിച്ച പ്രശ്നങ്ങൾ വനിതാപ്രശ്നത്തിന്റെ ഒരു ഭാഗം കൂടിയാണ്.'

ഉത്തമബോധ്യത്തോടും ഊർജ്ജസ്വലതയോടും കൂടിയാണു ലെനിൻ സംസാരിച്ചത്. ഓരോ വാക്കും അദ്ദേഹത്തിന്റെ ആത്മാവിന്റെ അടിത്തട്ടിൽനിന്നു വരികയാണെന്ന് എനിക്കു തോന്നി. അദ്ദേഹത്തിന്റെ മുഖഭാവവും അതിനു സാക്ഷ്യം വഹിച്ചു. ചിലപ്പോൾ അദ്ദേഹം തന്റെ ഉള്ളിലുള്ള ചിന്തകളെ പ്രകാശിപ്പിക്കുന്നത് ഊർജ്ജിതമായ അംഗവിക്ഷേപങ്ങളോടെയായിരിക്കും. ഒറ്റപ്പെട്ട സംഭവങ്ങളിൽ അദ്ദേഹം ഇത്രമാത്രം ശ്രദ്ധ ചെലുത്തിയതും അതിപ്രധാനങ്ങളായ രാഷ്ട്രീയപ്രശ്നങ്ങളോടൊപ്പം അവയെ അപഗ്രഥിച്ചതും എന്നെ അത്ഭുതപ്പെടുത്തി. സോവിയറ്റ് റഷ്യയിലെ മാത്രമല്ല, മുതലാളിത്തരാജ്യങ്ങളിലെ സംഭവങ്ങളും അവയിൽ പെടുമായിരുന്നു. ഒരൊന്നാന്തരം മാർക്സിസ്റ്റായ അദ്ദേഹം ഒറ്റക്കൊറ്റയ്ക്കുള്ള ഓരോ പ്രതിഭാസത്തേയും - അത് പ്രകടമാവുന്നത് എവിടെയും ഏതു രൂപത്തിലുമായിക്കൊള്ളട്ടെ - മൊത്തവുമായി ബന്ധപ്പെടുത്തിക്കൊണ്ടാണ് വീക്ഷിച്ചത്. മൊത്തത്തിൽ ആ പ്രതിഭാസത്തിനുള്ള പ്രാധാന്യത്തെയാണ് അദ്ദേഹം വിലയിരുത്തിയത്. വിപ്ലവത്തെ ത്വരിതപ്പെടുത്തുകയെന്ന ബഹുജനലക്ഷ്യമായിരുന്നു അദ്ദേഹത്തിന്റെ ഇച്ഛാശക്തിയുടേയും ജീവിതത്തിന്റെയാകെത്തന്നെയും പാറപോലുറച്ച ഒരേയൊരു ഉദ്ദേശം. ഈ ത്വരണം ദേശീയതലത്തിലും സാർവ്വദേശീയതലത്തിലുമുള്ള വിപ്ലവത്തിന്റെ ഉൽബുദ്ധരായ സമരശക്തികളുടെ മേലുളവാക്കുന്ന സ്വാധീനത്തിന്റെ മാനദണ്ഡം വച്ചാണ് അദ്ദേഹം സർവ്വതും അളന്നത്. കാരണം, ഓരോ രാജ്യത്തും ഓരോ വ്യത്യസ്തവികാസദശയിലും ചരിത്രപരമായി രൂപംകൊണ്ടിട്ടുള്ള സവിശേഷതകളെ കണക്കിലെടുക്കുമ്പോൾത്തന്നെ അദ്ദേഹത്തിന്റെ മനസ്സ് എപ്പോഴും ഭാവനയിൽ കണ്ടിരുന്നത് അവിഭക്തവും ലോകവ്യാപകവുമായ ഒരൊറ്റ തൊഴിലാളിവർഗ്ഗവിപ്ലവത്തെയാണ്.

'സഖാവ് ലെനിൻ,' ഞാൻ പറഞ്ഞു, 'നിങ്ങളുടെ ഈ വാക്കുകൾ നൂറുകണക്കിനും ആയിരക്കണക്കിനുമുള്ള ജനങ്ങൾ കേൾക്കാതെ പോയതിൽ ഞാൻ എത്രമാത്രം ഖേദിക്കുന്നുണ്ടെന്നോ. എന്നെ ബോദ്ധ്യപ്പെടുത്തേണ്ടയാവശ്യമില്ലെന്ന് നിങ്ങൾക്കറിയാമല്ലോ. പക്ഷെ ശത്രുവും മിത്രവും ഒരുപോലെ നിങ്ങളുടെ അഭിപ്രായം കേൾക്കുകയെന്നത് എത്രമാത്രം പ്രധാനമാണ്!'

ലെനിൻ ഹൃദ്യമായി ചിരിച്ചു.

'ഒരുപക്ഷെ ഒരു ദിവസം നമ്മളിന്നു സംസാരിച്ച പ്രശ്നങ്ങളെപ്പറ്റി ഞാൻ പ്രസംഗിച്ചെന്നോ എഴുതിയെന്നോ വരും. പക്ഷെ അതു പിന്നീടായിരിക്കും, ഇപ്പോഴല്ല. ഇപ്പോൾ ഞങ്ങളുടെ ശക്തിയും സമയവും മുഴുവനും കേന്ദ്രീകരിക്കേണ്ടത് മറ്റു ചിലതിലാണ്. കൂടുതൽ പ്രധാനവും പ്രയാസകരവുമായ ജോലികൾ വേറെയുണ്ട്. സോവിയറ്റധികാരം നിലനിർത്താനും ശക്തിപ്പെടുത്താനുമുള്ള സമരം തീർന്നിട്ടേയില്ല. പോളണ്ടുമായുള്ള യുദ്ധ[37]ത്തിന്റെ പരിണാമം ഞങ്ങൾ സഹിച്ചേ പറ്റൂ. വ്രാങ്കെൽ ഇപ്പോഴും തെക്കൻ പ്രദേശത്ത് പിടിച്ചുനിൽക്കുകയാണ്. അയാളെ നേരിടാൻ കഴിയുമെന്ന് എനിക്കുറപ്പുണ്ടെന്നതു നേരുതന്നെ. ബ്രിട്ടനിലേയും ഫ്രാൻസിലേയും സാമ്രാജ്യവാദികളും അവരുടെ ശിങ്കിടികളും അതോടെ ഒന്നു പഠിക്കും. ഞങ്ങളുടെ കടമയുടെ ഏറ്റവും വിഷമകരമായ ഭാഗം - അതായത്, പുനഃസ്ഥാപനമെന്നത് - കിടക്കുന്നേയുള്ളൂ. അപ്പോൾ വിവാഹത്തേയും കുടുംബത്തേയും സംബന്ധിച്ച പ്രശ്നങ്ങൾ പ്രാധാന്യമാർജ്ജിക്കുന്നതാണ്. എന്തായാലും നിങ്ങൾ ഈ സമയത്ത് വേണ്ടപ്പോഴും വേണ്ടിടത്തും പൊരുതുകതന്നെവേണം. ഈ പ്രശ്നങ്ങൾ മാർക്സിസ്റ്റ് രീതിയിലല്ലാതെ മറ്റേതെങ്കിലും വിധത്തിൽ കൈകാര്യം ചെയ്യപ്പെടാനോ സംഘടനയെ തകർക്കുന്ന പാളിച്ചകൾക്കും ദുർവ്യാഖ്യാനങ്ങൾക്കുമുള്ള അടിത്തറയായി ഭവിക്കാനോ അനുവദിക്കരുത്. അങ്ങിനെ ഞാൻ അവസാനം നിങ്ങളുടെ പ്രവർത്തനത്തെപ്പറ്റി ചർച്ച തുടങ്ങാവുന്നിടത്തെത്തി.'

ലെനിൻ വാച്ചു നോക്കി.

'നമ്മുടെ സംസാരത്തിനു നിശ്ചയിച്ചിരുന്ന സമയത്തിൽ പകുതി കഴിഞ്ഞു, അദ്ദേഹം പറഞ്ഞു. ഞാൻ കുശലം പറയാൻ ഒരുപാടു സമയമെടുത്തു. സ്ത്രീകൾക്കിടയിലുള്ള കമ്മ്യൂണിസ്റ്റ് പ്രവർത്തനത്തെക്കുറിച്ചുള്ള പ്രധാന തീസിസ്സുകൾ എഴുതേണ്ടതു നിങ്ങളാണ്. തത്വദീക്ഷയോടുകൂടിയ സമീപനവും പ്രായോഗികാനുഭവവും നിങ്ങൾക്കുണ്ടെന്ന് എനിക്കറിയാം. അതുകൊണ്ട് ഈ പ്രവർത്തനത്തെക്കുറിച്ചുള്ള നമ്മുടെ

സംസാരത്തിന് അധികം സമയമെടുക്കില്ല. നിങ്ങൾ ഉടനെ ആ ജോലി തുടങ്ങുന്നതാണ് നല്ലത്. ആ തീസിസ്സുകളെപ്പറ്റി നിങ്ങളുടെ മനസ്സിലുള്ളതെന്താണ്?'

എന്റെ ആശയങ്ങളെക്കുറിച്ച് ഒരു സംക്ഷിപ്തധാരണ ഞാൻ അദ്ദേഹത്തിനു നൽകി. ലെനിൻ എന്റെ സംസാരം വിഘ്നപ്പെടുത്തിയില്ല. അനുകൂലാർത്ഥത്തിൽ അദ്ദേഹം ഏതാനും തവണ തലയാട്ടി. പറഞ്ഞു തീർന്നപ്പോൾ പ്രതികരണമറിയാൻവേണ്ടി ഞാൻ അദ്ദേഹത്തിന്റെ മുഖത്തു നോക്കി.

ശരിയാണ്, അദ്ദേഹം പറഞ്ഞു. ഈ വിഷയത്തെപ്പറ്റി ഉത്തരവാദപ്പെട്ട വനിതാപാർട്ടി പ്രവർത്തകരുടെ ഒരു യോഗത്തിൽ നിങ്ങൾ സംസാരിക്കുന്നതും അതിനുശേഷം അതേപ്പറ്റി ചർച്ച നടക്കുന്നതും നന്നായിരിക്കും. സഖാവ് ഇനേസ്സ ഇവിടെയില്ലാതെപോയത് കഷ്ടമായി. അവർ സുഖമില്ലാത്തതുകൊണ്ട് കോക്കസസ്സിലേക്കു പോയിരിക്കുകയാണ്. ചർച്ചയ്ക്കുശേഷം തീസ്സിസ്സുകളെഴുതു. ഒരു കമ്മിറ്റി അവ പരിശോധിക്കും. നിർവ്വാഹകസമിതി അവസാന തീരുമാനമെടുക്കും. പല പോയിന്റുകളുള്ളതിൽ ചിലതിനെപ്പറ്റി മാത്രമേ ഞാനിപ്പോൾ സംസാരിക്കുന്നുള്ളു. അവയെക്കുറിച്ചു നിങ്ങൾക്കുള്ള അഭിപ്രായങ്ങളുമായി ഞാൻ പൂർണ്ണമായി യോജിക്കുന്നു. നമുക്ക് വിജയകരമായ സമരങ്ങൾ നടത്തേണ്ടതുള്ളതുകൊണ്ട് നമ്മുടെ ഇന്നത്തെ പ്രക്ഷോഭപ്രവർത്തനത്തിനും പ്രചാരവേലയ്ക്കും കൂടി അവ പ്രധാനമാണെന്ന് എനിക്കു തോന്നുന്നു.

'സ്ത്രീകളുടെ യഥാർത്ഥമോചനം കമ്മ്യൂണിസത്തിലൂടെ മാത്രമേ നേടാനൊക്കു എന്ന് തീസിസ്സുകളിൽ ശക്തിയായി ഊന്നിപ്പറയണം. മനുഷ്യരും സമുദായംഗങ്ങളുമെന്ന നിലയ്ക്കുള്ള സ്ത്രീകളുടെ പദവിയും ഉല്പാദനോപകരണങ്ങളുടെ സ്വകാര്യ ഉടമസ്ഥതയും തമ്മിലുള്ള അഭേദ്യബന്ധത്തിന്റെ പ്രശ്നം നിങ്ങൾ വിശദമായി വിശകലനം ചെയ്യണം. സ്ത്രീകളുടെ വിമോചനത്തിനുവേണ്ടിയുള്ള ബൂർഷ്വാപ്രസ്ഥാനത്തിൽനിന്നു നമ്മെ വേർതിരിക്കുന്ന വിശ്വസത്തമായ ഒരു വിഭജനരേഖ നമുക്കങ്ങിനെ ലഭിക്കും. വനിതാപ്രശ്നത്തെ സാമൂഹ്യപ്രശ്നത്തിന്റെ, തൊഴിലാളിവർഗ്ഗ പ്രശ്നത്തിന്റെ, ഒരു ഭാഗമായി പരിശോധിക്കാനുള്ള അടിത്തറയും നാം അതിലൂടെ പാകുന്നതാണ്. അങ്ങിനെ തൊഴിലാളിവർഗ്ഗ സമരവും വിപ്ലവവുമായി അതിനെ സുദൃഢമായി ബന്ധപ്പെടുത്താൻ നമുക്കു കഴിയും. വനിതാ കമ്മ്യൂണിസ്റ്റ് പ്രസ്ഥാനം തന്നെ ഒരു ബഹുജന പ്രസ്ഥാനമായിരിക്കണം, പൊതുവിലുള്ള ബഹുജനപ്രസ്ഥാനത്തിന്റെ

ഒരു ഭാഗമായിരിക്കണം. തൊഴിലാളിവർഗ്ഗത്തിന്റെ മാത്രമല്ല, ചൂഷിതരും മർദ്ദിതരുമായ, മുതലാളിത്തത്തിനെതിരായിട്ടുള്ള, മുഴുവൻ പേരുടേയും പ്രസ്ഥാനത്തിന്റെ ഭാഗമായിരിക്കണം അത്. തൊഴിലാളിവർഗ്ഗസമരത്തേയും കമ്മ്യൂണിസ്റ്റ് സമുദായം സൃഷ്ടിക്കുകയെന്ന അതിന്റെ സൃഷ്ട്യുന്മുഖവും ചരിത്രപ്രധാനവുമായ കടമയേയും സംബന്ധിച്ചിടത്തോളം വനിതാപ്രസ്ഥാനത്തിനുള്ള പ്രാധാന്യം സ്ഥിതി ചെയ്യുന്നത് ഇതിലാണ്. വിപ്ലവസ്ത്രീത്വത്തിന്റെ ഉത്തമപ്രതിനിധികൾ നമ്മുടെ പാർട്ടിയിലും കൊമിന്റേണിലുമാണുള്ളതെന്നതിൽ അഭിമാനിക്കാൻ നമുക്കവകാശമുണ്ട്. പക്ഷെ അതിനിയും നിർണ്ണായകമായിത്തീർന്നിട്ടില്ല. നഗരങ്ങളിലും നാട്ടിൻപുറങ്ങളിലും പണിയെടുക്കുന്ന ലക്ഷോപലക്ഷം സ്ത്രീകളെ നമ്മുടെ സമരത്തിലും പ്രത്യേകിച്ച് സമുദായത്തിന്റെ കമ്മ്യൂണിസ്റ്റ് പുനസ്സംവിധാനപ്രവർത്തനത്തിലും പങ്കെടുപ്പിക്കണം. സ്ത്രീകളെക്കൂടാതെ യഥാർത്ഥത്തിൽ ഒരു ബഹുജനപ്രസ്ഥാനം സാദ്ധ്യമല്ല.

'നമ്മുടെ താത്വികധാരണകളിൽനിന്നാണല്ലൊ സംഘടനാനടപടികൾ ഉളവാകുന്നത്. കമ്മ്യൂണിസ്റ്റ് സ്ത്രീകൾക്ക് പ്രത്യേകം സംഘടനകൾ പാടില്ല! ആണായാലും പെണ്ണായാലും കമ്മ്യൂണിസ്റ്റുകാർ തുല്യരായ പാർട്ടി അംഗങ്ങളാണ്. അവർക്ക് ഒരേ അവകാശങ്ങളും ചുമതലകളുമാണുള്ളത്. അക്കാര്യത്തെപ്പറ്റി അഭിപ്രായവ്യത്യാസത്തിനിടയില്ല. എങ്കിലും നമ്മൾ വസ്തുതകളുടെ നേരെ കണ്ണടയ്ക്കരുത്. പാർട്ടിക്ക് അതിന്റെ സംഘടനകൾ വേണം - അവയെ പ്രവർത്തനഗ്രൂപ്പുകളെന്നോ കമ്മീഷനുകളെന്നോ കമ്മിറ്റികളെന്നോ വകുപ്പുകളെന്നോ എന്തു പേരു പറഞ്ഞാലും വേണ്ടില്ല. സ്ത്രീജനങ്ങളെ തട്ടിയുണർത്തി പാർട്ടിയുമായി ബന്ധപ്പെടുത്തുകയും അതിന്റെ സ്വാധീനത്തിൽ നിർത്തുകയും ചെയ്യുകയെന്ന പ്രത്യേക കടമകളായിരിക്കും അവയ്ക്കുള്ളത്. സ്ത്രീകളുടേതായ ഈ സമൂഹത്തിനിടയിൽ നമ്മൾ ചിട്ടയായി പ്രവർത്തനം നടത്തണമെന്നത് തീർച്ചയായും ഇതിനാവശ്യമാണ്. നിഷ്ക്രിയത്വത്തിൽനിന്നു തട്ടിയുണർത്തപ്പെട്ട സ്ത്രീകളെ നമ്മൾ പഠിപ്പിക്കണം; കമ്മ്യൂണിസ്റ്റ് പാർട്ടിയുടെ നേതൃത്വത്തിൻ കീഴിലുള്ള തൊഴിലാളിവർഗ്ഗസമരത്തിനുവേണ്ടി അവരെ സ്വാധീനിച്ചെടുക്കുകയും സജ്ജീകരിച്ചുനിർത്തുകയും വേണം. മില്ലുകളിൽ പണിയെടുക്കുകയോ വീട്ടുകാര്യങ്ങൾ നോക്കുകയോ ചെയ്യുന്ന തൊഴിലാളിസ്ത്രീകളെ മാത്രമല്ല ഞാനുദ്ദേശിക്കുന്നത്. കർഷകസ്ത്രീകളേയും കീഴേക്കിടയിലുള്ള ഇടത്തരക്കാരുടെ വിവിധ വിഭാഗങ്ങളിൽപ്പെട്ട സ്ത്രീകളേയും കൂടി ഞാനുദ്ദേശിക്കുന്നുണ്ട്. അവരും മുതലാളിത്തത്തിനിരയായിട്ടുള്ളവരാണ് - പ്രത്യേകിച്ചും

മുമ്പെന്നത്തേക്കാളേറെ യുദ്ധത്തിനുശേഷം. ഈ സ്ത്രീജനങ്ങൾക്കു രാഷ്ട്രീയത്തിലുള്ള താല്പര്യമില്ലായ്മയും മറ്റുവിധത്തിൽ സാമൂഹ്യബോധം തൊട്ടുതീണ്ടാത്ത അവരുടെ മുരടിച്ച മനോനിലയും അവരുടെ പ്രവർത്തനങ്ങളുടെ സങ്കുചിതപരിധിയും അവരുടെ ജീവിതരീതിയാകെത്തന്നെയും നിങ്ങളുടെ ശ്രദ്ധയിൽ പെടേണ്ട വസ്തുതകളാണ്. അവയെ അവഗണിക്കുന്നതിൽ അർത്ഥമില്ല, യാതൊരർത്ഥവുമില്ല. അവരുടെയിടയിൽ പ്രവർത്തിക്കുന്നതിന് നമുക്ക് സ്വന്തം സംഘടനകളും പ്രത്യേകമായ പ്രക്ഷോഭരീതികളും വിവിധ സംഘടനാരൂപങ്ങളുമുണ്ടായിരിക്കണം. ഇത് ബൂർഷ്വാ 'സ്ത്രീസ്വാതന്ത്ര്യവാദ'മല്ല; പ്രായോഗിക വിപ്ലവൗചിത്യം മാത്രമാണ്.'

എന്റെ നിലപാടിനെ ശക്തിയായി പിന്താങ്ങുന്ന വാദമുഖങ്ങളാണിവയെന്ന് ഞാൻ ലെനിനോടു പറഞ്ഞു. സ്ത്രീകൾക്കിടയിൽ വിപുലമായ തോതിൽ ആസൂത്രിത പ്രവർത്തനം നടത്തുന്നതിന് പാർട്ടി പ്രത്യേകസംഘടനകൾ രൂപീകരിക്കണമെന്ന ആശയത്തെ വളരെ നല്ല സഖാക്കളായിട്ടുള്ള പലരും വീറോടെ എതിർക്കുന്നുണ്ട്. സോഷ്യൽഡെമോക്രാറ്റിക് പാരമ്പര്യങ്ങളിലേക്ക്, കുപ്രസിദ്ധമായ വനിതാവിമോചന പ്രസ്ഥാനത്തിലേക്ക്, തിരിച്ചുപോകലാണിതെന്നാണ് അവർ പറയുന്നത്. കമ്മ്യൂണിസ്റ്റ് പാർട്ടികൾ സ്ത്രീ സമത്വം തത്വത്തിൽ പൂർണ്ണമായി അംഗീകരിക്കുന്ന സ്ഥിതിക്ക് തരംതിരിവുകളൊന്നും ഏർപ്പെടുത്താതെ അദ്ധ്വാനിക്കുന്ന ജനങ്ങൾക്കിടയിൽ അവ പ്രവർത്തിക്കണമെന്നാണ് അവർ വാദിക്കുന്നത്. പുരുഷന്മാരോടും സ്ത്രീകളോടുമുള്ള സമീപനം ഒന്നായിരിക്കണം. പ്രക്ഷോഭത്തേയും സംഘടനയേയും സംബന്ധിച്ച് ലെനിൻ ചൂണ്ടിക്കാട്ടിയ സാഹചര്യങ്ങൾ കണക്കിലെടുക്കാനുള്ള ഏതൊരു ശ്രമത്തേയും അവസരവാദവും വഞ്ചനയും തത്വദീക്ഷയില്ലായ്മയുമായി മുദ്രകുത്തേണ്ടതാണ്.

'ഇത് പുതിയൊരു കാര്യമല്ല. അല്പംപോലും ബോദ്ധ്യപ്പെടുത്തുന്നതുമല്ല,' ലെനിൻ എതിർത്തു. 'ആരും നിങ്ങളെ വഴിതെറ്റിക്കാൻ അനുവദിക്കരുത്. ഒരിടത്തും - സോവിയറ്റ് റഷ്യയിൽപ്പോലും - പുരുഷന്മാരോളം സ്ത്രീകൾ പാർട്ടിയിലില്ലാത്തത് എന്തുകൊണ്ടാണ്? പണിയെടുക്കുന്ന സ്ത്രീകളിൽ ഇത്ര കുറച്ചുപേർ മാത്രം ട്രേഡ് യൂണിയനുകളിൽ സംഘടിതരായിട്ടുള്ളത് എന്തുകൊണ്ടാണ്? നമ്മെ ഇരുത്തി ചിന്തിപ്പിക്കാൻ പോന്ന വസ്തുതകളാണിവ. സ്ത്രീജനങ്ങൾക്കിടയിലുള്ള നമ്മുടെ പ്രവർത്തനത്തിന് പ്രത്യേകസംഘടനകളുടെ ആവശ്യകത നിഷേധിക്കുന്നത് കമ്മ്യൂണിസ്റ്റ് വർക്കേഴ്സ് പാർട്ടി[38]യിലെ നമ്മുടെ 'പ്രിയപ്പെട്ട

സുഹൃത്തുക്കൾ' കൈക്കൊള്ളുന്ന അങ്ങേയറ്റം തത്വദീക്ഷയോടുകൂടിയ, അങ്ങേയറ്റം തീവ്രവാദപരമായ, നിലപാടിന്റെ പ്രകടനമാണ്. തൊഴിലാളി യൂണിയൻ എന്ന ഒരേയൊരു സംഘടനാരൂപം മാത്രമേ നിലനിൽക്കാവൂ എന്നാണ് അവരുടെ അഭിപ്രായം. എനിക്കറിയാവുന്നതാണത്. 'വേണ്ടത്ര ധാരണ ഇല്ലാതെ വരുമ്പോഴൊക്കെ,' അതായത്, പരിഗണിക്കേണ്ട കാര്യമായ വസ്തുതകളെ കാണാൻ യുക്തി കൂട്ടാക്കാതിരിക്കുമ്പോഴൊക്കെ, വിപ്ലവ മനസ്ക്കരെങ്കിലും ചിന്താക്കുഴപ്പം ബാധിച്ച പലരും തത്വങ്ങളെ പരാമർശിക്കാറുണ്ട്. ഈ 'തത്വശുദ്ധി'യുടെ രക്ഷിതാക്കൾ എങ്ങിനെയാണ് നമ്മുടെ വിപ്ലവനയത്തിന്റെ ചരിത്രപരമായ ആവശ്യകതകളെ നേരിടുന്നത്? അപ്രതിഹതമായ ആവശ്യം ഈ വാദമുഖങ്ങളെയെല്ലാം തകർത്തു തരിപ്പണമാക്കുന്നു. ലക്ഷോപലക്ഷം സ്ത്രീകളെക്കൂടാതെ നമുക്ക് തൊഴിലാളിവർഗ്ഗ സർവ്വാധിപത്യത്തെ ഒരു യാഥാർത്ഥ്യമാക്കാൻ പറ്റുകയില്ല. അവരെക്കൂടാതെ നമുക്ക് കമ്മ്യൂണിസ്റ്റ് നിർമ്മാണപ്രവർത്തനത്തിൽ ഏർപ്പെടാൻ പറ്റുകയില്ല, അവരുടെ ഇടയിലേക്ക് ഇറങ്ങിച്ചെല്ലാൻ നാം ഒരു വഴി കണ്ടുപിടിക്കണം. ആ വഴി കണ്ടുപിടിക്കുന്നതിന് നമുക്ക് വളരെയേറെ പഠിക്കേണ്ടിവരും. തിരയേണ്ടി വരും.

'അതുകൊണ്ട് സ്ത്രീകളുടെ നന്മയ്ക്കായുള്ള ആവശ്യങ്ങൾ നാം മുന്നോട്ടുവയ്ക്കുന്നത് തികച്ചും ശരിയാണ്. ഇതൊരു മിനിമം പരിപാടിയല്ല, സോഷ്യൽഡെമോക്രസിയുടേയും രണ്ടാം ഇന്റർനാഷനലിന്റേ[39]യും സ്പിരിട്ടിലുള്ള ഒരു പരിഷ്ക്കരണപരിപാടിയുമല്ല. ബൂർഷ്വാസിയും അതിന്റെ ഭരണകൂടവും ശാശ്വതമാണെന്നോ അധികകാലം നിലനിൽക്കുമെന്നു പോലുമോ നാം വിശ്വസിക്കുന്നുണ്ടെന്നല്ല ഇതിനർത്ഥം. പരിഷ്ക്കരണ നടപടികൾകൊണ്ട് സ്ത്രീജനങ്ങളെ സാന്ത്വനപ്പെടുത്താനും വിപ്ലവസമരത്തിന്റെ പാതയിൽനിന്നും അവരുടെ ശ്രദ്ധ തിരിക്കാനുമുള്ള ഒരു ശ്രമവുമല്ല ഇത്. ഇതിന് പരിഷ്ക്കരണ വാദപരമായ തട്ടിപ്പുമായി യാതൊരു ബന്ധവുമില്ല. ബൂർഷ്വാവ്യവസ്ഥയിൻകീഴിൽ ദുർബ്ബലരും അവകാശരഹിതരുമായ സ്ത്രീകൾക്ക് അനുഭവിക്കേണ്ടിവരുന്ന ഭയങ്കര കഷ്ടപ്പാടിൽനിന്നും ലജ്ജാകരമായ അപമാനത്തിൽനിന്നും പ്രായോഗികമായി ഉളവാകുന്നതു മാത്രമാണ് നമ്മുടെ ആവശ്യങ്ങൾ.

'ഈ ആവശ്യങ്ങൾ നമുക്കറിയാമെന്നും, സ്ത്രീകളനുഭവിക്കുന്ന മർദ്ദനവും പുരുഷന്മാരനുഭവിക്കുന്ന വിശേഷാവകാശങ്ങളും നമുക്കനുഭവപ്പെടുന്നുണ്ടെന്നും, പണിയെടുക്കുന്ന സ്ത്രീകളേയും തൊഴിലാളികളുടെ ഭാര്യമാരേയും കർഷകസ്ത്രീകളേയും ചെറുകിട ജീവനക്കാരുടെ ഭാര്യമാരേയും

മാത്രമല്ല, പല കാര്യങ്ങളിലും ധനികവർഗ്ഗങ്ങളിൽപ്പെട്ട സ്ത്രീകളെപ്പോലും മർദ്ദിക്കുകയും ബുദ്ധിമുട്ടിക്കുകയും ചെയ്യുന്ന സർവ്വതിനേയും നാം വെറുക്കുകയും തുടച്ചുനീക്കാൻ ആഗ്രഹിക്കുകയും ചെയ്യുന്നുണ്ടെന്നുമുള്ളതിന്റെ തെളിവാണിത്. സ്ത്രീകളുടെ താല്പര്യങ്ങൾ നമുക്കു മനസ്സിലാകുന്നുണ്ടെന്നും തൊഴിലാളിവർഗ്ഗ സർവ്വാധിപത്യത്തിൻ കീഴിൽ നാമവ ശ്രദ്ധിക്കുമെന്നുമുള്ളതിന്റെ തെളിവാണ് ബൂർഷ്വാവ്യവസ്ഥിതിയിൽനിന്ന് സ്ത്രീകൾക്കുവേണ്ടി നാം ആവശ്യപ്പെടുന്ന അവകാശങ്ങളും സാമൂഹ്യനടപടികളും. പക്ഷെ നാം അവ ശ്രദ്ധിക്കുന്നത് തീർച്ചയായും രക്ഷാധികാരത്തിന്റെ മയക്കുമരുന്നുകൾ കൊടുത്തുകൊണ്ടായിരിക്കുകയില്ല, വിപ്ലവകാരികളെപ്പോലായിരിക്കും, സമ്പദ്ഘടനയും ആശയപരമായ ഉപരിഹർമ്മ്യവും പുതുക്കിപ്പണിയുന്നതിൽ തുല്യപങ്കാളികളായി പങ്കെടുക്കാൻ സ്ത്രീകളെ ഉൽബോധിപ്പിച്ചുകൊണ്ടായിരിക്കും.'

എനിക്കും ഇതേ അഭിപ്രായമാണുള്ളതെന്നും എന്നാൽ നിസ്സംശയമായും അതിനോട് എതിർപ്പു പൊന്തിവരുമെന്നും ഞാൻ ലെനിനോടു പറഞ്ഞു. സ്വയം തീർച്ചയില്ലാത്ത സംശയാലുക്കൾ 'അപകടകരമായ അവസരവാദ'മാണിതെന്നു പറഞ്ഞ് തള്ളിക്കളയും. സ്ത്രീകൾക്കുവേണ്ടി നാം ഇപ്പോൾ ഉന്നയിക്കുന്ന ആവശ്യങ്ങളെ തെറ്റായി മനസ്സിലാക്കാനും വ്യാഖ്യാനിക്കാനും ഇടയുണ്ടെന്ന കാര്യവും നിഷേധിക്കവയ്യ.

'അതുകൊണ്ട്?' അല്പം നീരസത്തോടെ ലെനിൻ ചോദിച്ചു. 'നമ്മൾ പറയുകയും പ്രവർത്തിക്കുകയും ചെയ്യുന്ന സർവ്വതിലും അങ്ങിനെയൊരു അപകടമുണ്ട്. അതു പേടിച്ച് ചെയ്യേണ്ട കാര്യങ്ങൾ ചെയ്യാതിരുന്നാൽ നമ്മൾ ഇന്ത്യൻ സന്യാസിമാരായി മാറിപ്പോകും. അനങ്ങരുത്. അനങ്ങിപ്പോയാൽ നമ്മുടെ തത്വങ്ങളാകുന്ന ഗോപുരത്തിന്റെ മുകളിൽനിന്ന് തലകുത്തി വീഴും! നമ്മെ സംബന്ധിച്ചാണെങ്കിൽ, നാം ആവശ്യപ്പെടുന്നത് എന്താണെന്നതു മാത്രമല്ല എങ്ങിനെയാണെന്നതും പ്രധാനമാണ്. ഞാനിത് വേണ്ടത്ര വ്യക്തമാക്കിയിട്ടുണ്ടെന്നു വിശ്വസിക്കുന്നു. നമ്മുടെ പ്രചാരവേലയിൽ സ്ത്രീകളെ സംബന്ധിച്ചുള്ള നമ്മുടെ ആവശ്യങ്ങളെ സ്വാഭാവികമായും ഒരു പൂജ്യവസ്തുവായി പൊക്കിക്കൊണ്ടു നടക്കരുത്. നിലവിലുള്ള സാഹചര്യങ്ങൾ നോക്കി, ഒരിക്കൽ ചില ആവശ്യങ്ങൾക്കുവേണ്ടിയും മറ്റൊരിക്കൽ മറ്റു ചില ആവശ്യങ്ങൾക്കുവേണ്ടിയും നമ്മൾ പൊരുതുകയാണു വേണ്ടത്. എല്ലായ്പോഴും തന്നെ ഈ ആവശ്യങ്ങളെ തൊഴിലാളിവർഗ്ഗത്തിന്റെ പൊതുതാല്പര്യങ്ങളുമായി കൂട്ടിയിണക്കുകയും വേണം.

'സ്വാഭാവികമായും ഓരോ സംഘട്ടനവും നമ്മെ മാന്യരായ ബൂർഷ്വാ

കൂട്ടുകെട്ടുമായും അത്രതന്നെ മാന്യതയുള്ള അവരുടെ പരിഷ്ക്കരണ വാദികളായ പാദസേവകരുമായും ഏറ്റുമുട്ടാനിടയാക്കുന്നു. അങ്ങിനെ വരുമ്പോൾ രണ്ടാമത്തെ കൂട്ടർ ഒന്നുകിൽ നമ്മോടൊപ്പവും നമ്മുടെ നേതൃത്വത്തിൻകീഴിലും പൊരുതാനോ അല്ലെങ്കിൽ അവരുടെ പൊയ്മുഖം മാറ്റാനോ നിർബ്ബന്ധിതരായിത്തീരുന്നു. ഇങ്ങനെ സമരം നമ്മെ സ്പഷ്ടമായി എടുത്തുകാട്ടുന്നു, നമ്മുടെ കമ്മ്യൂണിസ്റ്റ്ചരായ വ്യക്തമാക്കുന്നു. പുരുഷമേധാവിത്വത്തിൻകീഴിലും തങ്ങളുടെ മുതലാളിമാരുടേയും ബൂർഷ്വാസമുദായത്തിന്റെയാകെയും അധികാരശക്തിയിൻകീഴിലും തങ്ങൾ ചൂഷിതരും അടിമകളും മർദ്ദിതരുമായി കഴിയുകയാണെന്നു തോന്നുന്ന സ്ത്രീജനങ്ങൾക്ക് നമ്മിൽ വിശ്വാസം ഉളവാകുന്നു. മറ്റെല്ലാവരാലും വഞ്ചിക്കപ്പെടുകയും ഉപേക്ഷിക്കപ്പെടുകയും ചെയ്തിട്ടുള്ള പണിയാള സ്ത്രീകൾ മനസ്സിലാക്കാൻ തുടങ്ങുന്നു, അവർ നമ്മോടൊപ്പം പൊരുതേണ്ടതാണെന്ന്. അതിനും പുറമെ, സ്ത്രീകളുടെ അവകാശങ്ങൾക്കുവേണ്ടിയുള്ള സമരം അധികാരം പിടിച്ചെടുക്കുകയും തൊഴിലാളിവർഗ്ഗസർവ്വാധിപത്യം സ്ഥാപിക്കുകയും ചെയ്യുകയെന്ന നമ്മുടെ മുഖ്യലക്ഷ്യവുമായി കൂട്ടിയിണക്കിയിരിക്കണമെന്ന് നമ്മൾ ഇനിയും പരസ്പരം ഉറപ്പ നൽകേണ്ടതുണ്ടോ? നമ്മെ സംബന്ധിച്ചിടത്തോളം ഇപ്പോഴെന്നല്ല മേലിലും എല്ലാമടങ്ങിയിരിക്കുന്നത് ഇതിലാണ്. ഇത് വ്യക്തമാണ്, വളരെ വ്യക്തമാണ്. എന്നാൽ ഈ ഒരാവശ്യം മാത്രം നിരന്തരം ഉരുവിട്ടുകൊണ്ടിരിക്കുകയും പറകൊട്ടി ഘോഷിക്കുകയും ചെയ്താൽ ഭരണാധികാരത്തിനുവേണ്ടിയുള്ള സമരത്തിൽ പങ്കുചേരാൻ പണിയെടുക്കുന്ന സ്ത്രീകൾക്ക് അടക്കാനാവാത്ത ആവേശം തോന്നുകയില്ല. ഇല്ലേയില്ല! സ്ത്രീജനങ്ങളുടെ മനസ്സിലും നാം നമ്മുടെ ആഹ്വാനത്തെ പണിയെടുക്കുന്ന സ്ത്രീകളുടെ കഷ്ടപ്പാടുകളും ആവശ്യങ്ങളും അഭിലാഷങ്ങളുമായി രാഷ്ട്രീയമായി കൂട്ടിയോജിപ്പിക്കണം. തൊഴിലാളിവർഗ്ഗ സർവ്വാധിപത്യം അവർക്ക് നിയമത്തിൽ മാത്രമല്ല പ്രയോഗത്തിലും - കുടുംബത്തിലും സ്റ്റേറ്റിലും സമുദായത്തിലും - പുരുഷന്മാരോടൊപ്പം പരിപൂർണ്ണമായ അവകാശസമത്വം നൽകുമെന്നും ബൂർഷ്വാസിയുടെ അധികാരത്തിന്റെ അവസാനത്തെയാണ് അതു കുറിക്കുന്നതെന്നും അവർ മനസ്സിലാക്കണം.'

'സോവിയറ്റ് റഷ്യ അതിനുള്ള തെളിവാണല്ലൊ,' ഞാൻ പറഞ്ഞു. 'അത് മഹത്തായൊരു മാതൃകയായി ഉപകരിക്കും.'

ലെനിൻ തുടർന്നു:

സ്ത്രീകളെ സംബന്ധിച്ചുള്ള നമ്മുടെ ആവശ്യങ്ങളെ സോവിയറ്റ് റഷ്യ പുതിയൊരു വെളിച്ചത്തിലാണ് മുന്നോട്ടു കൊണ്ടുവരുന്നത്. തൊഴിലാളിവർഗ്ഗ സർവ്വാധിപത്യത്തിൻകീഴിൽ അവർ തൊഴിലാളിവർഗ്ഗവും ബൂർഷ്വാസിയും തമ്മിലുള്ള സമരത്തിലെ കരുക്കളല്ല, നേരേമറിച്ച് കമ്മ്യൂണിസ്റ്റ് സമുദായം പടുത്തുയർത്താനുള്ള കല്ലുകളാണ്. തൊഴിലാളിവർഗ്ഗം രാഷ്ട്രീയാധികാരം പിടിച്ചെടുക്കുന്നതിന് എത്രമാത്രം നിർണ്ണായകപ്രാധാന്യമാണുള്ളതെന്ന് അതിർത്തിക്കപ്പുറത്തുള്ള സ്ത്രീകൾ അതിൽനിന്നു കണ്ടറിയുന്നു. അവിടെയും ഇവിടെയും അവരുടെ പദവികൾ തമ്മിലുള്ള വ്യത്യാസം സൂക്ഷ്മമായി പ്രതിപാദിച്ചിരിക്കണം. തൊഴിലാളിവർഗ്ഗത്തിന്റെ വിപ്ലവകരമായ വർഗ്ഗസമരത്തിൽ അപ്പോൾ സ്ത്രീജനങ്ങൾ കൂട്ടത്തോടെ പങ്കെടുക്കുന്നതാണ്. തത്വങ്ങളെ സംബന്ധിച്ചിടത്തോളം വ്യക്തമായ ധാരണയോടുകൂടിയും സംഘടനാപരമായി ഉറച്ച അടിസ്ഥാനത്തിലും സ്ത്രീജനങ്ങളെ അണിനിരത്തുകയെന്നത് കമ്മ്യൂണിസ്റ്റ് പാർട്ടിയുടെ നിലനില്പിന്റേയും വിജയത്തിന്റേയും പ്രശ്നമാണ്. പക്ഷെ നമ്മൾ സ്വയം വഞ്ചിക്കരുത്. നമ്മുടെ ദേശീയവിഭാഗങ്ങൾക്ക് ഈ പ്രശ്നത്തെപ്പറ്റി ഇനിയും ശരിയായ ധാരണയില്ല. പണിയെടുക്കുന്ന സ്ത്രീകളുടെ ഒരു ബഹുജനപ്രസ്ഥാനത്തെ കമ്മ്യൂണിസ്റ്റ് നേതൃത്വത്തിൽ പടുത്തുയർത്തുകയെന്ന കടമയെ സംബന്ധിച്ചിടത്തോളം നിഷ്ക്രിയമായൊരു കാത്തിരിപ്പുനയമാണ് അവർ കൈക്കൊള്ളുന്നത്. അത്തരമൊരു ബഹുജനപ്രസ്ഥാനം വളർത്തിയെടുക്കുയും നയിക്കുകയും ചെയ്യുകയെന്നത് പാർട്ടിപ്രവർത്തനത്തിന്റെയാകെത്തന്നെ അതിപ്രധാനമായൊരു ഭാഗവും പാർട്ടിയുടെ പൊതുപ്രവർത്തനത്തിന്റെ പകുതിപോലുമാണെന്ന് അവർ മനസ്സിലാക്കുന്നില്ല. വ്യക്തമായൊരു ലക്ഷ്യമുള്ള സുശക്തമായ ഒരു കമ്മ്യൂണിസ്റ്റ് വനിതാപ്രസ്ഥാനത്തിന്റെ ആവശ്യകതയേയും പ്രാധാന്യത്തേയും അവർ വല്ലപ്പോഴും അംഗീകരിക്കുന്നുണ്ടെങ്കിൽ അത് പ്ലേറ്റോണിക് മട്ടിലുള്ള, വാക്കിൽമാത്രമുള്ള, അംഗീകാരമാണ്, ചിട്ടയായ പാർട്ടി ചുമതലയോ കടമയോ എന്ന നിലയ്ക്കല്ല.

'സ്ത്രീജനങ്ങൾക്കിടയിലുള്ള പ്രക്ഷോഭണത്തേയും പ്രചാരവേലയേയും അവരെ തട്ടിയുണർത്തി വിപ്ലവമനസ്ക്കരാക്കുകയെന്ന കടമയേയും രണ്ടാംകിട പ്രാധാന്യം മാത്രമുള്ള, വനിതാകമ്മ്യൂണിസ്റ്റുകാരെ മാത്രം ബാധിക്കുന്ന, ഒരു കടമയായിട്ടാണ് അവർ കരുതുന്നത്. കാര്യങ്ങൾ കൂടുതൽ വേഗത്തിലും ഊർജ്ജിതമായും നീങ്ങാത്തതിന് വനിതാകമ്മ്യൂണിസ്റ്റുകാരെയാണ് കുറ്റപ്പെടുത്തുന്നത്. ഇത് അടിമുടി

തെറ്റാണ്! തനി വിഭാഗീയതയും ഫ്രഞ്ചുകാർ പറയുന്നതുപോലെ 'a la rebours'ആയ സ്ത്രീസമത്വവും - അതായത് അകം പുറം തിരിച്ച സ്ത്രീസ മത്വം - ആണിത്. നമ്മുടെ ദേശീയവകുപ്പുകളുടെ തെറ്റായ നിലപാടിന ടിയിൽ കിടക്കുന്നതെന്താണ്? (ഞാൻ സോവിയറ്റ് റഷ്യയെപ്പറ്റിയല്ല പറയുന്നത്.) അവസാന വിശകലനത്തിൽ, സ്ത്രീകളേയും അവരുടെ പ്ര വർത്തനത്തേയും വിലകുറച്ച് കാണൽ മാത്രമാണത്. അതുതന്നെ. 'ഒരു കമ്മ്യൂണിസ്റ്റുകാരനെ ചൊറിഞ്ഞാൽ ഫിലിസ്റ്റൈനെ കണ്ടെത്താ'മെന്ന് നിർഭാഗ്യവശാൽ നമ്മുടെ പല സഖാക്കളെക്കുറിച്ചും തീർത്തു പറയാവു ന്നതാണ്. സൂക്ഷ്മവേദിയായ ഒരിടത്തായിരിക്കണം ചൊറിയുന്നതെന്നു മാത്രം - സ്ത്രീകളോടുള്ള മനഃശ്ശാസ്ത്രപരമായ പ്രതികരമാണത്. ഒരു സ്ത്രീ തന്റെ സമയവും ശേഷിയും മുഴുവൻ വീട്ടുവേലപോലെ നിസ്സാരവും മുഷിപ്പനുമായ ഒരു പണിക്കുവേണ്ടി വിനിയോഗിച്ചുകൊണ്ട് തളർന്നു വശം കെടുന്നത് ശാന്തനായി നോക്കിനിൽക്കുന്ന - അവളുടെ ചക്രവാളം ചുരുങ്ങുന്നതും മനസ്സു മുരടിക്കുന്നതും ഹൃദയമിടിപ്പ് ദുർബ്ബലമാകുന്നതും ഇച്ഛാശക്തി ക്ഷയിക്കുന്നതും നോക്കിനിൽക്കുന്ന - ഒരു പുരുഷനേക്കാൾ അനുഭവഗോചരമായ തെളിവ് വേറെന്തുണ്ട്? കുട്ടികളെ നോക്കുന്നതു ൾപ്പെടെ എല്ലാ വീട്ടുജോലികളും വേലക്കാരെക്കൊണ്ടു ചെയ്യിക്കുന്ന ബൂർഷ്വാ മഹിളകളെക്കുറിച്ചല്ല ഞാൻ പറയുന്നത്. ദിവസം മുഴുവൻ ഫാക്ടറിയിൽ പണിയെടുത്ത് സ്വന്തമായി പണമുണ്ടാക്കുന്ന തൊഴിലാളി ഭാര്യമാരടക്കമുള്ള ബഹുഭൂരിപക്ഷം സ്ത്രീകളെ ബാധിക്കുന്ന കാര്യമാണ് ഞാൻ പറയുന്നത്.

"പെണ്ണുങ്ങളുടെ പണി'യിൽ തങ്ങൾക്കൂടി സഹായിക്കാൻ കൂടുകയാ ണെങ്കിൽ തങ്ങളുടെ ഭാര്യമാരുടെ ക്ലേശങ്ങളും ബുദ്ധിമുട്ടുകളും എത്രമാ ത്രം ലഘൂകരിക്കാനും ദൂരീകരിക്കാൻ തന്നെയും കഴിയുമെന്ന് തൊഴി ലാളിവൃത്തങ്ങളിൽപ്പോലും വളരെ ചുരുക്കം ഭർത്താക്കൻമാർ മാത്രമേ ആലോചിക്കുന്നുള്ളൂ. അത് 'ഭർത്താവിന്റെ അവകാശങ്ങൾക്കും അന്ത സ്സിനും ചേരാത്തതാണ'ല്ലൊ. അയാൾക്കു വിശ്രമിക്കണം, സുഖമായി കഴിയണം. ഒരായിരം നിസ്സാരകാര്യങ്ങളെ സംബന്ധിച്ചിടത്തോളം ദിവസേനയുള്ള ആത്മത്യാഗമാണ് സ്ത്രീയുടെ ഗാർഹികജീവിതം. അവളുടെ നാഥനും യജമാനനുമായ ഭർത്താവിന്റെ പണ്ടുതൊട്ടേയുള്ള അവകാശങ്ങൾ പ്രച്ഛന്നമായി തുടർന്നു നിലനിൽക്കുന്നു. അയാളുടെ അടിമ വസ്തുനിഷ്ഠമായി - അതും പ്രച്ഛന്ന രൂപത്തിൽ - അയാളുടെ നേരെ പകവീട്ടുന്നുമുണ്ട്: സ്ത്രീയുടെ പിന്നോക്കസ്ഥിതിയും ഭർത്താവിന്റെ വിപ്ലവാദർശങ്ങൾ അവൾ മനസ്സിലാക്കാതിരിക്കുന്നതും അയാളുടെ

ഉത്സാഹത്തേയും സമരവീര്യത്തേയും പുറകോട്ടു പിടിച്ചുവലിക്കുന്നു. അദൃശ്യമായും സാവധാനത്തിലും എന്നാൽ നിസ്സംശയമായും കരണ്ടു തിന്നുകയും ചുവടു മാന്തുകയും ചെയ്യുന്ന കൊച്ചു കൃമികളാണവ. എനിക്കു തൊഴിലാളികളുടെ ജീവിതം അറിയാം - അതും പുസ്തകങ്ങളിൽനിന്നു മാത്രമല്ലതാനും. സ്ത്രീജനങ്ങൾക്കിടയിലുള്ള നമ്മുടെ കമ്മ്യൂണിസ്റ്റ് പ്രവർത്തനത്തിലും പൊതുവിൽ നമ്മുടെ രാഷ്ട്രീയപ്രവർത്തനത്തിലും പുരുഷന്മാരെ വളർത്തിക്കൊണ്ടുവരുന്ന കാര്യത്തിൽ ഗണ്യമായ ശ്രദ്ധ പതിപ്പിക്കേണ്ടിയിരിക്കുന്നു. അടിമയുടമയുടേതായ പഴയ വീക്ഷണഗതിയെ നാം വേരോടെ പിഴുതുകളയണം - പാർട്ടിക്കുള്ളിലും ബഹുജനങ്ങൾക്കിടയിലും. നമ്മുടെ രാഷ്ട്രീയകടമകളിലൊന്നാണിത്. അദ്ധ്വാനിക്കുന്ന സ്ത്രീജനങ്ങൾക്കിടയിൽ പാർട്ടിപ്രവർത്തനം നടത്താനുള്ള താത്വികവും പ്രായോഗികവുമായ പരിശീലനം നല്ലവണ്ണം നേടിയിട്ടുള്ള സ്ത്രീപുരുഷന്മാരടങ്ങുന്ന സഖാക്കളുടെ ഒരു സ്റ്റാഫ് രൂപികരിക്കുകയെന്നതും അത്രതന്നെ അടിയന്തിരമായ ഒരാവശ്യമാണ്.

സോവിയറ്റ് റഷ്യയിലെ ഇന്നത്തെ സ്ഥിതിയെ സംബന്ധിച്ച എന്റെ ചോദ്യത്തിന് ലെനിന്റെ മറുപടി ഇതായിരുന്നു:

പുരുഷന്മാരുടേയും സ്ത്രീകളുടേയും പിന്നോക്കവീക്ഷണങ്ങൾ തരണം ചെയ്യാനും അങ്ങിനെ പഴയ കമ്മ്യൂണിസ്റ്റേതര ചിന്താഗതിയുടെ അടിത്തറതന്നെ തകർക്കാനും കമ്മ്യൂണിസ്റ്റ് പാർട്ടിയോടും ട്രേഡ് യൂണിയനുകളോടുമൊപ്പം തൊഴിലാളിവർഗ്ഗ സർവ്വാധിപത്യഭരണം പരമാവധി ശ്രമിക്കുന്നുണ്ട്. ഇവിടെ നിയമത്തിന്റെ മുമ്പിൽ സ്ത്രീപുരുഷസമത്വം തികച്ചും അംഗീകരിച്ചിട്ടുണ്ടെന്നു പറയേണ്ടതില്ലല്ലോ. ഈ സമത്വം നടപ്പാക്കാനുള്ള ആത്മാർത്ഥമായ ശ്രമം എല്ലാ തുറകളിലും കാണാവുന്നതാണ്. സാമ്പത്തികവും ഭരണനിർവ്വഹണപരവും നിയമനിർമ്മാണപരവുമായ പ്രവർത്തനങ്ങളിൽ ഞങ്ങൾ സ്ത്രീകളെ പങ്കെടുപ്പിക്കുന്നുണ്ട്. തൊഴിൽപരവും സാമൂഹ്യവുമായ പരിശീലനം മെച്ചപ്പെടുത്തുന്നതിന് എല്ലാ കോഴ്സുകളും വിദ്യാഭ്യാസസ്ഥാപനങ്ങളും അവർക്ക് തുറന്നിട്ടുകൊടുക്കുന്നുണ്ട്. പൊതുപാചകശാലകൾ, ഭോജനശാലകൾ. അലക്കുകമ്പനികൾ, റിപ്പയർ ഷോപ്പുകൾ, ക്രിഷേകൾ, ബാലവാടികൾ, അനാഥമന്ദിരങ്ങൾ, പലതരം പരിശീലനസ്ഥാപനങ്ങൾ - ഇവയെല്ലാം ഞങ്ങൾ തുറന്നുവരികയാണ്. ചുരുക്കത്തിൽ, ഗൃഹഭരണത്തേയും കുട്ടികളെ വളർത്തിക്കൊണ്ടു വരുന്നതിനേയും സംബന്ധിച്ച ചുമതലകൾ സമുദായത്തിലേക്കു മാറ്റേണ്ടതാവശ്യമാണെന്ന് ഞങ്ങളുടെ പരിപാടിയിൽ പറഞ്ഞിട്ടുള്ളത് ഞങ്ങൾ കാര്യമായി നടപ്പാക്കുകയാണ്.

ഇങ്ങനെ വീട്ടടിമയും ഭർത്താവിന്റെ ആശ്രിതയുമായി കഴിഞ്ഞിരുന്ന പഴയ സ്ഥിതിയിൽനിന്നും സ്ത്രീകളെ മോചിപ്പിച്ചുവരികയാണ്. കഴിവും അഭിരുചിയുമനുസരിച്ച് സാമൂഹ്യപ്രവർത്തനങ്ങളിൽ പങ്കെടുക്കാൻ സ്ത്രീകൾക്ക് എല്ലാ അവസരവും നൽകുന്നു. കുട്ടികളുടെ വളർച്ചയ്ക്ക് വീട്ടിലുള്ളതിനേക്കാൾ നല്ല സാഹചര്യങ്ങൾ നൽകുന്നു. സ്ത്രീകളുടെ ജോലിയെ സംബന്ധിച്ചിടത്തോളം ലോകത്തിൽവച്ച് ഏറ്റവും പുരോഗമനപരമായ നിയമങ്ങളാണ് ഞങ്ങളുടേത്. സംഘടിത തൊഴിലാളികളുടെ ഉത്തരവാദപ്പെട്ട പ്രതിനിധികൾ അവ നടപ്പാക്കുന്നു. ഞങ്ങൾ പ്രസവാശുപത്രികളും മാതൃ-ശിശുസംരക്ഷണകേന്ദ്രങ്ങളും സ്ഥാപിക്കുന്നു, അമ്മമാർക്കുള്ള വൈദ്യോപദേശകേന്ദ്രങ്ങൾ തുറക്കുന്നു, കുട്ടികളെ വളർത്തുന്നതിനേയും കൊച്ചുകുഞ്ഞുങ്ങളെ ശുശ്രൂഷിക്കുന്നതിനേയും സംബന്ധിച്ച പ്രഭാഷണങ്ങളും മാതൃ-ശിശു ശുശ്രൂഷയെക്കുറിച്ചുള്ള പ്രദർശനങ്ങളും സംഘടിപ്പിക്കുന്നു. അതുപോലെ പലതും. തൊഴിലില്ലാതെ കഷ്ടപ്പെടുന്ന സ്ത്രീകളെ സഹായിക്കാൻ ഞങ്ങൾ പരമാവധി പരിശ്രമിക്കുന്നുണ്ട്.

'പണിയെടുക്കുന്ന സ്ത്രീകളുടെ വിപുലമായ വിഭാഗങ്ങളുടെ ആവശ്യങ്ങളുമായി തട്ടിച്ചുനോക്കുമ്പോൾ ഇതെല്ലാം വളരെ കുറച്ചുമാത്രമാണെന്നും അവരുടെ യഥാർത്ഥമോചനത്തിന് ഒട്ടും പോരാത്തതാണെന്നും ഞങ്ങൾക്ക് ഭംഗിയായി അറിയാം. എങ്കിലും, ത്സാറിന്റെ മുതലാളിത്ത റഷ്യയിലെ സ്ഥിതി വച്ചുനോക്കുമ്പോൾ ഇത് മുന്നോട്ടുള്ള വമ്പിച്ചൊരു കാൽവയ്പാണ്. മുതലാളിത്തം ഇപ്പോഴും വാണരുളുന്ന ഇടങ്ങളിൽ ചെയ്തുവരുന്ന ചുരുക്കം ചില കാര്യങ്ങളെ അപേക്ഷിച്ചും ഇത് വളരെ കൂടുതലാണ്. നല്ലൊരു തുടക്കമാണിത്. ശരിയായ പാതയിലൂടെയാണ് ഞങ്ങൾ നീങ്ങുന്നത്. ഞങ്ങൾ നീക്കുപോക്കില്ലാതെയും സർവ്വകഴിവുമുപയോഗിച്ചും അത് വികസിപ്പിക്കുന്നതാണ്. വെളിയിലുള്ള നിങ്ങൾക്ക് അക്കാര്യം ഉറപ്പിക്കാം. ലക്ഷോപലക്ഷം സ്ത്രീകളെക്കൂടാതെ മുന്നോട്ടു പോകാൻ സാദ്ധ്യമല്ലെന്ന് സോവിയറ്റ് സ്റ്റേറ്റ് നിലവിൽ വന്ന് ഓരോ ദിവസം കഴിയുന്തോറും കൂടുതൽ വ്യക്തമായി വരികയാണ്. ജനസംഖ്യയിൽ 80 ശതമാനം കർഷകരായിട്ടുള്ള ഒരു രാജ്യത്ത് ഇതിന്റെ അർത്ഥമെന്താണെന്ന് ഊഹിക്കാമല്ലോ. ചെറുകിടകർഷക സമ്പദ്വ്യവസ്ഥയെന്നാൽ ആളുകൾ ഒറ്റക്കൊറ്റയ്ക്ക് വീട്ടുജോലികൾ ചെയ്യുന്നുവെന്നും സ്ത്രീകളെ അവയോട് കൂട്ടിക്കെട്ടിയിരുന്നുവെന്നുമാണർത്ഥം. അധികാരം പിടിച്ചെടുക്കാനും വിപ്ലവം നടത്താനുമുള്ള ചരിത്രപരമായ പാകത വസ്തുനിഷ്ഠമായി സ്വയം ആർജ്ജിച്ചിട്ടുള്ളതിനെക്കുറിച്ച് നിങ്ങളുടെ തൊഴിലാളി ബഹുജനങ്ങൾ ബോധവാന്മാരായിട്ടുണ്ടെങ്കിൽ

ഇക്കാര്യത്തിൽ നിങ്ങൾക്ക് ഞങ്ങളേക്കാൾ വളരെയേറെ എളുപ്പമായിരിക്കും. ഞങ്ങൾ നിരാശരാവുകയില്ല. ഞങ്ങളുടെ വൈഷമ്യങ്ങൾ പെരുകുന്തോറും ഞങ്ങളുടെ ശക്തികളും വളരുന്നുണ്ട്. സ്ത്രീജനങ്ങളെ വിമോചിപ്പിക്കാനുള്ള പുതിയ മാർഗ്ഗങ്ങൾ കണ്ടെത്താൻ പ്രായോഗികാവശ്യകതമൂലം ഞങ്ങൾ നിർബ്ബന്ധിതരാകും. സോവിയറ്റ് സ്റ്റേറ്റും സൗഭ്രാത്രപരമായ ഐക്യദാർഢ്യവും കൂടി ചേരുമ്പോൾ അത്ഭുതങ്ങൾ പ്രവർത്തിക്കാൻ കഴിയും. തീർച്ചയായും ഈ സൗഭ്രാതപരമായ ഐക്യദാർഢ്യം കമ്മ്യൂണിസ്റ്റർത്ഥത്തിലുള്ളതായിരിക്കണം, വിലകുറഞ്ഞ വിനാഗരിയെപ്പോലെ ആവിയായിപ്പോയ വിപ്ലവവീര്യത്തോടുകൂടിയ പരിഷ്ക്കരണവാദികൾ പ്രചരിപ്പിക്കുന്ന ബൂർഷ്വാ അർത്ഥത്തിലായിരിക്കരുത്. വ്യക്തിപരമായ മുൻകൈ കൂട്ടായ പ്രവർത്തനമായി വളർന്ന് അതിൽ ലയിച്ചുചേരണം, സൗഭ്രാത്രപരമായ ഐക്യദാർഢ്യവുമായി കൈകോർത്തു നീങ്ങണം. തൊഴിലാളിവർഗ്ഗസർവ്വാധിപത്യത്തിൻകീഴിൽ കമ്മ്യൂണിസം യാഥാർത്ഥ്യമാക്കിത്തീർക്കുന്നതിലൂടെ നാട്ടിൻപുറങ്ങളിലുള്ള സ്ത്രീകൾക്കും വിമോചനം ലഭിക്കുന്നതാണ്. ഇക്കാര്യത്തിൽ ഞങ്ങളുടെ വ്യവസായത്തിന്റേയും കൃഷിയുടേയും വൈദ്യുതീകരണത്തിൽനിന്ന് ഞാൻ വളരെയേറെ പ്രതീക്ഷിക്കുന്നുണ്ട്. വമ്പിച്ചൊരു പദ്ധതിയാണത്. അതിന്റെ മുമ്പിലുള്ള പ്രതിബന്ധങ്ങൾ വലുതാണ്, ബീഭത്സമാംവണ്ണം വലുതാണ്. അവയെ തരണം ചെയ്യാൻ ബഹുജനങ്ങളിൽ ഉറങ്ങിക്കിടക്കുന്ന ഊറ്റമേറിയ ശക്തികളെ കെട്ടഴിച്ചുവിട്ട് പരിശീലിപ്പിച്ചെടുക്കേണ്ടിയിരിക്കുന്നു. ലക്ഷോപലക്ഷം സ്ത്രീകൾ ഇതിൽ പങ്കെടുക്കണം.'

കഴിഞ്ഞ പത്തു മിനിട്ടിനുള്ളിൽ രണ്ടു തവണ കതകിൽ മുട്ടു കേട്ടിട്ടും ലെനിൻ സംസാരം തുടരുകയാണു ചെയ്തത്. ഇത്തവണ അദ്ദേഹം കതകു തുറന്ന് വിളിച്ചുപറഞ്ഞു:

'ഞാനിതാ വരുന്നു!'

എന്റെ നേരെ തിരിഞ്ഞ്, അദ്ദേഹം ഒരു പുഞ്ചിരിയോടെ പറഞ്ഞു:

'ക്ലാര, ഒരു സ്ത്രീയുമായി സംസാരിക്കുകയായിരുന്നുവെന്ന കാര്യത്തിൽ നിന്ന് ഞാൻ മുതലെടുക്കാൻ പോവുകയാണ്. പെണ്ണുങ്ങളുടെ പ്രസിദ്ധമായ വായാടിത്തം ഞാൻ വൈകിയതിനുള്ള ഒഴികഴിവായി പറയും. വാസ്തവത്തിൽ ഇത്തവണ കൂടുതലും സംസാരിച്ചത് പെണ്ണല്ല, ആണായിരുന്നുവെങ്കിൽക്കൂടി. പൊതുവിൽ നിങ്ങൾ നല്ലൊരു ശ്രോതാവാണെന്നു സമ്മതിച്ചേ തീരൂ. ഒരുപക്ഷെ അതുകൊണ്ടായിരിക്കും ഞാൻ ഇത്രയധികം സംസാരിച്ചത്.'

ഫലിതരൂപത്തിൽ ഇത്രയും പറഞ്ഞുകൊണ്ട് ലെനിൻ എന്നെ ഓവർക്കോട്ടിടാൻ സഹായിച്ചു.

'കുറേക്കൂടി ചൂടുള്ള വസ്ത്രങ്ങൾ ധരിക്കണം,' അദ്ദേഹം താല്പര്യപൂർവ്വം പറഞ്ഞു. 'മോസ്ക്കോ ഷ്റ്റുറ്റ്ഗർട്ടല്ല. നിങ്ങളെ നോക്കാൻ ആരെങ്കിലും വേണ്ടിയിരിക്കുന്നു. ജലദോഷം പിടിക്കാതെ സൂക്ഷിക്കണം. നമുക്ക് പിന്നെ കാണാം.'

അദ്ദേഹം എന്റെ കൈ ദൃഢമായി പിടിച്ചു കുലുക്കി.

***

വനിതാപ്രസ്ഥാനത്തെപ്പറ്റി ലെനിനുമായുള്ള അടുത്ത സംസാരം നടന്നത് ഏതാണ്ടു രണ്ടാഴ്ചയ്ക്കുശേഷമാണ്. ലെനിൻ എന്നെ വന്നു കാണുകയാണുണ്ടായത്. ഏതാണ്ടെല്ലായ്പോഴുമെന്നപോലെതന്നെ, അദ്ദേഹത്തിന്റെ സന്ദർശനം അപ്രതീക്ഷിതവും മുൻകൂട്ടി നിശ്ചയിക്കാത്തതുമായിരുന്നു. വിജയം വരിച്ച വിപ്ലവത്തിന്റെ നേതാവ് ചെയ്തുകൊണ്ടിരുന്ന ബൃഹത്തായ പ്രവർത്തനത്തിനിടയിൽ അല്പമൊരു ഇടവേള കിട്ടിയപ്പോൾ നടത്തിയ സന്ദർശനമായിരുന്നു അത്. ലെനിൻ വളരെയേറെ ക്ഷീണിതനും വ്യാകുലനുമായി കാണപ്പെട്ടു. വ്രാങ്കെലിനെ ഇനിയും നിശ്ശേഷം പരാജയപ്പെടുത്തിക്കഴിഞ്ഞിരുന്നില്ല. വലിയ നഗരങ്ങളിൽ ഭക്ഷണമെത്തിക്കുന്ന പ്രശ്നം ഒരു കീറാമുട്ടിയായി സോവിയറ്റ് ഭരണത്തെ അഭിമുഖീകരിച്ചു.

തീസിസ്സുകളുടെ കാര്യം എത്രത്തോളമായെന്നു ലെനിൻ തിരക്കി. വലിയൊരു കമ്മീഷൻ സമ്മേളിച്ചെന്നും മോസ്ക്കോയിൽ അപ്പോഴുണ്ടായിരുന്ന പ്രമുഖരായ എല്ലാ വനിതാ കമ്മ്യൂണിസ്റ്റുകാരും അതിൽ സംസാരിച്ചെന്നും ഞാൻ പറഞ്ഞു. തീസിസ്സുകൾ തയ്യാറായിക്കഴിഞ്ഞു. ഇനി അവ ചെറിയൊരു കമ്മിറ്റിക്ക് സമർപ്പിക്കാൻ പോവുകയാണ്. മൂന്നാം ലോകകോൺഗ്രസ്സ് ഈ പ്രശ്നം വേണ്ടത്ര വിശദമായി പരിശോധിക്കുന്നതിനു ഞങ്ങൾ ശ്രമിക്കേണ്ടതാണെന്നു ലെനിൻ ചൂണ്ടിക്കാട്ടി.[40] ഈ ഒരൊറ്റക്കാര്യംതന്നെ പല സഖാക്കളുടേയും മുൻവിധികൾ മാറ്റുന്നതാണ്. ഏതായാലും ഇക്കാര്യത്തിൽ മുൻകയ്യെടുക്കേണ്ടത് കമ്മ്യൂണിസ്റ്റ് സ്ത്രീകളാണ്. അവരതു ഭംഗിയായി നിർവ്വഹിക്കുകയും വേണം.

'വായാടികളെപ്പോലെ ചിലയ്ക്കുകയല്ല, ഒരു ലക്ഷ്യത്തിനുവേണ്ടി പൊരുതുന്നവരെപ്പോലെ ഉറക്കെ സംസാരിക്കുകയാണ്, വേണ്ടത്. വ്യക്തമായും ദൃഢമായും സംസാരിക്കണം,' ലെനിൻ ഉദ്വേഗപൂർവ്വം പറഞ്ഞു. 'നമ്മൾ നോവലുകളിൽ വായിക്കാറുള്ളതുപോലെ സ്ത്രീകളുടെ

വശ്യത പ്രകടിപ്പിക്കാനുള്ള ഒരു സൽക്കാരസദസ്സല്ല കോൺഗ്രസ്സ്. വിപ്ലവപ്രവർത്തനത്തിനാവശ്യമായ അറിവിനുവേണ്ടി നാം പൊരുതുന്ന ഒരു പോർക്കളമാണ് കോൺഗ്രസ്സ്. പൊരുതാൻ - ആദ്യം തീർച്ചയായും ശത്രുക്കൾക്കെതിരായും അതിനും പുറമെ വേണ്ടിവന്നാൽ പാർട്ടിക്കു ള്ളിലും പൊരുതാൻ - നിങ്ങൾക്കു കഴിയുമെന്നു കാണിച്ചുകൊടുക്കുക. സ്ത്രീജനങ്ങളുടെ വിപുലമായ വിഭാഗങ്ങളുടെ പ്രശ്നമാണിത്. ഈ ബഹുജനങ്ങളെ നമ്മുടെ ഭാഗത്തേക്കു കൊണ്ടുവരാൻ സഹായിക്കുന്ന ഏതൊരു നിർദ്ദേശത്തേയും നടപടിയേയും ഞങ്ങളുടെ റഷ്യൻ പാർട്ടി പിന്താങ്ങുന്നതാണ്. സ്ത്രീകൾ നമ്മുടെ കൂടെയില്ലെങ്കിൽ അവരെ നമുക്കെ തിരായി തിരിച്ചുവിടാൻ പ്രതിവിപ്ലവകാരികൾക്കു കഴിഞ്ഞെന്നു വരും. അതു നമ്മൾ എപ്പോഴും ഓർമ്മിക്കണം.'

'സ്വർഗ്ഗവുമായി ചങ്ങലയിട്ടു ബന്ധിച്ചിരിക്കുകയാണെങ്കിൽപ്പോലും സ്ത്രീജനങ്ങൾ നമ്മുടേതായിത്തീരണം,' ലെനിന്റെ മനസ്സിലുള്ളത് തുടർന്നു പ്രകാശിപ്പിച്ചുകൊണ്ട് ഞാൻ പറഞ്ഞു. തുടിക്കുകയും ഇളകിമറിയുകയും ചെയ്യുന്ന വിപ്ലവത്തിന്റെ ഈ മർമ്മസ്ഥാനത്ത് പണിയെടുക്കുന്ന സ്ത്രീകളുടെ വമ്പിച്ചൊരു സാർവ്വദേശീയപ്രകടനം ഞാൻ ആസൂത്രണം ചെയ്തിട്ടുണ്ട്. പാർട്ടിയിൽ പെടാത്ത സ്ത്രീകളുടെ വമ്പിച്ച സമ്മേളനങ്ങളും കോൺഗ്രസ്സുകളും നിങ്ങൾ സംഘടിപ്പിക്കുകയുണ്ടായല്ലോ. അവയാണ് എന്നെ ഇക്കാര്യത്തിൽ വിശേഷിച്ചും പ്രേരിപ്പിച്ചത്. നമ്മൾ അവയെ ദേശീയസമ്മേളനങ്ങളെന്ന നിലയിൽനിന്ന് സാർവ്വദേശീയസമ്മേ ളനങ്ങളായി മാറ്റാൻ ശ്രമിക്കേണ്ടതായിരുന്നു. ലോകമഹായുദ്ധവും അതിന്റെ അനന്തരഫലങ്ങളും സമുദായത്തിലെ വിവിധ വർഗ്ഗങ്ങളി ലും വിഭാഗങ്ങളിലും പെട്ട ബഹുഭൂരിപക്ഷം സ്ത്രീകളേയും ഗാഢമായി പിടിച്ചുകുലുക്കിയിട്ടുണ്ടെന്നതിൽ സംശയമില്ല. അവർ ഇളകിമറിയാൻ തുടങ്ങിയിരിക്കുന്നു, ചലിച്ചുതുടങ്ങിയിരിക്കുന്നു. ഉപജീവനം നടത്തുന്നതി നേയും ജീവിതത്തിന് ഒരർത്ഥം കണ്ടെത്തുന്നതിനേയും സംബന്ധിച്ച ദുസ്സഹമായ ക്ലേശങ്ങൾ അവരുടെ മുമ്പിൽ പല പ്രശ്നങ്ങളുമുയർത്തു ന്നു. ആ പ്രശ്നങ്ങളുടെ നിലനിൽപിനെപ്പറ്റി അവരിൽ മിക്കവരും സംശയിക്കുകപോലും ചെയ്തിരുന്നില്ല. ചെറിയൊരു ന്യൂനപക്ഷം മാത്രമേ അവയെ പൂർണ്ണമായി ഗ്രഹിച്ചിരുന്നുള്ളു. അവയ്ക്ക് തൃപ്തികരമായ ഒരു പരിഹാരംകാണാൻ ബൂർഷ്വാ സമുദായത്തിനു സാദ്ധ്യമല്ല. കമ്മ്യൂണി സത്തിനു മാത്രമേ അതു സാദ്ധ്യമാകൂ. മുതലാളിത്ത രാജ്യങ്ങളിലുള്ള സ്ത്രീകളുടെ വിപുലമായ വിഭാഗങ്ങളെ ഇതു മനസ്സിലാക്കാൻ നാം നിർബ്ബന്ധിക്കണം. അതിനുവേണ്ടി പാർട്ടിയിൽ പെടാത്ത സ്ത്രീകളുടെ

ഒരു സാർവ്വദേശീയകോൺഗ്രസ്സ് വിളിച്ചുകൂട്ടണം.'

ലെനിൻ ഉടൻ മറുപടി പറഞ്ഞില്ല. ഒരു ആത്മപരിശോധന നടത്തുന്ന ഭാവത്തിൽ ചുണ്ടമർത്തിക്കൊണ്ടും താഴത്തെ ചുണ്ട് അല്പം മുന്നോട്ടു തള്ളിക്കൊണ്ടും അദ്ദേഹം ചിന്താധീനനായി അല്പനേരം ഇരുന്നു.

'അതെ, നമ്മളതു ചെയ്യണം,' അദ്ദേഹം പറഞ്ഞു. 'പ്ലാൻ ഒന്നാന്തരമാണ്. പക്ഷെ എത്ര നല്ല പ്ലാനും ഭംഗിയായി നടപ്പാക്കിയില്ലെങ്കിൽ അതിനു യാതൊരു വിലയുമില്ല. അതു നടപ്പാക്കുന്നതിനെപ്പറ്റി നിങ്ങൾ ചിന്തിച്ചിട്ടുണ്ടോ? എന്താണ് നിങ്ങളുടെ അഭിപ്രായം?'

ചെയ്യേണ്ട കാര്യങ്ങളെക്കുറിച്ച് എനിക്കുള്ള അഭിപ്രായം ഞാൻ വിശദമായി ലെനിനോടു വിവരിച്ചു. കോൺഗ്രസ്സിന് ഒരുക്കുകൂട്ടാനും അതു നടത്താനും പ്രയോജനപ്പെടുത്താനുംവേണ്ടി വിവിധരാജ്യങ്ങളിൽനിന്നുള്ള കമ്മ്യൂണിസ്റ്റ് സ്ത്രീകൾ ഉൾപ്പെടുന്നതും നമ്മുടെ ദേശീയവിഭാഗങ്ങളുമായി നിരന്തരം ഉറ്റ സമ്പർക്കം പുലർത്തുന്നതുമായ ഒരു കമ്മിറ്റി ആദ്യംതന്നെ രൂപീകരിക്കണമെന്നായിരുന്നു എന്റെ അഭിപ്രായം. ഈ കമ്മിറ്റി തുടക്കംതൊട്ടേ ഔദ്യോഗികമായും പരസ്യമായും പ്രവർത്തിക്കണമോ എന്നത് അതിന്റെ ഔചിത്യം നോക്കി തീരുമാനിക്കേണ്ടതാണ്. ഓരോ രാജ്യത്തേയും സംഘടിതസ്ത്രീത്തൊഴിലാളികളുടെ നേതാക്കളും തൊഴിലാളിവർഗ്ഗ-രാഷ്ട്രീയവനിതാപ്രസ്ഥാനത്തിന്റെ നേതാക്കളും എല്ലാത്തരത്തിലുമുള്ള ബൂർഷ്വാ വനിതാസംഘടനകളും പ്രമുഖരായ വനിതാഡോക്ടറന്മാർ, അദ്ധ്യാപകർ, എഴുത്തുകാർ തുടങ്ങിയവരുമായി ബന്ധപ്പെട്ടുകൊണ്ട് പാർട്ടി ചായ് വില്ലാത്ത ഒരു ദേശീയസജ്ജീകരണ സമിതി രൂപീകരിക്കുകയെന്നതാണ് കമ്മിറ്റി അംഗങ്ങളുടെ ആദ്യത്തെ ജോലി. ഈ ദേശീയസമിതികളിലെ അംഗങ്ങൾക്കിടയിൽ നിന്ന് ഒരു സാർവ്വദേശീയസമിതി രൂപീകരിക്കണം. സാർവ്വദേശീയകോൺഗ്രസ്സിനുള്ള ഏർപ്പാടുകൾ ചെയ്യുന്നതും അതിന്റെ കാര്യപരിപാടിയും ഉൽഘാടനസമയവും സ്ഥലവും തീരുമാനിക്കുന്നതും അതായിരിക്കും.

എന്റെ അഭിപ്രായത്തിൽ കോൺഗ്രസ്സ് ആദ്യം ആലോചിക്കേണ്ട പ്രശ്നം തൊഴിലുകളിൽ ഏർപ്പെടാനുള്ള സ്ത്രീകളുടെ അവകാശമാണ്. അതോടൊപ്പം തൊഴിലില്ലായ്മ, തുല്യജോലിക്ക് തുല്യവേതനം, എട്ടുമണിക്കൂർ പ്രവൃത്തിദിവസം നിയമമാക്കൽ, സ്ത്രീകൾക്കു തൊഴിൽസംരക്ഷണം, ട്രേഡ് യൂണിയനുകൾ സംഘടിപ്പിക്കൽ, മാതൃ-ശിശുസംരക്ഷണം, വീട്ടുവേല ചെയ്യുന്നവരുടേയും അമ്മമാരുടേയും സ്ഥിതി മെച്ചപ്പെടുത്താനുള്ള സാമൂഹ്യനടപടികൾ, തുടങ്ങിയ പ്രശ്നങ്ങളും എടുക്കേണ്ടതാണ്. അതിനും പുറമെ, വിവാഹത്തേയും

ഗാർഹികബന്ധങ്ങളേയും സംബന്ധിക്കുന്ന നിയമങ്ങളിലും സ്ത്രീകൾക്കു ള്ള പദവികൂടി കാര്യപരിപാടിയിൽ ഉൾപ്പെടുത്തണം. ഈ നിർദ്ദേശ ങ്ങൾ വിവരിച്ചശേഷം, യോഗങ്ങളിലൂടെയും പത്രങ്ങളിലൂടെയും പ്രച രണത്തിന് ഏർപ്പാടു ചെയ്തുകൊണ്ട് കോൺഗ്രസ്സിനുള്ള സമഗ്രമായ സന്നാഹങ്ങൾ അതാതു രാജ്യത്തെ ദേശീയസമിതികൾ നടത്തേണ്ടതാണെന്ന എന്റെ അഭിപ്രായം ഞാൻ വ്യക്തമാക്കി. വിശേഷിച്ചും പ്ര ധാനമാണ് ഈ പ്രചരണം. അത് സ്ത്രീകളുടെ വിപുലമായ വിഭാഗങ്ങളെ തട്ടിയുണർത്തുകയും, അവരുടെ മുമ്പിൽ വച്ചിട്ടുള്ള പ്രശ്നങ്ങളെപ്പറ്റി ഗൗരവമായി പഠിക്കുന്നതിന് അവർക്കു പ്രോത്സാഹനം നൽകുകയും, കോൺഗ്രസ്സിലേക്കും അങ്ങിനെ കമ്മ്യൂണിസത്തിലേക്കും കമ്മ്യൂണിസ്റ്റ് ഇന്റർനാഷനലിലെ പാർട്ടികളിലേക്കും അവരുടെ ശ്രദ്ധയെ ആകർഷി ക്കുകയും വേണം. പണിയെടുക്കുന്ന സ്ത്രീകളുടെ എല്ലാ വിഭാഗങ്ങളിലും എത്തത്തക്കവണ്ണമായിരിക്കണം ഈ പ്രചരണം നടത്തേണ്ടത്. ബന്ധപ്പെട്ട എല്ലാ സംഘടനകളുടേയും പ്രതിനിധികൾ മാത്രമല്ല സ്ത്രീ കളുടെ പൊതുയോഗങ്ങളിൽനിന്നു തിരഞ്ഞെടുക്കപ്പെട്ട പ്രതിനിധികൾ കൂടി കോൺഗ്രസ്സിൽ സംബന്ധിക്കുമെന്ന് അത് ഉറപ്പു വരുത്തണം. കോൺഗ്രസ്സ്, ബൂർഷ്വാ പാർലമെന്റിൽ നിന്നും തികച്ചും വ്യത്യസ്തമായ അർത്ഥത്തിൽ ഒരു 'ജനപ്രതിനിധിസഭ' യായിരിക്കണം.

സജ്ജീകരണപ്രവർത്തനങ്ങളിൽ കമ്മ്യൂണിസ്റ്റ് സ്ത്രീകൾ പ്രേരക ശക്തിമാത്രമല്ല നേതൃശക്തികൂടിയായിരിക്കണമെന്നു പറയേണ്ടതില്ല ല്ലൊ. നമ്മുടെ വിഭാഗങ്ങൾ അവയെ ഊർജ്ജിതമായി സഹായിക്കണം. സാർവ്വദേശീയസമിതിയുടെ പ്രവർത്തനങ്ങൾക്കും കോൺഗ്രസ്സിന്റെ തന്നെ നടപടികൾക്കും കൂടി ബാധകമാണിത്. അതുപോലെതന്നെ അവയെ വിപുലമായ തോതിൽ പ്രയോജനപ്പെടുത്തുന്ന കാര്യത്തി ലും. കോൺഗ്രസ്സിന്റെ കാര്യപരിപാടിയിലെ എല്ലാ പ്രശ്നങ്ങളിലും കമ്മ്യൂണിസ്റ്റ് തീസിസ്സുകളും സംഗതപ്രമേയങ്ങളും അവതരിപ്പിക്കണം. തത്വദീക്ഷയോടെ നിഷ്ക്കർഷമായി തയ്യാറാക്കിയിട്ടുള്ളതും സമുദാ യത്തിൽനിന്നു ബന്ധപ്പെട്ട വസ്തുതകളെ ശാസ്ത്രീയമായി അണിനിര ത്തിക്കൊണ്ട് വിദഗ്ധമായി സമർത്ഥിച്ചിട്ടുള്ളതുമായിരിക്കണം അവ. ഈ തീസിസ്സുകൾ ആദ്യം കൊമിന്റേണിന്റെ നിർവ്വാഹകസമിതി ചർച്ചചെയ്ത് അംഗീകരിക്കണം. കമ്മ്യൂണിസ്റ്റ് തീരുമാനങ്ങളും മുദ്രാവാക്യ ങ്ങളുമായിരിക്കണം കോൺഗ്രസ്സിന്റെ പ്രവർത്തനത്തിന്റേയും പൊതു ജനശ്രദ്ധയുടേയും കേന്ദ്രബിന്ദു. കോൺഗ്രസ്സിനുശേഷം പ്രക്ഷോഭ പ്രവ ർത്തനത്തിന്റേയും പ്രചാരവേലയുടേയും സഹായത്തോടെ അവയെ

സ്ത്രീജനങ്ങൾക്കിടയിൽ പ്രചരിപ്പിക്കണം. ഈ മുദ്രാവാക്യങ്ങൾ ഭാവിയിൽ സാർവ്വദേശീയതലത്തിൽ സ്ത്രീകളുടെ സമരങ്ങൾ നടത്താനുള്ള മാതൃകകളായി ഉപകരിക്കേണ്ടതാണ്. എല്ലാ കമ്മിറ്റികളിലും കോൺഗ്രസ്സിൽത്തന്നെയും കമ്മ്യൂണിസ്റ്റ് സ്ത്രീകൾ ആശയവ്യക്തതയോടെയും അചഞ്ചലമാംവണ്ണം ആസൂത്രിതമായും തങ്ങളുടെ ശക്തികളെ ഒത്തൊരുമയോടെ ഏകോപിപ്പിച്ചുകൊണ്ട് ഒറ്റക്കെട്ടായി നീങ്ങണം. മുൻകൂട്ടി തീരുമാനിക്കാത്ത ഒരു പ്രവർത്തനത്തിലും ഏർപ്പെടാൻ പാടില്ലാത്തതാണ്.

എന്റെ വിശദീകരണത്തിനിടയിൽ ലെനിൻ പല തവണ സമ്മതാർത്ഥത്തിൽ തല കുലുക്കുകയും ഇടയ്ക്ക് ഏതാനും വാക്കുകൾ പറയുകയും ചെയ്തു.

അദ്ദേഹം പറഞ്ഞു: 'കാര്യത്തിന്റെ രാഷ്ട്രീയവശത്തെക്കുറിച്ചു മാത്രമല്ല സംഘടനാപരമായ വശത്തെക്കുറിച്ചും നിങ്ങൾ നല്ലവണ്ണം ആലോചിച്ചിട്ടുണ്ടെന്നു തോന്നുന്നു, ക്ലാര. ഇന്നത്തെ സ്ഥിതിയിൽ അത്തരമൊരു കോൺഗ്രസ്സിനു പലതും നേടാൻ കഴിയുമെന്നതിനോട് ഞാൻ പൂർണ്ണമായി യോജിക്കുന്നു. സ്ത്രീകളുടെ വിപുലമായ വിഭാഗങ്ങളെ - പ്രത്യേകിച്ച് വ്യവസായത്തിലുള്ള സ്ത്രീത്തൊഴിലാളികൾ, വീട്ടുവേലക്കാരികൾ, അദ്ധ്യാപികമാർ, തുടങ്ങി വിവിധ തൊഴിലുകളിൽ ഏർപ്പെട്ടിട്ടുള്ളവരെ - നമ്മുടെ ഭാഗത്തേക്കു കൊണ്ടുവരാനുള്ള സാദ്ധ്യത അതിലൂടെ ലഭിക്കുന്നു. അത് വളരെ നല്ലൊരു കാര്യമായിരിക്കും. വമ്പിച്ച സാമ്പത്തികസംഘട്ടനങ്ങളോ രാഷ്ട്രീയപ്പണിമുടക്കങ്ങളോ നടക്കുമ്പോഴത്തെ സ്ഥിതിയെക്കുറിച്ചൊന്നു സങ്കല്പിച്ചുനോക്കു. സ്ത്രീജനങ്ങളുടെ വർഗ്ഗബോധത്തിൽ അധിഷ്ഠിതമായ രോഷം വിപ്ലവ തൊഴിലാളിവർഗ്ഗത്തിന് എത്ര ഊറ്റമായൊരു പിൻബലമായിരിക്കും നൽകുന്നത്! അവരെ നമ്മുടെ ഭാഗത്തേക്കു കൊണ്ടുവരികയും നമ്മുടെ ഭാഗത്തു നിർത്തുകയും ചെയ്തിരിക്കണമെന്നു മാത്രം. അങ്ങിനെയായാൽ നമ്മുടെ നേട്ടങ്ങൾ വമ്പിച്ചതായിരിക്കും, ബൃഹത്തായിരിക്കും. പക്ഷെ ഞാൻ ചില ചോദ്യങ്ങൾ ചോദിക്കട്ടെ. ഇങ്ങനെയൊരു കോൺഗ്രസ്സ് വിളിച്ചുകൂട്ടണമെന്ന ആശയത്തോട് ഭരണാധികാരികൾ ഒരുപക്ഷെ ശക്തിയായ എതിർപ്പു പ്രകടിപ്പിക്കാനിടയുണ്ട്. അവരതു തടയാൻ ശ്രമിച്ചെന്നു വരും. എങ്കിലും അവരതിനെ പാടേ നിരോധിക്കാനിടയില്ല. ഏതായാലും അതുകൊണ്ടൊന്നും നിങ്ങൾ ഭയപ്പെടാൻ പോകുന്നില്ല. പക്ഷെ കൂടുതൽ അംഗസംഖ്യയും നിസ്സംശമായും കൂടുതൽ വൈഭവവുമുള്ള ബൂർഷ്വാസിയുടേയും പരിഷ്ക്കരണവാദത്തിന്റേയും പ്രതിനിധികൾ

കമ്മീഷനുകളിലും കോൺഗ്രസ്സിൽത്തന്നെയും കമ്മൂണിസ്റ്റുകാരികളായ നിങ്ങളെ അടിച്ചിരുത്തുമെന്ന ഭയമില്ലേ? മാത്രമല്ല, മറ്റെല്ലാറ്റിനുമുപരി യായി നിങ്ങൾക്ക് നമ്മുടെ കമ്മ്യൂണിസ്റ്റുകാരികളായ സഖാക്കളുടെ മാർക്സിസ്റ്റ് പരിശീലനത്തെപ്പറ്റി ഉറച്ച വിശ്വാസമുണ്ടോ? കയറി യടിക്കാൻ കെല്പുള്ള - സമരരംഗത്ത് മാനമായി പിടിച്ചുനിൽക്കാൻ കെല്പുള്ള - ഒരു ഗ്രൂപ്പിനെ അവരുടെയിടയിൽനിന്നു തിരഞ്ഞെടുക്കാൻ കഴിയുമെന്നു നിങ്ങൾക്ക് യഥാർത്ഥത്തിൽ ഉറപ്പുണ്ടോ?'

ഭരണാധികാരികൾ കോൺഗ്രസ്സിനെ ഇരുമ്പുമുഷ്ടികൊണ്ട് നേരി ടാനിടയില്ലെന്നു ഞാൻ ലെനിനോട് മറുപടിയായി പറഞ്ഞു. അതിനെ തിരായ പരിഹാസശരങ്ങളും മര്യാദകെട്ട ആക്രമണങ്ങളും അതിന നുകൂലമായ പൊതുജനാഭിപ്രായം സൃഷ്ടിക്കുകയേയുള്ളൂ. കമ്മ്യൂണിസ്റ്റു കാരല്ലാത്തവരുടെ എണ്ണക്കൂടുതലിനേയും സാമർത്ഥ്യക്കൂടുതലിനേയും സംബന്ധിച്ചാണെങ്കിൽ, സാമൂഹ്യപ്രശ്നങ്ങളെപ്പറ്റി പഠിച്ച് അവയിൽ വെളിച്ചം വീശുന്ന ചരിത്രപരമായ ഭൗതികവാദത്തിനുള്ള ശാസ്ത്രീയമേന്മ യും ആ പ്രശ്നങ്ങൾ പരിഹരിക്കണമെന്നാവശ്യപ്പെടുന്നതിൽ നമ്മൾ പ്രകടിപ്പിക്കുന്ന വാശിയും നമുക്കുള്ള കുറവ് നികത്തുന്നതാണ്. ഇതിനൊ ക്കെപ്പുറമെ, റഷ്യയിൽ തൊഴിലാളിവർഗ്ഗവിപ്ലവത്തിന്റെ വിജയത്തേയും സ്ത്രീകളെ മോചിപ്പിക്കുന്ന കാര്യത്തിൽ അത് ചെയ്തിട്ടുള്ള പ്രവർത്തന ത്തേയും ചൂണ്ടിക്കാട്ടിക്കൊണ്ട് അവരുടെ ഏതൊരു വാദമുഖത്തേയും നിലംപരിശാക്കാൻ നമുക്കു കഴിയും. നമ്മുടെ ചില സഖാക്കൾക്കു ലഭിച്ചിട്ടുള്ള പരിശീലനത്തിന്റെ പോരായ്മയും കുറവും ആസൂത്രിതമായ തയ്യാറെടുപ്പിലൂടെയും യോജിച്ച പ്രവർത്തനത്തിലൂടെയും നികത്താവുന്ന താണ്. ഇക്കാര്യത്തിൽ റഷ്യയിലെ കമ്മ്യൂണിസ്റ്റ് സ്ത്രീകളിൽനിന്നുമാണ് ഞാൻ ഏറ്റവും കൂടുതൽ പ്രതീക്ഷിക്കുന്നത്. ഞങ്ങളുടെ പടയണിയുടെ മർമ്മം അവരായിരിക്കണം. ഒരു കോൺഗ്രസ്സിലെ ഏറ്റുമുട്ടലുകളേക്കാൾ അപകടം പിടിച്ച കാര്യങ്ങൾ അവരോടൊപ്പം കൂസലില്ലാതെ നേരിടാൻ ഞാൻ തയ്യാറാണ്. മാത്രമല്ല, വോട്ടെടുപ്പിൽ തോറ്റാൽപ്പോലും ഞങ്ങൾ പൊരുതിയെന്ന വസ്തുതതന്നെ കമ്മ്യൂണിസത്തെ ബഹുജനശ്രദ്ധയിൽ കൊണ്ടുവരും. പ്രചാരവേലയെ സംബന്ധിച്ചിടത്തോളം അതിനുള്ള പ്രാധാന്യം വമ്പിച്ചതാണ്. അതേസമയം നമുക്ക് പുതിയ അനുകൂലി കളെ കിട്ടുകയും അങ്ങിനെ നമ്മുടെ പ്രവർത്തനം തുടരാൻ കഴിയുകയും ചെയ്യും.

ലെനിൻ ഉറക്കെ പൊട്ടിച്ചിരിച്ചു.

റഷ്യയിലെ വനിതാവിപ്ലവകാരികളെപ്പറ്റി നിങ്ങൾ എന്നത്തേയും പോലെ ഉത്സാഹവതിയാണ്. അതെ, ആദ്യപ്രേമം മറക്കുകയില്ല. നിങ്ങൾ പറഞ്ഞതു ശരിയാണെന്ന് എനിക്കു തോന്നുന്നു. വാശിയോടെ പൊരുതിയ ഒരു പോരാട്ടത്തിൽ പരാജയപ്പെട്ടാൽപ്പോലും അതൊരു നേട്ടമായിരിക്കും. പണിയെടുക്കുന്ന സ്ത്രീജനങ്ങൾക്കിടയിൽ ഭാവിയിൽ വിജയം നേടുന്നതിനുള്ള തയ്യാറെടുപ്പായിരിക്കുമത്. പൊതുവിൽ അപകടസാദ്ധ്യതയെ നേരിട്ടുകൊണ്ടുതന്നെ ആ ഉദ്യമത്തിലേർപ്പെടേണ്ടതാണ്. അതൊരു തികഞ്ഞ പരാജയമാകാനിടയില്ല. തീർച്ചയായും വിജയമാകുമെന്നാണ് എന്റെ പ്രതീക്ഷ. ഞാൻ ഹൃദയംഗമമായി നിങ്ങൾക്കു വിജയം നേരുകയും ചെയ്യുന്നു. അത് നമ്മുടെ ശക്തി ഗണ്യമായി വർദ്ധിപ്പിക്കും; നമ്മുടെ സമരമുന്നണി കൂടുതൽ വിപുലപ്പെടുത്തുകയും ഉറപ്പിക്കുകയും ചെയ്യും; നമ്മുടെ അണികളെ സജീവമാക്കുകയും ചലനനിരതമാക്കുകയും ചെയ്യും. ഇതെപ്പോഴും പ്രയോജനപ്രദമാണ്. അതിനും പുറമെ, ബൂർഷ്വാസിയുടേയും അതിന്റെ പരിഷ്ക്കരണവാദികളായ സുഹൃത്തുക്കളുടേയും പാളയത്തിലുള്ള അസ്വസ്ഥതയേയും അനിശ്ചിതത്വത്തേയും വൈരുദ്ധ്യങ്ങളേയും സംഘട്ടനങ്ങളേയും കോൺഗ്രസ്സ് മൂർച്ഛിപ്പിക്കുന്നതാണ്. 'വിപ്ലവത്തിന്റെ പെൺപുലികളു'മായി ഒപ്പമിരുന്ന് കാര്യങ്ങൾ ചർച്ച ചെയ്യുന്നത് ആരെല്ലാമായിരിക്കുമെന്ന് ഊഹിക്കാവുന്നതേയുള്ളൂ: ഷൈഡെമന്റേയും ദിത്മാന്റേയും ലേഗീന്റേയും പരമമായ മാർഗ്ഗനിർദ്ദേശത്തിൽ വർത്തിക്കുന്ന നേരും അനുസരണയുമുള്ള വനിതാസോഷ്യൽഡെമോക്രാറ്റുകാർ, പോപ്പിന്റെ ആശീർവാദം ലഭിച്ചവരോ ലൂതറിന്റെ സിദ്ധാന്തങ്ങളെ പിന്തുടരുന്നവരോ ആയ ഭക്തകളായ ക്രിസ്ത്യാനിസ്ത്രീകൾ, പ്രിവികൗൺസിലർമാരുടേയും പുത്തൻ സ്റ്റേറ്റ് കൗൺസിലർമാരുടേയും പുത്രിമാർ, പരിഷ്ക്കാരികളായ പ്രഭ്വിമാരെപ്പോലുള്ള ഇംഗ്ലീഷ് ശാന്തിവാദികൾ, തീപ്പൊരികളെപ്പോലുള്ള ഫ്രഞ്ച് സ്ത്രീ സ്വാതന്ത്ര്യവാദികൾ - ഇവരൊക്കെ

അക്കൂട്ടത്തിൽ കാണും. ബൂർഷ്വാലോകത്തിലെ അരാജകത്വത്തിന്റെയും ജീർണ്ണതയുടേയും എന്തൊരു ചിത്രമായിരിക്കും കോൺഗ്രസ്സ് അവതരിപ്പിക്കുന്നത്! അതിന്റെ ശോച്യാവസ്ഥയുടെ എന്തൊരു ചിത്രീകരണമായിരിക്കുമത്! കോൺഗ്രസ്സ് ശിഥിലീകരണത്തെ മൂർച്ഛിപ്പിക്കുകയും അങ്ങിനെ പ്രതിവിപ്ലവത്തെ ദുർബ്ബലപ്പെടുത്തുകയും ചെയ്യും. ശത്രുവിന്റെ ശക്തികളെ ബലഹീനമാക്കുന്ന ഓരോ നടപടിയും നമ്മുടെ കരുത്തു വർദ്ധിപ്പിക്കുന്നതിനു തുല്യമാണ്. ഞാൻ കോൺഗ്രസ്സ് നടത്തണമെന്ന പക്ഷക്കാരനാണ്. അതുകൊണ്ട് അതിന്റെ പ്രവർത്തനം തുടങ്ങിക്കോളൂ. സമരത്തിൽ ഭാവുകം നേരുന്നു.'

അതിനുശേഷം ഞങ്ങൾ ജർമ്മനിയിലെ സ്ഥിതിയെക്കുറിച്ചും പ്രത്യേകിച്ച് പഴയ സ്പാർട്ടാക്കിസ്റ്റുകാ[41]രും ഇൻഡിപ്പെൻഡന്റുകാരു[42]ടെ ഇടതുപക്ഷവും ചേർന്നുകൊണ്ട് സമീപഭാവിയിൽ നടത്താൻ പോകുന്ന 'ഐക്യകോൺഗ്രസ്സിനെ'ക്കുറിച്ചും സംസാരിച്ചു. അതുകഴിഞ്ഞ് ലെനിൻ വേഗം ഇറങ്ങിപ്പോയി. കടന്നുപോയ മുറിയിൽ പ്രവർത്തിച്ചുകൊണ്ടിരുന്ന പല സഖാക്കളുമായി അദ്ദേഹം അഭിവാദ്യങ്ങൾ കൈമാറുകയുണ്ടായി.

ആഹ്ലാദത്തോടും പ്രതീക്ഷയോടും കൂടി ഞാൻ പ്രാരംഭപ്രവർത്തനങ്ങൾ തുടങ്ങി. പക്ഷെ സോവിയറ്റ് റഷ്യയിലേതൊഴിച്ചാൽ അക്കാലത്തെ ഏറ്റവും വലിയ കമ്മ്യൂണിസ്റ്റ് വനിതാപ്രസ്ഥാനങ്ങൾക്ക് നേതൃത്വം നൽകിക്കൊണ്ടിരുന്ന ജർമ്മനിയിലേയും ബൾഗേറിയയിലേയും കമ്മ്യൂണിസ്റ്റ് സ്ത്രീകളുടെ എതിർപ്പുകാരണം കോൺഗ്രസ്സെന്ന ആശയം സഫലമായില്ല. കോൺഗ്രസ്സ് വിളിച്ചുകൂട്ടുന്നതിന് അവർ തീർത്തും എതിരായിരുന്നു.

ഞാനിക്കാര്യം ലെനിനെ അറിയിച്ചപ്പോൾ അദ്ദേഹം പറഞ്ഞു:

'കഷ്ടമായിപ്പോയി! വലിയ കഷ്ടമായിപ്പോയി! സ്ത്രീകളുടെ വിപുലമായ വിഭാഗങ്ങളുടെ മുമ്പിൽ പുതുതും കൂടുതൽ മികച്ചതുമായ കാഴ്ചപ്പാടുകൾ തുറന്നുകൊടുക്കാനും അങ്ങിനെ തൊഴിലാളിവർഗ്ഗത്തിന്റെ വിപ്ലവസമരത്തിൽ അവരെക്കൂടി പങ്കെടുപ്പിക്കാനുമുള്ള ഒരു സുവർണ്ണാവസരമാണ് ഈ സഖാക്കൾ പാഴാക്കിക്കളഞ്ഞത്. ഇത്രയും നല്ലൊരവസരം അടുത്തുതന്നെ വീണ്ടും വരുമെന്ന് ആർക്കു പറയാൻ കഴിയും? കാറ്റുള്ളപ്പോൾ തൂറ്റണം. ഏതായാലും ആ കടമ നിറവേറ്റിയേ പറ്റൂ. മുതലാളിത്തം കെട്ടുതികളിലേക്കു തള്ളിവിട്ടിട്ടുള്ള സ്ത്രീജനങ്ങളുടെ അടുത്തേക്കുള്ള വഴി തിരഞ്ഞുകൊണ്ടേയിരിക്കണം. അതിന് എന്തു വിലകൊടുക്കേണ്ടിവന്നാൽപ്പോലും ആ വഴി തിരയണം. അനുപേക്ഷണീയമായ ഈ

കടമയിൽനിന്ന് ഒഴിഞ്ഞുമാറരുത്. കമ്മ്യൂണിസ്റ്റ് നേതൃത്വത്തിൽ ബഹുജനങ്ങളുടെ സംഘടിതപ്രവർത്തനമില്ലാതെ മുതലാളിത്തത്തിന്റെമേൽ വിജയം വരിക്കാനോ കമ്മ്യൂണിസം കെട്ടിപ്പടുക്കാനോ സാദ്ധ്യമല്ല. അതുകൊണ്ട്, ഇതേവരെ അടിയിൽ, ഒളിഞ്ഞ് കിടന്നിരുന്ന വനിതാ വിഭാഗങ്ങൾകൂടി അവസാനം ചലിച്ചുതുടങ്ങേണ്ടിയിരിക്കുന്നു.

***

വിപ്ലവതൊഴിലാളിവർഗ്ഗം ലെനിനെക്കൂടാതെ ചെലവഴിച്ച ആദ്യത്തെ വർഷം കഴിഞ്ഞിരിക്കുന്നു. അദ്ദേഹത്തിന്റെ ലക്ഷ്യത്തിന്റെ അനശ്വരതയും നേതാവെന്ന നിലയ്ക്കുള്ള അദ്ദേഹത്തിന്റെ പ്രതിഭാശാലിത്വവും എടുത്തുകാട്ടിയ ഒരു വർഷമായിരുന്നു അത്. ഒരു വർഷം മുമ്പ് ലെനിന്റെ ദീർഘവീക്ഷണമുള്ളതും തുളഞ്ഞുകയറുന്നതുമായ കണ്ണുകൾ എന്നെന്നേക്കുമായി അടഞ്ഞ വിഷാദവേള വിളിച്ചറിയിച്ചുകൊണ്ട് പീരങ്കിവെടികൾ മുഴങ്ങുന്നു. ദുഃഖാർത്തരായ സ്ത്രീപുരുഷന്മാരുടെ, അദ്ധ്വാനിക്കുന്ന ജനങ്ങളുടെ അവസാനിക്കാത്ത വിലാപയാത്ര ഞാൻ കാണുന്നു. ലെനിൻ അന്ത്യവിശ്രമംകൊള്ളുന്ന ഇടത്തേക്കാണവർ പോകുന്നത്. അവരുടെ വിലാപം എന്റെ വിലാപമാണ്, ജനകോടികളുടെ വിലാപമാണ്. അദ്ദേഹത്തെക്കുറിച്ചുള്ള ഓർമ്മകൾ ഉണർത്തിക്കൊണ്ട് അടക്കാനാവാത്ത വേദന തികട്ടിവരികയാണ്. അദ്ദേഹത്തിന്റെ കാലത്തെ യാഥാർത്ഥ്യങ്ങളെ അതു വീണ്ടും മനസ്സിലുയർത്തുന്നു. അവയുടെ മുമ്പിൽ നിഷ്പ്രഭങ്ങളാണ് ഇന്നത്തെ വിഷമതകൾ. എന്നോടു സംസാരിക്കുമ്പോൾ ലെനിൻ പറഞ്ഞ ഓരോ വാക്കും ഞാൻ വീണ്ടും കേൾക്കുന്നു. അദ്ദേഹത്തിന്റെ മുഖത്തെ ഓരോ ഭാവഭേദവും ഞാൻ വീണ്ടും കാണുന്നു. അവയെക്കുറിച്ചെല്ലാം എനിക്കെഴുതണം. എഴുതണം...പതാകകൾ - വിപ്ലവപോരാളികളുടെ ചോരയിൽ കുതിർന്ന പതാകകൾ - ലെനിന്റെ ശവകുടീരത്തിന്റെ മുമ്പിൽ കുനിച്ചുപിടിക്കുന്നു. പുഷ്പചക്രങ്ങൾ അവിടെ സമർപ്പിക്കുന്നു. അവയിലൊരെണ്ണംപോലും ഒഴിവാക്കാവുന്നതല്ല. ഇവയോടൊപ്പം എന്റെ ഈ വിനീതവരികൾ ഞാൻ സമർപ്പിച്ചുകൊള്ളട്ടെ.

1925 ജനുവരിയിൽ എഴുതിയത്.

കുറിപ്പുകൾ

1. ഒബൂഹൊവ് പ്രതിരോധം - 1901 മേയ് 7-ാം ന സെന്റ് പീറ്റേഴ്സ്ബർഗ്ഗിലെ ഒബൂഹൊവ് ഫാക്ടറിയിലുള്ള തൊഴിലാളികൾ പോലീസിനും പട്ടാളത്തിനുമെതിരായി നടത്തിയ ധീരോദാത്തമായ പോരാട്ടം. മേദിനയോഗത്തിൽ പങ്കെടുത്തതിന് 26 പേരെ പിരിച്ചുവിട്ടതിൽ തൊഴിലാളികൾ നേരത്തെ പ്രതിഷേധിക്കുകയുണ്ടായി. പിരിച്ചുവിട്ടവരെ തിരിച്ചെടുക്കണമെന്ന തൊഴിലാളികളുടെ ആവശ്യം മാനേജ്മെന്റ് നിരസിച്ചതിനെത്തുടർന്ന് മേയ് 7 ന് 5,000 തൊഴിലാളികൾ പണിമുടക്കി. പ്രവൃത്തിദിവസം 8 മണിക്കൂറാക്കുക, മേയ് 1 അവധിദിവസമായി പ്രഖ്യാപിക്കുക, പിരിച്ചുവിട്ടവരെ തിരിച്ചെടുക്കുക, കൂലി വർദ്ധിപ്പിക്കുക, എന്നിവയായിരുന്നു അവരുടെ മുഖ്യ ആവശ്യങ്ങൾ. തൊഴിലാളികളുടെ കൂട്ടത്തെ പിരിച്ചുവിടാൻ അയച്ച പോലീസും പട്ടാളവും കല്ലുകളുടെ ശരവർഷത്തെ നേരിട്ടു. കൂടുതൽ പോലീസിനേയും പട്ടാളത്തേയും വരുത്തിയശേഷം മാത്രമേ തൊഴിലാളികളുടെ പ്രകടനത്തെ പിരിച്ചുവിടാൻ കഴിഞ്ഞുള്ളു.

തൊഴിലാളികളിൽ ചിലർ കൊല്ലപ്പെട്ടു, കുറേപ്പേർക്കു മുറിവേറ്റു. അറസ്റ്റ് ചെയ്ത 800 പേരിൽ 29 പേരെ കഠിനതടവിനു ശിക്ഷിച്ചു. പോലീസിന്റെ ഭീകരനടപടികളിൽ പ്രതിഷേധിച്ച് സെന്റ് പീറ്റേഴ്സബർഗ്ഗിലെ പല ഫാക്ടറികളിലേയും തൊഴിലാളികൾ പണിമുടക്കി.

ഒബൂഹൊവ് പ്രതിരോധം തൊഴിലാളിവർഗ്ഗത്തിന്റെ തുറന്ന രാഷ്ട്രീയ സമരത്തിന്റെ തുടക്കം കുറിച്ചു.

2. കുടിൽവ്യവസായക്കാർ - വ്യവസായോല്പന്നങ്ങൾ കമ്പോളത്തിനു വേണ്ടി നിർമ്മിക്കുന്ന ചെറുകിട ഉല്പാദകർ, ആവശ്യക്കാരുടെ ഓർഡറനുസരിച്ചു പണിയെടുക്കുന്ന കൈവേലക്കാരിൽനിന്ന് അവർക്കുള്ള വ്യത്യാസം ഇതാണ്.

3. 'തൊഴിലാളിവിമോചനഗ്രൂപ്പ്' - 1883-ൽ ജി. വി. പ്ലെഹാനൊവ് ജനീവയിൽ സ്ഥാപിച്ച ആദ്യത്തെ റഷ്യൻ മാർക്സിസ്റ്റ് ഗ്രൂപ്പ്. റഷ്യയിൽ മാർക്സിസം പ്രചരിപ്പിക്കാൻ വളരെയധികം പ്രവർത്തിച്ച ഈ ഗ്രൂപ്പ്

1903 വരെ നിലനിന്നു.

4. കാഡറ്റുകൾ - റഷ്യയിലെ ലിബറൽ-രാജാധിപത്യബൂർഷ്വാസിയുടെ പ്രധാനകക്ഷിയായ കോൺസ്റ്റിറ്റിയൂഷണൽ ഡെമോക്രാറ്റിക് പാർട്ടിയിലെ അംഗങ്ങൾ. 1905 ഒക്ടോബറിൽ സ്ഥാപിതമായ ഈ പാർട്ടിയിൽ ബൂർഷ്വാസിയുടേയും ഭൂപ്രഭുക്കളുടേയും ബൂർഷ്വാ ബുദ്ധിജീവികളുടേയും പ്രതിനിധികൾ ഉൾപ്പെട്ടിരുന്നു.

5. വനിതാ പ്രതിനിധി സമ്മേളനങ്ങൾ - ഫാക്ടറികളിലും തൊഴിലാളിസെറ്റിൽമെന്റുകളിലുമാണ് ഇവ സംഘടിപ്പിച്ചത്. തൊഴിലാളിസ്ത്രീകളുടേയും കർഷകസ്ത്രീകളുടേയും ഏറ്റവും വിപുലമായ വിഭാഗങ്ങൾ അവയിലേക്കു പ്രതിനിധികളെ തിരഞ്ഞെടുത്തു. പ്രതിനിധിസമ്മേളനങ്ങളിൽ വച്ചു തിരഞ്ഞെടുക്കപ്പെട്ട വനിതാപ്രതിനിധികൾ പാഠശാലകൾ, ചികിത്സാസ്ഥാപനങ്ങൾ, ബാലവാടികൾ, കുട്ടികളുടെ കളിസ്ഥലങ്ങൾ, ഭോജനശാലകൾ, കടകൾ തുടങ്ങിയവ സംഘടിപ്പിക്കാനും അവയുടെ മേൽനോട്ടം വഹിക്കാനുംവേണ്ടി വിവിധ സോവിയറ്റ്-ട്രേഡ് യൂണിയൻ സംഘടനകളിൽ (സോവിയറ്റുകളുടെ വകുപ്പുകളിലും പലതരം കമ്മീഷനുകളിലും) ചേർന്നു പ്രവർത്തിച്ചു.

അതാതു പ്രാഥമികപാർട്ടി സംഘടനകളുടെ നേതൃത്വത്തിലാണ് ഈ വനിതാപ്രതിനിധിസമ്മേളനങ്ങൾ പ്രവർത്തിച്ചത്. സ്ത്രീകളുടെയിടയിൽ പ്രവർത്തിക്കാനും വനിതാപ്രതിനിധിസമ്മേളനങ്ങളുടെ പ്രവർത്തനങ്ങൾക്കു നേതൃത്വം നല്കാനും വേണ്ടി ആ പാർട്ടിസംഘടനകൾ വനിതാസംഘാടകരെ നിയോഗിച്ചു.

പിൽക്കാലത്ത് പാർട്ടിയിലും സോവിയറ്റിലും മാനേജ്മെന്റ് രംഗത്തും നേതൃസ്ഥാനങ്ങളിലേക്കു നിയുക്തരായ സ്ത്രീകളിൽ വലിയൊരു വിഭാഗം ഈ പ്രതിനിധിസമ്മേളനങ്ങളിലൂടെ കടന്നുവന്നവരായിരുന്നു.

6. കുലാക്കുകൾ - 'തൊഴിലാളികളെ പണിക്കുവച്ചുകൊണ്ടോ പണം പലിശയ്ക്കു കടംകൊടുക്കുകയും മറ്റും ചെയ്തുകൊണ്ടോ മറ്റുള്ളവരുടെ അദ്ധ്വാനത്തെ ചൂഷണം ചെയ്യുന്ന ധനികകൃഷിക്കാർ' (ലെനിൻ).

7. രാഷ്ട്രീയവകുപ്പുകൾ - സോഷ്യലിസ്റ്റ് നിർമ്മാണത്തിന്റെ ഓരോരോ രംഗങ്ങളിലുമുള്ള നേതൃത്വവും രാഷ്ട്രീയപ്രവർത്തനവും ശക്തിപ്പെടുത്താൻ വേണ്ടി സോവിയറ്റ് കമ്മ്യൂണിസ്റ്റ് പാർട്ടിയുടെ കേന്ദ്രക്കമ്മിറ്റി സ്ഥാപിച്ചതാണ് ഇവ. മഷിൻ-ട്രാക്ടർ സ്റ്റേഷനുകളിലെ രാഷ്ട്രീയവകുപ്പുകൾ 1933-ൽ സ്ഥാപിതമായി; 1934 വരെ നിലനിന്നു.

8. 1901-02 കാലത്ത് 'ഇസ്ക്ര' യെന്ന ലെനിനിസ്റ്റ് പത്രത്തിന്റെ

പത്രാധിപസമിതി തയ്യാറാക്കിയ പാർട്ടി പരിപാടിയാണ് 1903-ൽ ചേർന്ന ആർ.എസ്സ്.ഡി.എൽ.പി.യുടെ രണ്ടാം കോൺഗ്രസ്സ് അംഗീകരിച്ചത്.

പരിപാടിയുടെ ആദ്യത്തെ നക്കൽ തയ്യാറാക്കിയത് ജി.വി. പ്ലെഹാനൊവാണ്. പ്ലെഹാനൊവിന്റെ ആദ്യത്തേതും തുടർന്നുള്ളതുമായ നക്കലുകൾ സ്വീകാര്യമല്ലെന്നു കണ്ട് 1902 ജനുവരി-ഫെബ്രുവരിയിൽ ലെനിൻ സ്വന്തം നക്കൽ എഴുതിത്തയ്യാറാക്കി. ലെനിന്റേയും പ്ലെഹാനൊവിന്റേയും നക്കലുകളുടെ അടിസ്ഥാനത്തിൽ ഒരൊറ്റ കരടുപരിപാടി തയ്യാറാക്കുന്നതിന് 'ഇസ്ക്ര'യുടെ പത്രാധിപസമിതി ഒരു കമ്മീഷനെ നിയോഗിച്ചു. 1092 ജൂൺ 1-ാം൦ ന 'ഇസ്ക്ര'യുടെ 21-ാം൦ ലക്കത്തിൽ കരടു പരിപാടി പ്രസിദ്ധീകരിക്കുകയുണ്ടായി.

9. ഫാക്ടറിക്കോടതികൾ - വ്യവസായരംഗത്തും കാർഷികരംഗത്തും കൂലിയും തൊഴിൽസംരക്ഷണവും മറ്റും സംബന്ധിച്ച് തൊഴിലാളികളും തൊഴിലുടമകളും തമ്മിൽ ഉണ്ടാകുന്ന നാനാതരം ഭിന്നിപ്പുകൾ പരിശോധിച്ച് തീരുമാനമെടുക്കാനുദ്ദേശിച്ചുകൊണ്ടുള്ളതായിരുന്നു അവ. ക്രമാധികം ഉയർന്ന പാട്ടം കുറയ്ക്കാനും പണിക്കാരെ കെട്ടിവരിഞ്ഞിടുന്ന തരത്തിലുള്ള കരാറുകൾ റദ്ദാക്കാനും കൂടി കാർഷിക കോടതികൾക്ക് അധികാരമുണ്ടെന്ന് വിഭാവനം ചെയ്തിരുന്നു.

10. ഫേബിയൻ സൊസൈറ്റി - ഒരു സംഘം ബൂർഷ്വാ ബുദ്ധിജീവികൾ ചേർന്ന് ബ്രിട്ടനിൽ 1884-ൽ സ്ഥാപിച്ച ഒരു പരിഷ്കരണവാദിസംഘടന. കാത്തിരിപ്പുനയം അനുവർത്തിക്കുന്നതിനു പേരുകേട്ട ഫേബിയുസ് കൻക്ടാട്ടർ എന്ന റോമാസൈന്യാധിപനിൽനിന്നാണ് ഈ പേരു വന്നത്. ഫേബിയന്മാർ വർഗ്ഗസമരം പരിത്യജിക്കുകയും, ബൂർഷ്വാസിയിൽ സോഷ്യലിസ്റ്റാശയങ്ങൾ 'കുത്തിനിറയ്ക്കുക'യെന്ന കടമ മുന്നോട്ടുവയ്ക്കുകയും ചെയ്തു. ചെറുകിട പരിഷ്ക്കാരങ്ങൾ വഴി സോഷ്യലിസത്തിലേക്കു കടക്കാൻ കഴിയുമെന്ന് അവർ വാദിച്ചു. 1900-ൽ ഫേബിയൻ സൊസൈറ്റി ലേബർ പാർട്ടിയിൽ ചേർന്നു.

11. മാൽത്തൂഷ്യനിസം - ബ്രിട്ടീഷ് ധനശാസ്ത്രജ്ഞനായിരുന്ന തോമസ് മാൽത്തൂസിന്റെ (1766-1834) പിന്തിരിപ്പൻ സിദ്ധാന്തം. മുതലാളിമാർ തൊഴിലാളികളെ ചൂഷണം ചെയ്യുന്നതുകൊണ്ടല്ല, പിന്നെയോ, ജനസംഖ്യ ക്രമാധികം വേഗത്തിൽ വർദ്ധിക്കുന്നതുകൊണ്ടാണ് മുതലാളിത്തത്തിൻകീഴിൽ തൊഴിലാളിവർഗ്ഗത്തിനു പട്ടിണിയും ദുരിതവുമനുഭവിക്കേണ്ടിവരുന്നതെന്നു സ്ഥാപിക്കാൻ അദ്ദേഹം ശ്രമിച്ചു.

മുതലാളിത്തത്തെ ന്യായീകരിക്കാനും തൊഴിലാളിവർഗ്ഗത്തിന്റെ

ദുരിതവും പട്ടിണിയും ഏതു സാമൂഹ്യവ്യവസ്ഥയിലും അനിവാര്യമാണെന്നു സ്ഥാപിക്കാനും ബൂർഷ്വാ പ്രത്യശാസ്ത്രജ്ഞരുടെ ഭാഗത്തുനിന്നുണ്ടായ ശ്രമമായിരുന്നു മാൽത്തൂഷ്യനിസം. തങ്ങളുടെ ദുസ്ഥിതിയുടെ യഥാർത്ഥകാരണങ്ങൾ ബഹുജനങ്ങളിൽ നിന്നു മറച്ചുപിടിക്കാനും മുതലാളിത്തവ്യവസ്ഥയ്ക്കെതിരായ സമരത്തിൽനിന്ന് അവരുടെ ശ്രദ്ധ തിരിക്കാനുമുള്ള ഒരു ശ്രമമായിരുന്നു അത്.

1870'കളിൽ മാൽത്തൂഷ്യനിസം പുത്തൻ മാൽത്തൂഷ്യനിസത്തിന്റെ വേഷത്തിൽ വീണ്ടും രംഗത്തു വന്നു. 'കേവലമായ ജനസംഖ്യാ ആധിക്യ'മെന്നും മണ്ണിന്റെ ഫലപുഷ്ടിശോഷണമെന്നും മറ്റുമുള്ള കപടശാസ്ത്രീയ സിദ്ധാന്തങ്ങളുടെ പേരിൽ അത് സാമാന്യജനങ്ങളുടെ വർദ്ധിച്ചുവരുന്ന പാപ്പരത്തത്തെ ന്യായീകരിക്കാൻ ശ്രമിച്ചു. മുതലാളിത്തത്തെ അരക്കിട്ടുറപ്പിക്കാനും അത് വരുത്തി വച്ച കെടുതികളെ ലഘൂകരിക്കാനുമുള്ള മാർഗ്ഗമായിട്ടാണ് പുത്തൻ മാൽത്തൂഷ്യനിസം ജനനിയന്ത്രണത്തേയും യുദ്ധങ്ങളേയും പകർച്ചവ്യാധികളേയും കാണുന്നത്. അതിന്റെ വക്താക്കളിൽ പലരും വർണ്ണവിവേചനവാദികൾ കൂടിയാണ്.

12. പിറോഗൊവ് സ്മാരകകോൺഗ്രസ്സുകൾ - റഷ്യയിലെ ശസ്ത്രക്രിയാകുശലനും ശരീരഘടനാശാസ്ത്രജ്ഞനുമായിരുന്ന എൻ.ഐ.പി. റോഗൊവിന്റെ അനുസ്മരണാർത്ഥം റഷ്യൻ ഭിഷഗ്വരസംഘടന നടത്തിവന്ന ഭിഷഗ്വരകോൺഗ്രസ്സുകൾ. 1913 മേയ് 29-നും ജൂൺ 5-നുമിടയ്ക്ക് സെന്റ് പീറ്റേഴ്സ്ബർഗ്ഗിൽവച്ച് നടത്തിയ 12-ാം പിറോഗൊവ് സ്മാരക കോൺഗ്രസ്സിനെയാണ് ഈ ലേഖനത്തിൽ പരാമർശിക്കുന്നത്.

13. റൂസ്ക്കൊയെ സ്ലോവൊ (റഷ്യൻ പദം) - മോസ്ക്കോയിൽനിന്ന് 1885 മുതൽ 1917 വരെ പ്രസിദ്ധീകരിച്ച ഒരു ലിബറൽ ബൂർഷ്വാപത്രം .

14. നറോദ്നിക്കുകൾ - 1870'കളിൽ റഷ്യയിൽ ഉയർന്നുവന്ന ഒരു പ്രത്യയശാസ്ത്ര-രാഷ്ട്രീയപ്രവണതയുടെ പ്രതിനിധികൾ. വിപ്ലവ പ്രസ്ഥാനത്തിൽ തൊഴിലാളിവർഗ്ഗത്തിനുള്ള നേതൃത്വപരമായ പങ്കിനെ നിഷേധിക്കലും ചെറുകിട സ്വത്തുടമകൾക്ക് - കൃഷിക്കാർക്ക് - സോഷ്യലിസ്റ്റ് വിപ്ലവം നടത്താൻ കഴിയുമെന്ന തെറ്റായ വിശ്വാസവുമായിരുന്നു നറോദ്നിക് ലോകവീക്ഷണത്തിന്റെ സവിശേഷതകൾ. വാസ്തവത്തിൽ റഷ്യൻ നാട്ടിൻപുറങ്ങളിൽ നിലനിന്ന ഫ്യൂഡലിസത്തിന്റേയും അടിയായ്മയുടേയും അവശിഷ്ടമായിരുന്ന വില്ലേജ് കമ്മ്യൂണിനെ അവർ സോഷ്യലിസത്തിന്റെ ബീജകേന്ദ്രമായി കരുതി. സമുദായത്തിന്റെ യഥാർത്ഥവികാസത്തിൽനിന്നു വിട്ടുനിന്നിരുന്ന നറോദ്നിക് സോഷ്യലിസം വെറുമൊരു പദപ്രയോഗവും സ്വപ്നവും സദ് വാഞ്ഛയും മാത്രമായിരുന്നു.

1880-90 കളിൽ നറോദ്നിക്കുകൾ ത്സാറിസവുമായി രഞ്ജിപ്പിലെത്തി. അവർ കുലാക്കുകളുടെ താല്പര്യങ്ങൾ പ്രകാശിപ്പിക്കുകയും മാർക്സിസത്തിനെതിരെ രൂക്ഷമായി പൊരുതുകയും ചെയ്തു.

15.'ലൈപ്സിഗർ ഫോൽക്സൈത്തുംഗ്' (Leipziger Volkszeitung) - ജർമ്മൻ സോഷ്യൽഡെമോക്രാറ്റുകാരുടെ ദിനപ്പത്രം. 1894മുതൽ 1933 വരെ പ്രസിദ്ധീകരിച്ചു.

16. സംഘടനാക്കമ്മിറ്റി - മെൻഷെവിക്കുകളുടെ നേതൃകേന്ദ്രം; 1912 -ൽ രൂപീകൃതമായി.

17. 'ഗോലൊാസ്' - മെൻഷെവിക്-ട്രോട്സ്ക്കിയിസ്റ്റ് ദിനപ്പത്രം. 1914 സെപ്റ്റംബർ തൊട്ട് 1915 ജനുവരി വരെ പാരീസിൽ നിന്നിറങ്ങി.

18. 1917 ഏപ്രിൽ-മേയിൽ തയ്യാറാക്കിയ ആർ.എസ്.ഡി.എൽ. പിയുടെ കരടുപരിപാടിയിലെ ഒരു ഭാഗമാണ് ഇവിടെ കൊടുത്തിരിക്കുന്നത്. വായനക്കാരുടെ സൗകര്യത്തെ ഉദ്ദേശിച്ച് ലെനിൻ പരിപാടിയുടെ പഴയ പാഠവും പുതിയ പാഠവും ഒന്നിച്ചു പ്രസിദ്ധീകരിച്ചു. പഴയ പരിപാടിയിൽ നിന്നും പുതിയ പരിപാടിയിൽ അതേപടി ശേഷിക്കുന്ന ഭാഗങ്ങൾ സാധാരണ അക്ഷരത്തിലും, തീർത്തും എടുത്തുകളയേണ്ട ഭാഗങ്ങൾ ഒറ്റ അടിവരയിട്ടും, പുതിയ പരിപാടിയിൽ പുതുതായി ചേർത്തിട്ടുള്ള ഭാഗങ്ങൾ ഇരട്ട അടിവരയിട്ടും കൊടുത്തിരിക്കുന്നു.

19. മെൻഷെവിക്കുകൾ - റഷ്യൻ സോഷ്യൽഡെമോക്രസിയിലെ പെറ്റിബൂർഷ്വാ അവസരവാദപ്രവണതയുടെ പ്രതിനിധികൾ. 1903 ആഗസ്റ്റിൽ ചേർന്ന ആർ.എസ്.ഡി.എൽ.പിയുടെ രണ്ടാം കോൺഗ്രസ്സിനു ശേഷമാണ് അവർ ഈ പേരിൽ അറിയപ്പെടാൻ തുടങ്ങിയത്. ആ കോൺഗ്രസ്സിൽ വച്ച് പാർട്ടിയുടെ കേന്ദ്രഘടകങ്ങളിലേക്കു നടന്ന തിരഞ്ഞെടുപ്പിൽ അവർ ന്യൂനപക്ഷം (റഷ്യനിൽ 'മെൻഷിൻസ്ത്വൊ') ആയിരുന്നു. ലെനിന്റെ നേതൃത്വത്തിലുള്ള വിപ്ലവ സോഷ്യൽഡെമോക്രാറ്റുകാർക്കു ഭൂരിപക്ഷം (റഷ്യനിൽ 'ബൊൽഷിൻസ്ത്വൊ') ലഭിച്ചതിനാൽ അവർ ബോൾഷെവിക്കുകൾ എന്ന പേരിലറിയപ്പെട്ടു.

1917 ഫെബ്രുവരിയിലെ ബൂർഷ്വാ ജനാധിപത്യവിപ്ലവത്തിനുശേഷം മെൻഷെവിക്കുകൾ സോഷ്യലിസ്റ്റ് റവല്യൂഷണറികളോടൊപ്പം ബൂർഷ്വാ താൽക്കാലികഗവൺമെന്റിൽ ചേർന്നു. അവർ അതിന്റെ സാമ്രാജ്യത്വ നയത്തെ പിന്താങ്ങുകയും വളർന്നുവന്ന തൊഴിലാളിവർഗ്ഗവിപ്ലവത്തിനെതിരെ പൊരുതുകയും ചെയ്തു.

സോഷ്യലിസ്റ്റ് റവല്യൂഷണറികൾ - 1901 അവസാനത്തിലും 1902

ആരംഭത്തിലുമായി രൂപംകൊണ്ട ഒരു പെറ്റിബൂർഷ്വാ പാർട്ടി. തുടക്കത്തിൽ കൃഷിക്കാരുടെ ജനാധിപത്യാവശ്യങ്ങളേയും ഭൂപ്രഭുക്കളിൽനിന്നു ഭൂമി പിടിച്ചെടുക്കാനുള്ള അവരുടെ ആഗ്രഹത്തേയും പ്രകാശിപ്പിച്ചെങ്കിലും അത് കാലക്രമത്തിൽ കുലാക്കുകളുടെ കക്ഷിയായി മാറി. ഒക്ടോബർ സോഷ്യലിസ്റ്റ് വിപ്ലവത്തിന് ശേഷം അത് ബൂർഷ്വാസിയോടും ഭൂവുടമകളോടും വിദേശ ഇടങ്കോലിടൽകാരോടുമൊപ്പം സോവിയറ്റധികാരത്തിനെതിരായി സമരം ചെയ്യുന്ന ഒരു തുറന്ന പ്രതിവിപ്ലവകക്ഷിയായിത്തീർന്നു.

20. പണിയെടുക്കുന്ന സ്ത്രീകളുടെ ഒന്നാം അഖിലറഷ്യാകോൺഗ്രസ്സ് 1918 നവംബർ 16 മുതൽ 21 വരെ മോസ്ക്കോയിൽവച്ച് ആർ.സി.പി (ബി)യുടെ കേന്ദ്രകമ്മിറ്റി വിളിച്ചുകൂട്ടി. ഫാക്ടറികളിൽനിന്നും ഗ്രാമങ്ങളിലെ പാവപ്പെട്ടവരിൽനിന്നുമായി 1,147 വനിതാപ്രതിനിധികൾ അതിൽ സംബന്ധിച്ചു. പാർട്ടിയിൽ പെടാത്ത സ്ത്രീകളെ സോഷ്യലിസ്റ്റ് നിർമ്മാണത്തിൽ പങ്കെടുപ്പിക്കാനുള്ള ഒരു പുതിയ സംഘടനാരൂപമെന്ന നിലയ്ക്ക് പ്രതിനിധിസമ്മേളനങ്ങൾ സ്ഥാപിക്കുന്നതിനെ കോൺഗ്രസ്സ് ശരിവച്ചു. തൊഴിലാളിസ്ത്രീകളുടേയും കർഷകസ്ത്രീകളുടേയുമിടയിൽ വിപുലമായ പാർട്ടിപ്രവർത്തനത്തിന് അതു തുടക്കമിട്ടു.

21. ദരിദ്രകർഷകസമിതികൾ - അഖിലറഷ്യാ കേന്ദ്രനിർവ്വാഹസമിതി 1918 ജൂൺ 11-ാം നു പുറപ്പെടുവിച്ച കല്പനപ്രകാരമാണ് അവ സ്ഥാപിതമായത്. ധാന്യവും മറ്റ് അത്യാവശ്യസാധനങ്ങളും കൃഷിപ്പണിയായുധങ്ങളും വിതരണം ചെയ്യുകയെന്നതും കുലാക്കുകളുടേയും ധനികകൃഷിക്കാരുടേയും പക്കൽനിന്ന് മിച്ചധാന്യം വസൂലാക്കുന്ന കാര്യത്തിൽ പ്രാദേശികഭക്ഷ്യസംഘടനകളെ സഹായിക്കുകയെന്നതും അവയുടെ ചുമതലകളിൽപ്പെട്ടിരുന്നു. ആ കല്പനയനുസരിച്ച് ധാന്യത്തിന്റേയും കൃഷിപ്പണിയായുധങ്ങളുടേയും വിതരണത്തിൽ ദരിദ്രകർഷകർക്ക് പല ആനുകൂല്യങ്ങളും ലഭിച്ചു. ദരിദ്രകർഷകസമിതികൾ നാട്ടിൻപുറങ്ങളിൽ സോവിയറ്റധികാരം ഉറപ്പിക്കാൻ സഹായിക്കുകയും ഇടത്തരം കൃഷിക്കാരെ സോവിയറ്റധികാരത്തിന്റെ ഭാഗത്തേക്കു കൊണ്ടുവരുന്നതിൽ അതിപ്രധാനമായ പങ്കുവഹിക്കുകയും ചെയ്തു.

1918 നവംബറിൽ ചേർന്ന സോവിയറ്റുകളുടെ ആറാം അസാധാരണകോൺഗ്രസ്സിന്റെ തീരുമാനപ്രകാരം ദരിദ്രകർഷകസമിതികളെ ഗ്രാമസോവിയറ്റുകളിൽ ലയിപ്പിച്ചു.

22. ആർ.സി.പി.(ബി.)യുടെ കരടുപരിപാടിക്കുവേണ്ടി ലെനിൻ എഴുതിയ രേഖകളും മറ്റും പാർട്ടിപരിപാടി തയ്യാറാക്കിയ കമ്മീഷന്റെ

പ്രവർത്തനത്തിന് അടിസ്ഥാനമായി ഭവിച്ചു. 1919 മാർച്ചിൽ കൂടിയ ആർ.സി.പി.(ബി)യുടെ എട്ടാം കോൺഗ്രസ്സിൽവച്ചാണ് പുതിയ പാർട്ടി പരിപാടി അംഗീകരിച്ചത്.

23. കമ്മ്യൂണിസ്റ്റ് സുബോത്നിക്കുകൾ - പണിയെടുക്കുന്ന ജനങ്ങൾ സമുദായത്തിനുവേണ്ടി കൂലി വാങ്ങാതെ സ്വമേധയാ ചെയ്യുന്ന ശ്രമദാനം. അദ്ധ്വാനത്തോടുള്ള അവരുടെ കമ്മ്യൂണിസ്റ്റ് മനോഭാവത്തിന്റെ ലക്ഷണമാണത്.

സമ്പദ്വ്യവസ്ഥ തകർന്നുകിടക്കുകയും തൊഴിലാളികൾ തികയാതെ വരികയും ചെയ്ത ആഭ്യന്തരയുദ്ധകാലത്താണ് ആദ്യത്തെ സുബോത്നിക്കുകൾ സംഘടിപ്പിച്ചത്. വിപ്ലവകരമായ രീതിയിൽ പണിയെടുക്കണമെന്ന് ഉൽബോധിപ്പിച്ചുകൊണ്ടുള്ള ആർ.സി.പി. കേന്ദ്രക്കമ്മിറ്റിയുടെ കത്തിനു മറുപടിയായി മോസ്ക്കോ-കസാൻ റെയിൽവേയിലെ തൊഴിലാളികൾ 1919മേയ് 10-ാംനു ശനിയാഴ്ച ആദ്യത്തെ കമ്മ്യൂണിസ്റ്റ് സുബോത്നിക്കു നടത്തി (റഷ്യനിൽ 'സുബോത്ത' എന്നാൽ ശനിയാഴ്ചയെന്നർത്ഥം. അങ്ങിനെയാണ് സുബോത്നിക്ക് എന്ന പേരു വന്നത്. - പ.) ജോലിസമയം കഴിഞ്ഞ് അവർ വാഗണുകളുടേയും എഞ്ചിനുകളുടേയും കേടുപാടുകൾ തീർക്കുകയും ചരക്കു കയറ്റുകയും മറ്റും ചെയ്തുകൊണ്ട് 6 മണിക്കൂർകൂടി ശമ്പളമില്ലാതെ പണിയെടുത്തു. അവരുടെ ഈ മുൻകയ്യിന് ഉടനടി പ്രതികരണമുണ്ടായി. സുബോത്നിക്ക് ഒരു ബഹുജനപ്രസ്ഥാനമായിത്തീർന്നു. കമ്മ്യൂണിസ്റ്റ് സുബോത്നിക്കുകൾക്ക് ലെനിൻ വമ്പിച്ച പ്രാധാന്യം കല്പിച്ചു. 'അദ്ധ്വാനത്തിന്റെ ഉല്പാദനക്ഷമത വളർത്തുന്നതിലും പുതിയൊരു തൊഴിൽശിക്ഷണത്തിലേക്കു കടക്കുന്നതിലും' 'മഹത്തായൊരു തുടക്ക' മാണവയെന്ന് അദ്ദേഹം പറഞ്ഞു (സമാഹൃതകൃതികൾ, 5-ാം പതിപ്പ്, വാള്യം 39,പേജ് 18).

24. പൂദ് - 16.381 കിലോഗ്രാമിനു തുല്യമായ ഒരു പഴയ റഷ്യൻ തൂക്കഅളവ്.

25. കോൺസ്റ്റിറ്റുവന്റ് അസംബ്ലി - 1918 ജനുവരി 5-ാം നു സോവിയറ്റ് ഗവൺമെന്റ് അതു വിളിച്ചുകൂട്ടി. ഒക്ടോബർ സോഷ്യലിസ്റ്റ് വിപ്ലവത്തിനു മുമ്പു തയ്യാറാക്കിയ വോട്ടർപട്ടികയുടെ അടിസ്ഥാനത്തിലാണ് കോൺസ്റ്റിറ്റുവന്റ് അസംബ്ലിയിലേക്കുള്ള തിരഞ്ഞെടുപ്പു നടന്നത്. അതുകൊണ്ട് രാജ്യത്തിന്റെ കഴിഞ്ഞുപോയ വികാസഘട്ടത്തെയാണ് - മെൻഷെവിക്കുകളും സോഷ്യലിസ്റ്റ് റവല്യൂഷണറികളും കാഡറ്റുകളും ഭരണാധികാരിത്തിലായിരുന്ന ഘട്ടത്തെയാണ് - കോൺസ്റ്റിറ്റുവന്റ് അസംബ്ലിയുടെ ഘടന പ്രതിഫലിപ്പിച്ചത്.

സോവിയറ്റധികാരസ്ഥാപനത്തിലൂടെയും അതിന്റെ കല്പനകളിലൂടെയും പ്രകടമായ ബഹുഭൂരിപക്ഷം ജനങ്ങളുടെ ഹിതവും ബൂർഷ്വാസിയുടേയും കലാക്കകളുടേയും താല്പര്യങ്ങളെ പ്രകാശിപ്പിച്ച, അസംബ്ലിയിലെ സോഷ്യലിസ്റ്റ് റവലൂഷണി-മെൻഷെവിക്-കാഡറ്റ് വിഭാഗത്തിന്റെ നയവും തമ്മിൽ വമ്പിച്ച വിടവുണ്ടായിരുന്നു. ബോൾഷെവിക്കുകൾ നിർദ്ദേശിച്ച 'പണിയെടുക്കുന്നവരുടേയും ചൂഷിതരുടേയും അവകാശ പ്രഖ്യാപനം ചർച്ച ചെയ്യാനോ സമാധാനത്തേയും ഭൂമിയേയും സോവിയറ്റുകളിലേക്കുള്ള അധികാരക്കൈമാറ്റത്തേയും സംബന്ധിച്ച് സോവിയറ്റുകളുടെ രണ്ടാം കോൺഗ്രസ്സ് അംഗീകരിച്ച കല്പനകളെ സ്ഥിരീകരിക്കാനോ അസംബ്ലി കൂട്ടാക്കിയില്ല.

പ്രഖ്യാപനം വായിച്ചുകേൾപ്പിച്ചതിനുശേഷം ബോൾഷെവിക്കുകൾ, സാമാന്യജനങ്ങളുടെ യഥാർത്ഥ താല്പര്യങ്ങളോടുള്ള എതിർപ്പ് പ്രകടിപ്പിച്ച കോൺസ്റ്റിറ്റുവന്റ് അസംബ്ലിയിൽനിന്നും ഇറങ്ങിപ്പോന്നു. അഖിലറഷ്യ കേന്ദ്രനിർവ്വാഹക സമിതിയുടെ കല്പനപ്രകാരം 1918 ജനുവരി 7-ാം നു കോൺസ്റ്റിറ്റുവന്റ് അസംബ്ലി പിരിച്ചുവിടപ്പെട്ടു.

26. മഹത്തായ ഫ്രഞ്ച് ബൂർഷ്വാജനാധിപത്യവിപ്ലവം നടന്നത് 1789-1794 കാലത്താണ്.

27. പണിയെടുക്കുന്ന സ്ത്രീകളുടെ സാർവ്വദേശീയദിനം അഥവാ സാർവ്വദേശീയവനിതാദിനം - മാർച്ച് 8 - സമാധാനത്തിനും ജനാധിപത്യത്തിനും സോഷ്യലിസത്തിനും വേണ്ടിയുള്ള സമരത്തിൽ എല്ലാ രാജ്യങ്ങളിലുമുള്ള പണിയാളസ്ത്രീകളുടെ സാർവ്വദേശീയ ഐക്യദാർഢ്യദിനം.

1910-ൽ കോപ്പൻഹേഗനിൽ ചേർന്ന വനിതാസോഷ്യലിസ്റ്റുകാരുടെ രണ്ടാം സാർവ്വദേശീയസമ്മേളനത്തിൽവച്ച് സ്ത്രീകളുടെ വിപുലമായ വിഭാഗങ്ങളെ ബൂർഷ്വാ മേധാവിത്വത്തിനെതിരായ സമരത്തിൽ അണിനിരത്തണമെന്ന ലക്ഷ്യത്തോടെ ക്ലാര സെത്ക്കിന്റെ നിർദ്ദേശപ്രകാരം ഏർപ്പെടുത്തിയ വിശേഷദിവസമാണത്. സാർവ്വദേശീയവനിതാദിനം ആദ്യമായി 1911-ൽ ജർമ്മനി, ആസ്ത്രിയ, ഡെൻമാർക്ക്, സ്വിറ്റ്സർലണ്ട് എന്നീ രാജ്യങ്ങളിൽ ആചരിച്ചു. റഷ്യയിൽ അത് ആദ്യമായി ആഘോഷിച്ചത് 1913-ലാണ്.

28. കമ്മ്യൂണിസ്റ്റ് ഇന്റർനാഷനൽ (കൊമിന്റേൺ, അഥവാ 3-ാം ഇന്റർനാഷനൽ) - 1919 തൊട്ട് 1943 വരെ നിലനിന്ന സാർവ്വദേശീയവിപ്ലവ തൊഴിലാളിവർഗ്ഗസംഘടന. വിവിധ രാജ്യങ്ങളിലെ കമ്മ്യൂണിസ്റ്റ് പാർട്ടികൾ അതിൽ ഒന്നിച്ചുചേർന്നിരുന്നു.

എല്ലാ രാജ്യങ്ങളിലേയും പണിയാളർ തമ്മിലുള്ള ബന്ധത്തെ - ഒന്നാം ലോകമഹായുദ്ധകാലത്ത് രണ്ടാം ഇന്റർനാഷനലിന്റെ നേതാക്കൾ കാട്ടിയ വഞ്ചനയുടെ ഫലമായി അറ്റുപോയ ബന്ധത്തെ - കൊമിന്റേൺ പുനഃസ്ഥാപിക്കുകയും ദൃഢതരമാക്കുകയും ചെയ്തു. അത് അവസരവാദികളുടെ ദുർവ്യാഖ്യാനങ്ങളിൽ നിന്നു മാർക്സിസം - ലെനിനിനിസത്തെ സംരക്ഷിക്കുകയും, രണ്ടു ലോകമഹായുദ്ധങ്ങൾക്കു മിടയ്ക്കുള്ള കാലത്ത് തൊഴിലാളിപ്രസ്ഥാനത്തേയും സോഷ്യലിസത്തിനു വേണ്ടിയുള്ള സമരത്തേയും സംബന്ധിക്കുന്ന പല സൈദ്ധാന്തികപ്രശ്നങ്ങൾക്കും പരിഹാരം കാണുകയും, ബഹുജനങ്ങൾക്കിടയിൽ ശാസ്ത്രീയസോഷ്യലിസത്തിന്റെ ആശയങ്ങൾ പ്രചരിപ്പിക്കാൻ ഒട്ടേറെ പ്രവർത്തിക്കുകയും, വിവിധരാജ്യങ്ങളിലെ കമ്മ്യൂണിസ്റ്റ് പാർട്ടികളെ ശക്തിപ്പെടുത്താൻ സഹായിക്കുകയും ചെയ്തു.

29. പൗരസ്ത്യദേശത്തെ സോവിയറ്റ് പ്രദേശങ്ങളിലേയും റിപ്പബ്ലിക്കുകളിലേയും ജനതകളുടെ വനിതാവകുപ്പുകളുടെ ഒന്നാം പ്രതിനിധിസമ്മേളനം 1921 ഏപ്രിൽ 5 മുതൽ 7 വരെ മോസ്ക്കോയിൽ നടന്നു. തുർക്കിസ്ഥാൻ, അസർബൈജാൻ, ബഷ്ക്കീറിയ, ക്രൈമിയ, കോക്കസസ്സ്, താത്താർ റിപ്പബ്ലിക്ക്, സൈബീരിയ എന്നിവിടങ്ങളിൽ നിന്നും, തുർക്കിക്കാരും മലമ്പ്രദേശക്കാരും നിവസിക്കുന്ന ഏതാനും ഗുബേർണിയകളിൽനിന്നും വന്ന വനിതാ കമ്മ്യൂണിസ്റ്റ് പ്രതിനിധികൾ അതിൽ സംബന്ധിച്ചു.

തങ്ങളുടെ സമ്മേളനത്തിൽ പങ്കെടുക്കാൻ ക്ഷണിച്ചുകൊണ്ടുള്ള ഒരു കത്ത് പ്രതിനിധികൾ ലെനിന് അയയ്ക്കുകയുണ്ടായി. ആ ക്ഷണത്തിനു മറുപടിയായി ലെനിൻ ടെലഫോണിലൂടെ നൽകിയ സന്ദേശമാണ് ഇവിടെ കൊടുത്തിരിക്കുന്നത്.

30. ഓജിയൻ തൊഴുത്ത് - യവനപുരാണമനുസരിച്ച് ഓജിയൂസ് എന്ന രാജാവിന്റെ രാജ്യത്ത് അനേകവർഷക്കാലമായി വെടിപ്പാക്കാതെ ഇട്ടിരുന്ന കൂറ്റൻ കാലിത്തൊഴുത്ത്. ഈ തൊഴുത്തു വൃത്തിയാക്കി എന്നതായിരുന്നു ഹെർക്കുലിസ്സിന്റെ വീരകൃത്യങ്ങളിലൊന്ന്. അങ്ങിനെ 'ഓജിയൻ തൊഴുത്ത്" ഇപ്പോൾ അങ്ങേയറ്റത്തെ അവഗണനയ്ക്കും വൃത്തികേടിനുമുള്ള പര്യായമായിത്തീർന്നിരിക്കുന്നു.

31. 'പൊദ് സ്നാമ്യെന്യെം മാർക്സിസ്മ' (മാർക്സിസത്തിന്റെ കൊടിക്കീഴിൽ) - മോസ്ക്കോയിൽനിന്ന് 1922 ജനുവരി തൊട്ട് 1944 ജൂൺവരെ പ്രസിദ്ധീകരിച്ച ഒരു താത്വിക-സാമൂഹ്യ-സാമ്പത്തിക മാസിക.

32. 'എക്കണോമിസ്റ്റ്' - റഷ്യൻ സാങ്കേതികവിജ്ഞാനസമാജത്തിന്റെ വ്യാവസായിക-സാമ്പത്തികവകുപ്പ് 1921, 22 എന്നീ വർഷങ്ങളിൽ പ്രസിദ്ധീകരിച്ച ഒരു പത്രിക.

33. മോസ്ക്കോ നഗരത്തിലേയും മോസ്ക്കോ ഗുബേർമിയയിലേയും തൊഴിലാളി-കർഷകസ്ത്രീകളുടെ പാർട്ടിരഹിതസമ്മേളനം 1922 നവംബർ 6-ാം ന നടന്നു. സമ്മേളനത്തിൽ രണ്ടായിരത്തിലധികം പ്രതിനിധികൾ സംബന്ധിച്ചു. സമ്മേളനത്തിൽ പ്രസംഗിക്കണമെന്ന അഭ്യർത്ഥനയുമായി തന്നെ സന്ദർശിച്ച പ്രതിനിധിസംഘത്തിന് ലെനിൻ നൽകിയ ആശംസാസന്ദേശമാണ് ഇവിടെ കൊടുത്തിരിക്കുന്നത്.

34. 1920 ജൂലായ് 19 തൊട്ട് ആഗസ്റ്റ് 7 വരെ സമ്മേളിച്ച കമ്മ്യൂണിസ്റ്റ് ഇന്റർനാഷനലിന്റെ രണ്ടാം കോൺഗ്രസ്സിനെയാണ് ഇവിടെ പരാമർശിക്കുന്നത്.

35. സൈനികകേഡറ്റുകൾ - ത് സാറിസ്റ്റ്റഷ്യയിൽ സൈനിക ഓഫീസർമാർക്കുള്ള പരിശീലനശാലകളിൽ പഠിച്ചിരുന്നവർ. ഒക്ടോബർ സോഷ്യലിസ്റ്റ് വിപ്ലവത്തിന്റെ സമയത്തും അതെത്തുടർന്നുള്ള ആദ്യകാലത്തും പെട്രോഗ്രാഡിലും മോസ്ക്കോയിലും മറ്റു ചില നഗരങ്ങളിലും കേഡറ്റുകൾ കലാപകാരികളായ ജനങ്ങളേയും സോവിയറ്റധികാരത്തേയും ആയുധമെടുത്തു ചെറുത്തെങ്കിലും അവർ എല്ലായിടത്തും പരാജയപ്പെട്ടു.

36. വെഴ്സയിൽസ് ഉടമ്പടി - 1914-18 ലെ ഒന്നാം ലോകമഹായുദ്ധത്തിന്റെ അന്ത്യം കുറിച്ച സാമ്രാജ്യത്വ സമാധാന ഉടമ്പടി. ഒരു വശത്ത് യു.എസ്.എ, ബ്രിട്ടൻ, ഫ്രാൻസ്, ഇറ്റലി, ജപ്പാൻ തുടങ്ങിയ രാജ്യങ്ങളും മറുവശത്ത് പരാജിത ജർമ്മനിയും 1919 ജൂൺ 28-ാം ന വെഴ്സയിൽസിൽ വച്ച് അതിലൊപ്പുവെച്ചു.

വിജയികളായ രാജ്യങ്ങൾക്കനുകൂലമായ വിധത്തിൽ മുതലാളിത്തലോകത്തിന്റെ പുനർവിഭജനത്തെ ഉറപ്പിക്കുകയെന്നതായിരുന്നു വെഴ്സയിൽസ് ഉടമ്പടിയുടെ ലക്ഷ്യം. ഫ്രാൻസിന് എൽസാസ്-ലൊറേയിൻ കിട്ടി. സാർപ്രദേശത്തെ 15 വർഷത്തേക്ക് ലീഗ് ഓഫ് നേഷൻസിന്റെ ഭരണത്തിൻ കീഴിലാക്കി. ആ പ്രദേശത്തെ കൽക്കരിഖനികൾ ഫ്രാൻസിന്റെ സ്വന്തമായി. വിജയികളായ രാഷ്ട്രങ്ങൾ ജർമ്മനിയുടെ കോളനികളെ വീതിച്ചെടുത്തു. ജർമ്മനിക്ക് ഭീമമായ ഒരു തുക നഷ്ടപരിഹാരമായി നൽകേണ്ടിവന്നു. വെഴ്സയിൽസ് ഉടമ്പടി ചുമത്തിയ ഭാരം മുഴുവനും വീണത് ജർമ്മനിയിലെ ജനങ്ങളുടെ പുറത്താണ്. വമ്പിച്ച നികുതികൾ കൊടുക്കാനും ഗുരുതരമായ തൊഴിലില്ലായ്മയുടെ

കെട്ടുതികളനുഭവിക്കാനും അവർ നിർബ്ബന്ധിതരായി. അതേസമയം ജർമ്മനിയിലെ സാമ്രാജ്യവാദികളായ വ്യവസായപ്രമുഖന്മാർ രാജ്യത്തുള്ള തങ്ങളുടെ മേധാവിത്വം അതേപടി നിലനിർത്തുകയും മുമ്പത്തെപ്പോലെതന്നെ വമ്പിച്ച ലാഭമടിക്കുകയും ചെയ്തു.

37. ബൂർഷ്വാ - ഭൂവുടമപോളണ്ട് സോവിയറ്റ് റിപ്പബ്ലിക്കിനെതിരായി 1920 ഏപ്രിൽ-ഒക്ടോബർ കാലത്ത് നടത്തിയ യുദ്ധത്തെക്കുറിച്ചാണ് പരാമർശം.

38. ജർമ്മൻ കമ്മ്യൂണിസ്റ്റ് വർക്കേഴ്സ് പാർട്ടി - ജർമ്മൻ കമ്മ്യൂണിസ്റ്റ് പാർട്ടിയിൽനിന്നു ഭിന്നിച്ചുപോയ ഇടതുപക്ഷക്കാർ ചേർന്ന് 1919-ൽ രൂപീകരിച്ച ഒരു അരാജക-സിൻഡിക്കലിസ്റ്റ് പെറ്റിബൂർഷ്വാ ഗ്രൂപ്പ്. ജർമ്മനിയിലെ തൊഴിലാളികൾക്കിടയിൽ യാതൊരു സ്വാധീനവുമില്ലാതിരുന്ന ഈ ഗ്രൂപ്പ് കമ്മ്യൂണിസ്റ്റ് പാർട്ടിയോടും തൊഴിലാളിവർഗ്ഗത്തോടും ശത്രുതയുള്ള ഒരു നിസ്സാരസംഘമായി അധഃപതിച്ചു.

39. രണ്ടാം ഇന്റർനാഷനൽ - 1889 -ൽ സ്ഥാപിതമായ, സോഷ്യലിസ്റ്റ് പാർട്ടികളുടെ സാർവ്വദേശീയയൂണിയൻ. 1914-18-ലെ ഒന്നാം ലോകമഹായുദ്ധം പൊട്ടിപ്പുറപ്പെട്ടപ്പോൾ രണ്ടാം ഇന്റർനാഷനലിന്റെ നേതാക്കൾ സോഷ്യലിസത്തെ വഞ്ചിച്ചുകൊണ്ട് അവരവരുടെ സാമ്രാജ്യത്വഗവൺമെന്റുകളുടെ ഭാഗത്തു ചേരുകയും അങ്ങിനെ രണ്ടാം ഇന്റർനാഷനൽ തകരുകയും ചെയ്തു. രണ്ടാം ഇന്റർനാഷനലിലുണ്ടായിരുന്ന ഇടതുപക്ഷഗ്രൂപ്പുകളും പാർട്ടികളും 1919-ൽ മോസ്ക്കോയിൽ സ്ഥാപിതമായ കമ്മ്യൂണിസ്റ്റ് (മൂന്നാം) ഇന്റർനാഷനലിൽ ചേർന്നു. അതേ വർഷംതന്നെ സ്വിറ്റ്സർലണ്ടിലുള്ള ബേർണിൽ ചേർന്ന ഒരു സമ്മേളനത്തിൽവച്ച് രണ്ടാം ഇന്റർനാഷനൽ പുനരുദ്ധരിക്കപ്പെട്ടു. സോഷ്യലിസ്റ്റ് പ്രസ്ഥാനത്തിലെ വലത് അവസരവാദിപക്ഷത്തെ പ്രതിനിധീകരിച്ച പാർട്ടികൾ മാത്രമേ അതിൽ ചേർന്നുള്ളൂ.

40. 1921 ജൂൺ 22 മുതൽ ജൂലായ് 12 വരെ സമ്മേളിച്ച കൊമിന്റേണിന്റെ മൂന്നാം കോൺഗ്രസ്സ് വിപ്ലവനിതാപ്രസ്ഥാനത്തെക്കുറിച്ചുള്ള ക്ലാര സെത്ക്കിന്റെ റിപ്പോർട്ടു കേട്ടതിനുശേഷം താഴെക്കൊടുക്കുന്ന പ്രമേയങ്ങൾ അംഗീകരിച്ചു: 1) വനിതാകമ്മ്യൂണിസ്റ്റുകാർ തമ്മിലുള്ള സാർവ്വദേശീയബന്ധങ്ങൾ ശക്തിപ്പെടുത്തുന്നതിനേയും സ്ത്രീകൾക്കിടയിലുള്ള പ്രവർത്തനത്തെ സംബന്ധിച്ച് കൊമിന്റേണിന്റെ സാർവ്വദേശീയസെക്രട്ടറിയേറ്റിന്റെ കടമകളേയും പറ്റി; 2) സ്ത്രീകൾക്കിടയിലുള്ള കമ്മ്യൂണിസ്റ്റ് പ്രവർത്തനത്തിന്റെ രൂപങ്ങളേയും രീതികളേയും പറ്റി. സ്പർട്ടാക്കിസ്റ്റുകാർ - സ്പർട്ടാക്കസ് ലീഗിലെ അംഗങ്ങൾ. ജർമ്മനിയിലെ

ഇടതുപക്ഷസോഷ്യൽഡെമോക്രാറ്റുകാരുടെ ഈ വിപ്ലവസംഘടന ഒന്നാം ലോകമഹായുദ്ധത്തിന്റെ തുടക്കത്തിൽ കാറൽ ലീബ്ക്നെഹ്ട്, റോസ ലുക്സംബുർഗ്, ഫ്രാന്റ്സ് മേറിംഗ്, ക്ലാര സെത്ക്കിൻ, യോഗിഹെസ് (തിഷ്ക്ക) തുടങ്ങിയവർ ചേർന്ന് സ്ഥാപിച്ചതാണ്. സ്പർട്ടാക്കിസ്റ്റുകാർ ബഹുജനങ്ങൾക്കിടയിൽ സാമ്രാജ്യത്വയുദ്ധത്തിനെതിരായി വിപ്ലവപ്രചാരവേല നടത്തി; ജർമ്മൻ സാമ്രാജ്യത്വത്തിന്റെ അപഹരണനയത്തേയും സോഷ്യൽ ഡെമോക്രാറ്റിക് നേതാക്കളുടെ വഞ്ചനയേയും തുറന്നുകാട്ടി. എന്നാലതേസമയം തന്നെ സിദ്ധാന്തത്തേയും അടവുകളേയും സംബന്ധിച്ച പല പ്രശ്നങ്ങളിലും അവർ തെറ്റായ വീക്ഷണങ്ങൾ വച്ചുപുലർത്തി.

1917 ഏപ്രിൽ മാസത്തിൽ സ്പർട്ടാക്കിസ്റ്റുകാർ തങ്ങളുടെ സംഘടനാപരമയ സ്വാതന്ത്ര്യം നിലനിർത്തിക്കൊണ്ടുതന്നെ നടുനിലവാദികളായ ജർമ്മൻ ഇൻഡിപ്പെൻഡന്റ് സോഷ്യൽഡെമോക്രാറ്റിക് പാർട്ടിയിൽ ചേർന്നു. 1918 നവംബറിൽ ജർമ്മനിയിൽ നടന്ന വിപ്ലവത്തെത്തുടർന്ന് സ്പർട്ടാക്കിസ്റ്റുകാർ 'ഇൻഡിപ്പെൻഡന്റുകാരു'മായി തെറ്റിപ്പിരിഞ്ഞു. അതേ വർഷം ഡിസംബറിൽ അവർ ജർമ്മൻ കമ്മ്യൂണിസ്റ്റ് പാർട്ടി സ്ഥാപിച്ചു.

42. ജർമ്മൻ ഇൻഡിപ്പെൻഡന്റ് സോഷ്യൽഡെമോക്രാറ്റിക് പാർട്ടി -ജർമ്മൻ സോഷ്യൽഡെമോക്രാറ്റിക് പാർട്ടിയിലെ പ്രതിപക്ഷ ഗ്രൂപ്പകളിൽനിന്നുമായി 1917 ഏപ്രിലിൽ രൂപീകൃതമായ ഒരു നടുനിലപ്പാർട്ടി.

1920 ഒക്ടോബറിൽ ഹാലെയിൽ നടന്ന കോൺഗ്രസ്സിൽ വച്ച് പാർട്ടി പിളർന്നു. ഭൂരിപക്ഷം 1920 ഡിസംബറിൽ ജർമ്മൻ കമ്മ്യൂണിസ്റ്റ് പാർട്ടിയിൽ ചേർന്നു. വലതുപക്ഷക്കാർ ഒരു പ്രത്യേകപാർട്ടി രൂപീകരിക്കുകയും ഇൻഡിപ്പെൻഡന്റ് സോഷ്യൽഡെമോക്രാറ്റിക് പാർട്ടിയെന്ന പഴയ പേർ സ്വീകരിക്കുകയും ചെയ്തു. 1922-ൽ 'ഇൻഡിപ്പെൻഡന്റു'കാർ ജർമ്മൻ സോഷ്യൽഡെമോക്രാറ്റിക് പാർട്ടിയിൽ വീണ്ടും ചേർന്നു.

നാമസൂചിക

അർമാന്ദ്, ഇനേസ്സ (യെലിസവേത്ത ഫ്യൊദൊറോവ്ന) (1875-1920)-1904 തൊട്ട് ബോൾഷെവിക് പാർട്ടി അംഗം. സാർവ്വദേശീയവനിതാപ്രസ്ഥാനത്തിലേയും കമ്മ്യൂണിസ്റ്റ് പ്രസ്ഥാനത്തിലേയും സജീവപ്രവർത്തക.

അസ്ത്രഹൻ, ഐ.ഡി. (1862-1918) - ഭിഷഗ്വരൻ. സാമൂഹ്യ ഇൻഷുറൻസ്, അപകടനിവാരണം, തുടങ്ങിയ വിഷയങ്ങളെ സംബന്ധിച്ച പല കൃതികളുടേയും രചയിതാവ്.

ആഡ്ലർ, വിക്തർ (Adler, Viktor) (1852-1918) - ആസ്ത്രിയൻ സോഷ്യൽ ഡെമോക്രാറ്റിക് പാർട്ടിയുടെ സ്ഥാപകനേതാക്കളിലൊരാൾ.

എംഗൽസ്, ഫ്രെഡറിക് (Engels, Frederick) (1820-1895). കൊൽച്ചക്ക്, എ.വി. (1873-1920)- ത് സാറിസ്റ്റ്നാവികസേനയിലെ അഡ്മിറൽ. യു.എസ്സ്.-ബ്രിട്ടീഷ്-ഫ്രഞ്ച് സാമ്രാജ്യവാദികളുടെ സഹായത്തോടെ 1918-ൽ ഉറാൽസിലും സൈബീരിയയിലും വിദൂരപൗരസ്ത്യദേശത്തും ബൂർഷ്വാസിയുടേയും ഭൂപ്രഭുക്കളുടേയും സൈനികസർവ്വാധിപത്യം സ്ഥാപിച്ചു. 1919 വസന്തത്തിൽ സോവിയറ്റ് റിപ്പബ്ലിക്കിനെതിരായ കടന്നാക്രമണത്തിനു നേതൃത്വം നൽകി. 1920 ഫെബ്രുവരിയോടുകൂടി ചുവപ്പുസേനയാൽ തുരത്തപ്പെട്ടു.

ക്രുപ്സ്ക്കയ, എൻ.കെ. (1869-1939) - പ്രമുഖ സോവിയറ്റ് ഭരണതന്ത്രജ്ഞ. ഏറ്റവും പഴക്കം ചെന്ന് സി.പി.എസ്സ്.യു. അംഗങ്ങളിലൊരാൾ. ലെനിന്റെ സഹധർമ്മിണിയും ഉറ്റ സഹപ്രവർത്തകയും. സമുന്നത സോവിയറ്റ് വിദ്യാഭ്യാസപ്രവർത്തക.

ഗെർത്നെർ (Gartner)-ആസ്ത്രിയൻ റെയിൽവേ മന്ത്രികാര്യാലയത്തിലെ ഉദ്യോഗസ്ഥൻ. സാർവ്വദേശീയ വ്യഭിചാരവിരുദ്ധസംഘടനയിലെ അംഗം.

ഗൊർബുനോവ (കബ് ലുക്കോവ), എം.കെ. (1840-1931) - ധനശാസ്ത്രജ്ഞയും സ്ഥിതിവിവരശാസ്ത്രജ്ഞയും. നറോദ്നിക് ചിന്താഗതിയുള്ള എഴുത്തുകാരി.

ചെർനോവ്, വി.എം. (1876-1952) - സോഷ്യലിസ്റ്റ് റവലൂഷണറി പാർട്ടിയുടെ നേതാവ്. ബൂർഷ്വാ താൽക്കാലികഗവൺമെന്റിൽ കൃഷിവകുപ്പമന്ത്രി. ഒക്ടോബർ സോഷ്യലിസ്റ്റ് വിപ്ലവത്തിനുശേഷം സോവിയറ്റ് ഭരണത്തിനെതിരെ പ്രതിവിപ്ലവാക്രമണങ്ങൾ സംഘടിപ്പിച്ചവരിലൊരാൾ. 1920-നുശേഷം പ്രതിവിപ്ലവകാരിയായ പ്രവാസി.

ട്രോട്സ്ക്കി (ബ്രൊൺഷ്ടൈൻ), എൽ.ഡി. (1879-1940) - റഷ്യൻ സോഷ്യൽഡെമോക്രാറ്റ്. മെൻഷെവിക്ക്. 1917-ൽ ആർ.എസ്. ഡി.എൽ.പി. (ബി.) യുടെ 6-ാം കോൺഗ്രസ്സിൽ വച്ച് ബോൾഷെവിക് പാർട്ടിയിലെടുത്തു. ഒക്ടോബർ സോഷ്യലിസ്റ്റ് വിപ്ലവത്തിനുശേഷം ഉത്തരവാദപ്പെട്ട പല സ്ഥാനങ്ങളും വഹിച്ചു. പാർട്ടിയുടെ പൊതുന യത്തിനും സോഷ്യലിസം കെട്ടിപ്പടുക്കാനുള്ള ലെനിന്റെ പരിപാടിക്കു മെതിരായി ഫാക്ഷനൽ സമരം നടത്തി. യു.എസ്. എസ്. ആറി ൽ സോഷ്യലിസത്തിന്റെ വിജയം സാദ്ധ്യമല്ലെന്നു പ്രചരണം നടത്തി. 1927-ൽ പാർട്ടിയിൽനിന്നു പുറന്തള്ളി. 1929-ൽ സോവിയറ്റ് വിരുദ്ധപ്രവ ർത്തനത്തെ മുൻനിർത്തി സോവിയറ്റ് യൂണിയനിൽനിന്നു പുറത്താക്കി.

ത്സെരെത്തേലി, ഐ.ജി. (1882-1959) - മെൻഷെവിക് നേതാക്കളി ലൊരാൾ. 1917-ൽ ബൂർഷ്വാ താൽക്കാലികഗവൺമെന്റിൽ കമ്പിത്ത പാൽവകുപ്പമന്ത്രിയും പിന്നീട് ആഭ്യന്തരവകുപ്പ മന്ത്രിയും. ഒക്ടോബർ സോഷ്യലിസ്റ്റ് വിപ്ലവത്തിനുശേഷം ജോർജ്ജിയയിലെ പ്രതിവിപ്ലവമെ ൻഷെവിക് ഗവൺമെന്റിന്റെ തലവൻ. 1921-ൽ സോവിയറ്റധികാരം ജോർജ്ജിയയിൽ വിജയം വരിച്ചതിനെത്തുടർന്നു പ്രതിവിപ്ലവ പ്രവാസി.

ദന്നുന്ത്സിയൊ, ഗബ്രിയേൽ (d'Annunzio Gabriele)(1863-1938) - ഇറ്റാലിയൻ എഴുത്തുകാരനും രാഷ്ട്രീയപ്രവർത്തകനും

ദിത്മൻ, വിൽഹെല്ം Dittmann Wilhelm (1874-1954)-ജർമ്മൻ സോഷ്യൽഡെമോക്രാറ്റിക് പാർട്ടിയുടെ നേതാക്കളിലൊരാൾ. നടുനി ലവാദി.

ദെനീക്കിൻ, എ.ഐ. (1872-1947) - ത് സാറിസ്റ്റ്സൈന്യത്തിലെ ജനറൽ. ആഭ്യന്തരയുദ്ധകാലത്ത് ബൂർഷ്വാ-ഭൂവുടമകളുടെ പ്രതിവിപ്ല വത്തിന്റെ നേതാക്കളിലൊരാൾ. 1919-ൽ തെക്കൻ റഷ്യയിൽനിന്നു മോസ്ക്കോയെ ലക്ഷ്യമാക്കി നീങ്ങിയ വൈറ്റ്ഗാർഡ് പട്ടാളത്തിനു നേതൃത്വം നൽകി. 1920 ആരംഭത്തിൽ ചുവപ്പുസേനയാൽ തുരത്തപ്പെട്ടു.

പോപ്പ്, അദെൽഹൈദ് (popp,Adeheid)) (1869-ൽ ജനിച്ചു) - ആസ്ട്രിയൻ സോഷ്യൽഡെമോക്രാറ്റിക് പാർട്ടിയിലെ അംഗം, പ്രചാ രകയും എഴുത്തുകാരിയും. ആസ്ട്രിയയിലെ വനിതാസോഷ്യൽഡെമോ ക്രാറ്റിക് പ്രസ്ഥാനത്തിന്റെ സ്ഥാപകനേത്രി.

പ്യത്തക്കോവ്, ജി. എൽ. (കീയെവ്സ്ക്കിയ്,പി.) (1890-1937)- റഷ്യൻ സോഷ്യൽ ഡെമോക്രാററ്. ബോൾഷെവിക്ക്. 1914-18-ലെ ലോകസാമ്രാജ്യത്വയുദ്ധകാലത്ത് രാഷ്ട്രങ്ങളും സ്വയം നിർണ്ണയാവകാ ശത്തിന്റെ പ്രശ്നത്തിലും മറ്റു സുപ്രധാന പ്രശ്നങ്ങളിലും ലെനിനിസ്റ്റ് വിരുദ്ധ നിലപാടെടുത്തു. പാർട്ടിവിരുദ്ധപ്രവർത്തനങ്ങളെ മുൻനിർത്തി 1936-ൽ പാർട്ടിയിൽനിന്നു പുറത്താക്കി.

പ്ലെഹാനൊവ്, ജി.വി. (1856-1918) - റഷ്യയിലും സാർവ്വദേശീയതലത്തിലുമുള്ള തൊഴിലാളിപ്രസ്ഥാനത്തിന്റെ പ്രമുഖനേതാവ്. മാർക്സിസത്തിന്റെ സമുന്നതമായ പ്രചാരകൻ.

ബസാറൊവ്,വി. (റുദ്നെവ്, വി.എ.) (1874-1939) - റഷ്യൻ സോഷ്യൽഡെമോക്രാറ്റ്. 1917-ൽ അർദ്ധമെൻഷെവിക് പത്രമായ നോവയ ഷിസിന്റെ പത്രാധിപന്മാരിലൊരാൾ.

ബെബൽ, ഔഗസ്റ്റ് (Bebel, August) (1840-1913) - ജർമ്മനിയിലും സാർവ്വദേശീയതലത്തിലുമുള്ള തൊഴിലാളിപ്രസ്ഥാനത്തിന്റെ പ്രമുഖ നേതാവ്. ജർമ്മൻ സോഷ്യൽഡെമോക്രസിയുടെ സ്ഥാപകനേതാക്കളിലൊരാൾ. തൊഴിലിൽ ഒരു കടച്ചൽപണിക്കാരൻ.

ബ്രെഷ്ക്കോ ബ്രെഷ്ക്കോവ്സ്ക്കയ, വൈ.കെ. (1884-1934) - സോഷ്യലിസ്റ്റ് റവലൂഷണറി പാർട്ടിയുടെ സംഘാടക - നേതാക്കളിലൊരാൾ. അങ്ങേയറ്റത്തെ വലതുപക്ഷത്തു നിലകൊണ്ടു. ഒക്ടോബർ സോഷ്യലിസ്റ്റ് വിപ്ലവത്തിനുശേഷം സോവിയറ്റധികാരത്തിനെതിരെ പൊരുതി.

ഫ്രേയ് - വി.ഐ. ലെനിന്റെ തൂലികാനാമങ്ങളിലൊന്ന്.

ഫ്രോയ്ഡ്, സിഗ്മുൺഡ് Freud, Sigmund(1856-1939) - ആസ്റ്റിയൻ ന്യൂറോപാത്തോളജിസ്റ്റും മനശ്ശാസ്ത്രജ്ഞനും.

മാർക്സ്, കാറൽ ((Marx, Karl) (1818-1883)

മൊറോസൊവ് കുടുംബം - വൻകിട റഷ്യൻ തുണിവ്യവസായികൾ.

മോർഗൻ കുടുംബം - അമേരിക്കയിലെ വൻകിട ബാങ്കുടമകളായ കോടീശ്വരകുടുംബം.

മോർലി, ജോൺ ((Morley, John))(1838-1923) - ബ്രിട്ടീഷ് രാഷ്ട്രതന്ത്രജ്ഞനും സാഹിത്യകാരനും. ലിബറൽ. 1905-1910 കാലത്ത് ഇന്ത്യാവകുപ്പ് സ്റ്റേറ്റ് സെക്രട്ടറി. ദേശീയവിമോചനപ്രസ്ഥാനത്തോട് മർദ്ദനനയം കൈക്കൊണ്ടു.

യാക്കൊവ്ലെവ, വി.എൻ. (1885-1944) - റഷ്യൻ ഷോഷ്യൽ ഡെമോക്രാറ്റ്. ബോൾഷെവിക്ക്. ഒക്ടോബർ സോഷ്യലിസ്റ്റ് വിപ്ലവത്തിനുശേഷം സോവിയറ്റ്-പാർട്ടി ചുമതലകൾ വഹിച്ചു. 1920 തൊട്ട് 1926 വരെ ട്രോട്സ്ക്കിയിസ്റ്റ് പ്രതിപക്ഷത്തെ പിന്താങ്ങുകയും പിന്നീടതിൽനിന്നു വിട്ടുപോരികയും ചെയ്തു.

യോഗിഹെസ്, ലെയോ (തിഷ്ക്ക) Jogiches, Leon (Tyszka)) (1867-1919) - പോളണ്ടിലേയും ജർമ്മനിയിലേയും തൊഴിലാളിപ്രസ്ഥാനത്തിന്റെ പ്രമുഖപ്രവർത്തകരിലൊരാൾ. ജർമ്മൻ സോഷ്യൽ ഡെമോക്രാറ്റുകാർക്കിടയിലെ നട്ടുനിലക്കാർക്കെതിരായി റോസ

ലുക്സെംബുർഗ്ഗിനോടൊപ്പം പൊരുതി.

ര്യബുഷ്ക്കിൻസ്ക്കിമാർ - വൻകിടറഷ്യൻ മുതലാളിമാരും ബാങ്കുടമകളും.

ലിച്ക്കസ്, എൽ.ജി. (1858- 1926) - ഭിഷഗ്വരൻ. സെന്റ് പീറ്റേഴ്സ്ബർഗ്ഗിലെ മരിയിൻസ്ക്കി പ്രസവാശുപത്രിയുടെ ഡയറക്ടർ.

ലുക്സെംബുർഗ്ഗ്, റോസ (Luxemburg Rosa)) (1871-1919) - സാർവ്വദേശീയ തൊഴിലാളി പ്രസ്ഥാനത്തിന്റെ സമുന്നതനേതാക്കളിലൊരാൾ. ജർമ്മൻ കമ്മ്യൂണിസ്റ്റ് പാർട്ടിയുടെ സ്ഥാപകരിലൊരാൾ.

ലൂതർ, മാർട്ടിൻ (Luther, Martin) (1483-1546) - റിഫൊർമേഷന്റെ പ്രമുഖനേതാവ്. ജർമ്മനിയിൽ പ്രൊട്ടസ്റ്റന്റിസത്തിന്റെ (ലൂതറനിസത്തിന്റെ) സ്ഥാപകൻ.

ലെഗീൻ, കാറൽ (Legien, Karl) (1861-1920) - വലതുപക്ഷ ജർമ്മൻ സോഷ്യൽഡെമോക്രാറ്റ്. ജർമ്മൻ ട്രേഡ് യൂണിയൻ നേതാക്കളിലൊരാൾ. റിവിഷണിസ്റ്റ്.

വിഗ്ദോർച്ചിക്ക്, എൻ.എ. (1874-1954)- ഭിഷഗ്വരൻ. സാമൂഹ്യ ഇൻഷുറൻസിനേയും തൊഴിൽപരരോഗങ്ങളേയും സംബന്ധിച്ച ഏതാനും കൃതികളുടെ കർത്താവ്.

വ്രാങ്കൽ, പി.എൻ. (1878-1928) - ത്സാറിസ്റ്റ്സൈന്യത്തിലെ ജനറൽ. ആഭ്യന്തരയുദ്ധകാലത്ത് പ്രതിവിപ്ലവനേതാക്കളിലൊരാൾ. 1920 ഏപ്രിൽ തൊട്ട് പ്രതിവിപ്ലവകരമായ 'ദക്ഷിണറഷ്യാ സായുധസേനയുടെ സർവ്വസൈന്യാധിപൻ. 1920 നവംബറിൽ ചുവപ്പപട്ടാളത്താൽ തുരത്തപ്പെട്ട് വിദേശത്തേക്കു പലായനം ചെയ്തു.

ഷൈഡെമൻ, ഫിലിപ്പ് (Scheidemann, Philipp) (1865-1939) - ജർമ്മൻ സോഷ്യൽ ഡെമോക്രസിയുടെ തീവ്രവലതുപക്ഷനേതാക്കളിലൊരാൾ. 1919 ഫെബ്രുവരി തൊട്ട് ജൂൺ വരെ ജർമ്മനിയിലെ ബൂർഷ്വാ ഗവൺമെന്റിന്റെ തലവൻ. 1918-21 കാലത്ത് ജർമ്മൻ തൊഴിലാളിപ്രസ്ഥാനത്തെ മൃഗീയമായി അടിച്ചമർത്തിയവരിലൊരാൾ.

സീത്സ്, ലൂയിസ (Zietz, Luise) (2865-1922) - ജർമ്മൻ സോഷ്യൽ ഡെമോക്രാറ്റിക് പാർട്ടിയുടെ നേതാക്കളിലൊരാൾ. തൊഴിലിൽ അദ്ധ്യാപിക. 1907-ൽ രണ്ടാം ഇന്റർനാഷനലിന്റെ ഷ്റ്റുട്ട്ഗർട്ട് കോൺഗ്രസ്സിൽ വച്ച് സ്ത്രീകൾക്ക് വോട്ടവകാശം അനുവദിക്കണമെന്ന ആവശ്യത്തെ പിന്താങ്ങി.

സെത്ക്കിൻ, ക്ലാര(Zetkin,Clara) (1857-1933) - ജർമ്മനിയിലും സാർവ്വദേശീയതലത്തിലുമുള്ള തൊഴിലാളി-കമ്മ്യൂണിസ്റ്റ് പ്രസ്ഥാനങ്ങളുടെ ഒരു സമുന്നതനേത്രി. ജർമ്മൻ കമ്മ്യൂണിസ്റ്റ് പാർട്ടിയുടെ

സ്ഥാപകരിലൊരാൾ. കമ്മ്യൂണിസ്റ്റ് ഇന്റർനാഷനലിന്റെ മൂന്നാം കോൺഗ്രസ്സിൽവച്ച് കൊമിന്റേണിന്റെ നിർവ്വാഹകസമിതിയിലേക്കു തിരഞ്ഞെടുക്കപ്പെട്ടു. അതിന്റെ സാർവ്വദേശീയവനിതാ സെക്രട്ടറിയേറ്റിന്റെ മേധാവി. 1924 തൊട്ട് സാർവ്വദേശീയവിപ്ലവസേനാനി സഹായകസംഘടനയുടെ നിർവ്വാഹകസമിതിയുടെ സ്ഥിരം അദ്ധ്യക്ഷ.

സെംകോവ്സ്ക്കിയ്, എസ്സ്. (ബ്രോൺഷ്ടൈൻ,എസ്.യ്യു.) (1882-ൽ ജനിച്ചു) - റഷ്യൻ സോഷ്യൽഡെമോക്രാറ്റ്. മെൻഷെവിക്ക്. മെൻഷെവിക്കുകളുടെ സംഘടനാകമ്മിറ്റിയുടെ വിദേശസെക്രട്ടറിയേറ്റിലെ അംഗം. 1920-ൽ മെൻഷെവിക്കുകളിൽനിന്നു വിട്ടുപോയി, ശാസ്ത്രീയ-സാഹിത്യപ്രവർത്തനങ്ങളിലേർപ്പെട്ടു.

സൊറോക്കിൻ, പി.എ. (1889-1968) - റഷ്യയിലെ പിന്തിരിപ്പൻ ബൂർഷ്വാ സാമൂഹ്യശാസ്ത്രജ്ഞൻ. 1918 തൊട്ട് 1922 വരെ പെട്രോഗ്രാഡ് സർവ്വകലാശാലയിലെ അസിസ്റ്റന്റ് പ്രൊഫസർ. 1922-ൽ റഷ്യയിൽനിന്നു പുറത്താക്കി.

സ്വിദേർസ്ക്കിയ്, എ.ഐ. (1878-1933) - റഷ്യൻ സോഷ്യൽ ഡെമോക്രാററ്. ബോൾഷെവിക്ക്. 1917 മുതൽ ഭക്ഷ്യവകുപ്പ് ജനകീയകമ്മിസാറിയറ്റിലെ ബോർഡംഗം. 1923 മുതൽ 28 വരെ ആർ.എസ്സ്.എഫ്. എസ്സ്. ആറിലെ കൃഷിവകുപ്പിന്റെ സഹ-ജനകീയകമ്മിസാർ.

ഹരിസൊമേനൊവ്, എസ്സ്. എ. (1854-1917) - റഷ്യൻ സ്ഥിതിവിവരശാസ്ത്രജ്ഞൻ.

റാംസെ, വില്യം (Ramsay, William) (1852 - 1916) - ബ്രിട്ടീഷ് രസതന്ത്രജ്ഞനും ഭൗതികശാസ്ത്രജ്ഞനും. ജൈവരസതന്ത്രത്തിന്റേയും ഭൗതികരസതന്ത്രത്തിന്റേയും രംഗങ്ങളിലെ സംഭാവന പ്രസിദ്ധം. കൽക്കരി അട്ടികളെ ഭൂമിക്കടിയിൽവച്ചുതന്നെ വാതകമാക്കി മാറ്റാമെന്നും അങ്ങിനെ കിട്ടുന്ന വാതകത്തെ സാങ്കേതികകാര്യങ്ങൾക്കുപയോഗിക്കാമെന്നും നിർദ്ദേശിച്ചു.

റോക്ക്ഫെല്ലർകുടുംബം - യു. എസ്സ്. എയിലെ പെരുങ്കുറ്റൻ ഫിനാൻസ് പ്രഭുകുടുംബം.

റോത്ഷ്ടൈൻ, എഫ്. എ. (1871-1953) - റഷ്യൻ സോഷ്യൽ ഡെമോക്രാറ്റ്. 1890-ൽ റഷ്യയിൽനിന്നു കുടിയേറിപ്പാർക്കാൻ നിർബ്ബന്ധിതനായി. ബ്രിട്ടനിലെ തൊഴിലാളിപ്രസ്ഥാനത്തിൽ സജീവമായി പ്രവർത്തിച്ചു. ബ്രിട്ടീഷ് കമ്മ്യൂണിസ്റ്റ് പാർട്ടിയുടെ സ്ഥാപകരിലൊരാൾ (1920). 1920-ൽസോവിയറ്റ് റഷ്യയിലേക്കു മടങ്ങിവന്നു. സാമ്രാജ്യത്വത്തിന്റെ ചരിത്രത്തെസ്സംബന്ധിച്ച പല കൃതികളുടേയും രചയിതാവ്.

www.ingramcontent.com/pod-product-compliance
Lightning Source LLC
LaVergne TN
LVHW100831051026
849519LV00006B/2250
* 9 7 8 9 3 5 5 1 7 5 5 2 6 *